நாளை புரியுமா நம் காவிரி?

தங்க.ஜெயராமன்

க்ரியா

Naalai puriyuma nam Kaaviri - a collection of essays in Tamil by
Thanga Jayaraman

© *Thanga Jayaraman*

First Edition: January 2025

Published by

Cre-A:
No. 58 TNHB Colony,
Sanatorium, Tambaram,
Chennai – 600 047.
Mobile: 72999 05950
Email: creapublishers@gmail.com,
 crea@crea.in
Website: www.crea.in

Printed at

Sudarsan Graphics Pvt. Ltd.,
Chennai- 600 041

ISBN: 978-81-965855-4-9

Price: Rs. 325

பொருளடக்கம்

முன்னுரை	5

காவிரி

1.	வீட்டுக் கேணியான மேட்டூர் அணை	13
2.	நமக்கு ஒருநாளும் புரியாத காவிரி	17
3.	வேளாண் மண்டலமாகும் சோழநாடு	21
4.	காவிரி நீரும் குறுவைப் பட்டமும்	27
5.	அரசுக்குக் குடிமராமத்தில் பிறந்த மோகம்	31
6.	காவிரிக்கு உருவாகும் மூன்றாவது டெல்டா	36
7.	காவிரிப் படுகையில் அரசு கவனிக்க வேண்டியது	40
8.	காவிரி நெல்லுக்குக் கொள்முதல் தேவை; வல்முதல் எதற்கு?	45
9.	கீழத் தஞ்சையும் கொஞ்சம் வாழட்டுமே!	49
10.	காவிரியை எப்படிச் செலவழிக்கிறோம்?	57
11.	காவேரியை இப்படியும் அறிந்தார்கள்	64
12.	காவிரியும் தமிழர் வாழ்வும்	72
13.	காவிரி நீருக்கு ஏன் நம் அரசோடு போராடுகிறோம்?	78
14.	குறுவைக்குத் திறக்கும் காவிரி நீர் ஏன் வயலுக்கு வருவதில்லை?	82
15.	கோடையிலும் காவிரியைக் கொண்டாடலாம்	87
16.	காவிரிப் படுகை மறந்த நாற்று நடவு	91
17.	தொன்மையோடு இசைந்த இளமை: தி. ஜானகிராமனின் 'நடந்தாய்; வாழி, காவேரி!'	95

கலாச்சாரம்

1. ‘இப்போது வந்துவிடாதீர்கள் விருந்தாளிகளே!’
- எப்போது கற்றோம் இப்படிச் சொல்ல? 107

2. ஐயனார் ஊடுருவிய தமிழ் அடையாளம் 111

3. கரோனா காலத்தில் எனக்கு வயது எழுபது 116

4. வானத்தின் நிறம் இப்போது நீலம் 121

5. கிராமங்களும் கரோனாவும் 124

6. பொதுப் பண்பாட்டுக்கு எது அடையாளம்?
- காவிரிக் கரை ஐயனார் 128

7. கலாச்சார வழக்கங்களின் கரோனா காலச் சங்கடம் 141

8. கருவிகளும் கொலு இருக்கும் நவராத்திரி 145

9. காவிரிக் கரையில் ஏன் காமனை எரிக்கிறார்கள்? 152

10. கோயிலின் கூட்ட நெரிசலுக்கு நிர்வாகத் தீர்வு ஏது? 157

11. உலகம் எப்போது புவியானது? 161

12. சொற்களுக்கும் அகழாய்வு தேவை 165

13. பொன்னிக் கரையில் பெண்கள் திருவிழா 170

14. திருவாரூர்த் தேரும் தென்தமிழ் மரபும் 176

15. கல்வியில் சிறந்த மன்னார்குடி 180

16. தேருக்குப் பித்தனான திராவிடம் 206

17. கீழடி மண்பாண்டங்கள்: தேவை விரிவான புரிதல் 210

18. காவிரிக் கரையில் ஒரு கலக இலக்கியம் 214

19. காவிரிக் கரையின் மொழி மரபு 221

சொல்விளக்கம் 227

முன்னுரை

"உங்களுக்கு இந்த வரி புரிந்ததா, இந்தச் சொல் புரிந்ததா?" என்று நான் கேட்க இயலும். அது வழக்கமான மொழி. "காவிரி புரிந்ததா?" என்று கேட்பது பேசும் பொருளுக்குப் பொருந்தாத மொழி வழக்காகத் தோன்றும். "காவிரி உடைத்துக்கொண்டது" என்று சொல்வதற்கு நடைமுறை விளைவுகள் உண்டு. மண் சுமந்தோ, மணல் மூட்டை சுமந்தோ உடைப்பை அடைப்போம். "காவிரி எனக்குப் புரிந்துவிட்டது!" என்பது நடைமுறை விளைவு எதுவும் இல்லாத வெறும் கவித்துவப் பீத்தல்தானே என்றும் நாம் நினைக்கலாம். காவிரிக்குப் பொருந்தும் மொழி வழக்கு இது தான் என்பதாக ஒன்று உருவாகியுள்ளது. அதிலிருந்து விலகி காவிரிபற்றி உரையாடுவது என் நோக்கம். காவிரிபற்றி நமக்குப் புதுச் சொல்லாடல் வேண்டும். அண்மைக் காலம்வரை அப்படி ஒரு சொல்லாடல் காவிரிக் கரையில் புழங்கியது. சொல்லாடல்கள் நம் சிந்தனையைத் தன் வசம் வைத்துக்கொள்ள வருபவை.

காவிரிக் கரை மக்கள் அப்போதெல்லாம், "ஆற்றில் தண்ணீர் வந்து விட்டது" என்பார்கள். இப்போது "தண்ணீர் திறந்திருக்கிறார்கள்" என்பதுதான் வழக்கம். வரும்போதெல்லாம் தானே வரும் காவிரியும், அதையே தேக்கி வைத்து நாம் திறந்துவிடுவதும் வெவ்வேறு யுகங்கள் என்பதை இது நமக்குச் சொல்லவில்லையா?

சிட்டி - தி. ஜானகிராமனின் 'நடந்தாய்; வாழி, காவேரி!' நூல் அவர்கள் திருச்சிராப்பள்ளி மலைக்கோயிலில் கண்ட பல்லவ மன்னன் மகேந்திரவர்மனின் கல்வெட்டு ஒன்றைப் பற்றிப் பேசுகிறது. கங்கையைத் தலையில் சூடிய சிவன் காவிரியின் அழகில் மயங்கி விடுவானோ என்று அஞ்சிய பார்வதி அவன் அருகிலேயே அமர்ந்து, "காவிரி பல்லவனுக்கு உரியவள்" என்று எப்போதும் தன் கணவனிடம் சொல்லிக்கொண்டிருப்பதாக அந்தக் கல்வெட்டிலிருக்கும் கவிதை. காவிரி, ஆளும் மன்னனின் உடைமை. அதைச் சிறைபிடிக்கலாம்;

சிறையிலிருந்து விடுவிக்கலாம். இப்போதுவரை மாநில முதலமைச்சர் தான் காவிரியில் நீர் திறக்க உத்தரவிடுகிறார். அவர் மக்களின் பிரதி நிதியாக இருந்து இதைச் செய்கிறார் என்பது வேறுபாடு எதையும் காட்டவில்லை. இது வெற்றுக் குறியீடும் அல்ல. இப்போது காவிரிக்கு அதன் தன்னிச்சையைத் தொழில்நுட்பத் துணையோடு நாம் முன்பை விட முற்றாக மறுத்துவிட இயலும்.

கிராமப் பதிவேடுகளில் அந்தந்த வயலுக்கு ‘பாசன ஆதாரம்’ எது என்று குறிப்பிட்டிருக்கும். அது குறிப்பிட்ட புலத்துக்கு உரியது. காவிரிப் படுகையில் வழக்கமாகவே இது ஒரு வாய்க்கால் அல்லது ஆறு என்று இருக்கும். இப்போது இதையே நம் சொல்லாக்கத் திறனால் விரிவாக்கி, முழுக் காவிரியையும் ‘நீர்வள ஆதாரம்’ என்று சொல் கிறோம். அதாவது, நம் நுகர்வுக்குரிய நீர்வளம் என்பதைத் தவிர காவிரியின் இருப்புக்கு வேறு நியாயம் இல்லை. ‘வளம்’ என்று நாம் காவிரியைப் புரிந்துகொள்வதால் அதைச் சேமிக்கலாம், சிக்கனப் படுத்தலாம், இருப்பு வைக்கலாம், செலவழிக்கலாம், பகிரலாம், வழங்கலாம், விநியோகிக்கலாம், வடிநிலங்களுக்கு இடையில் கைமாற்றலாம், அதற்கு ஒப்பந்தம் போடலாம்—நதியாகிய காவிரிக்கு என்ன செய்யக் கூடாதோ அதையெல்லாம் நம் உடைமையைப் போல் அதற்குச் செய்யலாம். நாம் விடுவிக்கும் காவிரி நீர் பூமியின் மேற்பரப்பில் ஓடி வயலுக்குப் பாசனம் தரும் அளவுக்கு இல்லை என்றாலும் அது நிலத்தடி நீரைச் செறிவூட்டும் பாதாள கங்கையாகி விடும். காவிரியில் தண்ணீர் திறக்கும்போது ஒவ்வொருமுறையும் இந்த பாதாள கங்கையை உருவாக்கும் நோக்கத்தையும் சொல்லித் திறக்கிறோம்.

காவிரி, கொள்ளிடத்தின் குறுக்கே படுக்கை அணை, தடுப்பணை என்பதெல்லாம் இந்தச் சிந்தனையின் வெளிப்பாடுதான். சொல்லாடல் வழிப்படுத்தும் சிந்தனை. கல்லணை கட்டிய கரிகாலனும் காவிரியைப் பாசன ஆதாரமாகத்தான் புரிந்துகொண்டான். நமக்கு இருப்பதும் அதே சிந்தனையின் முதிர்ச்சிதான்; அதிலிருந்து வேறுபட்டதல்ல.

ஓடுவதும், நிற்பதும் காவிரியின் விருப்பம் என்று நம்மால் ஒதுங்கிக்கொள்ள இயலாது என்பது உண்மையே. அதன் தன் னிச்சையை இப்போது அங்கீகரிக்க மாட்டோம். ஆனால் அந்தத் தன்னிச்சையை அங்கீகரித்து, அதற்குத் தக்க சாகுபடிப் பருவங்களை அமைத்துக்கொண்ட கலாச்சாரமும் அண்மைக் காலம்வரை இருந்தது

என்று நமக்குத் தெரியும். அது தொழில்நுட்ப வறட்சியல்ல. இப்போது காவிரி ஓடினால் அது நமக்காக ஓட வேண்டும். காவிரி ஓடிக்கொண்டே இருந்தது என்பது மனித குலத்துக்கே ஒரு நூற்றாண்டுக்குள் மறந்து விட்டது. அது பெரிய சூழலியலை உருவாக்கிப் பராமரிக்கிறது; மனிதர்களும் அந்தச் சூழலியலில் ஒரு அங்கம்தான் என்பதெல்லாம் பின்னுக்குச் சென்றுவிட்டன.

இந்தச் சூழலியல் சிந்தனையும் அவ்வப்போது இழையாகத் தலைகாட்டுகிறது. இப்படி, வெவ்வேறு சிந்தனை இழைகளில் ஒன்று மேலோங்குவதும் மற்றவை தணிவதுமாக, காவிரி பல சொல் லாடல்கள் களமாடும் இடமாகிறது. இப்போதெல்லாம் காவிரியின் கிளைகளுக்கு 'புனர்வாழ்வு' தரும் பணிகள்பற்றிகூடப் பேசு கிறோம். தனிமனிதர்களுக்கு, யாரும் கொடுத்து வராமல் உடன் பிறந்த உரிமைகளாக இருக்கும் அடிப்படை உரிமைகள் போன்று நதிகளுக்கும் உரிமைகளை அங்கீகரித்துப் பேசுவதும் இப்போது உலக நாடுகளில் உண்டு.

தியாகையர் கிருதி ஒன்றில் ('எந்நடே ரக்ஷிஞ்சிதே நீ...' சௌராஷ்ட்ரம்) நம் மொழி வழக்கு எல்லாவற்றிலும் இருந்து முற்றிலும் வேறான ஒன்றைக் கேட்க முடிகிறது. தண்ணீரின்றி மக்கள் தன் வழி பார்த்துத் தவித்திருக்கும்போது மேற்கு மலைச் சாரலால் மழை பெய்விக்கிறாள் காவிரி என்பது பாடலின் பொருள். காவிரி கொண்டுவரும் தண்ணீரிலிருந்து மட்டுமல்ல, அதன் உற்பத்தி மூலத்திலிருந்தே அதை விலக்கி, அவற்றுக்கு மேலே வைத்துப் பேசும் பாடல். காவிரியைத் தண்ணீராக மட்டும் நாம் புரிந்துகொள்வதோடு இதை ஒப்பிட்டுப் பாருங்கள். தியாகையரின் திருஷ்டி நமக்கு லபிக்காது. உண்ணும் சோற்றுக்கே வழியற்ற இகலோகக் கேவலத்தை இனிதாக்கிக் காட்டும் இந்த மொழி வழக்கும் அறிவு சார்ந்த புரிதலா என்று கேட்பீர்கள்.

சோழ சூடாமணி ஆற்றுக்கரையிலேயே பதினைந்து கி.மீ. பயணித்து வெட்டாற்றைக் கடந்தேன். இரண்டு நாட்களுக்கு முன்பு மழை குடம் கொண்டு கொட்டியிருந்தது. சோழ சூடாமணியில் களிமண்ணைக் கரைத்து வரும் யானைக் கறுப்பில் கலங்கலான வடிவாய்க்கால் தண்ணீர். வெட்டாறோ அரக்கு நிறத்தில் கூறைப் பட்டாகப் பளபளத்து விரைந்துகொண்டிருந்தது. இரண்டுமே காவிரியின் கிளைகளானாலும் இந்த நிற வேறுபாடு எதனால் என்று

என் அறிவுக்குத் தெரிந்ததுதான். தெரிந்ததுதானே என்று கடக்க மனம் இல்லாமல், நின்று, ரசித்து நகர்ந்தேன்.

காவிரியை அர்த்தப்படுத்துவது என்ற செயல் மனித அக்கறைகள் பலவற்றுக்கு இடையிலான போட்டி. ஒவ்வொன்றும் அதை வெவ்வேறாக அர்த்தப்படுத்தும். இப்படி, காவிரிக்கு அவ்வப்போது அர்த்தங்கள் உருவாகும், நிலைக்கும், மறையும். சில நிரந்தரமாகவே மேலோங்கிக்கொள்ளும். மனித குழுகள் ஒவ்வொன்றின் செல் வாக்கை ஒட்டி முரண்படும் சொல்லாடல்கள் பிறக்கும். காவிரிக்கு நிரந்தரமான அர்த்தம் ஒன்று இருக்கிறது; நம் அறிவுப் பயணம் அதைப் புரிந்துகொள்வதை இலக்காகக் கொள்ள வேண்டும் என்று நான் சொல்லவில்லை.

நாம் காவிரிக்குச் செய்வதை மதிப்பிட்டுக்கொள்ள ஒரு துலாக் கோல் உண்டு. காவிரி மட்டுமல்ல, மண், மரம், மனிதன் எல்லாமே ஒரு உள்ளார்ந்த திறனோடு வந்தவைதான். காவிரியும் காவிரிப் படுகையும் அவற்றின் முழு வீச்சுக்குப் பெருகித் தங்களைப் பூரண மாக்கிக்கொண்டனவா என்று நாம் சோதித்துக்கொண்டே இருக்க வேண்டும். பூரணமான லட்சிய நிலையைக் கற்பனையைக் கொண்டு தான் காண இயலும்; கற்பனை அறிவுக்கு எதிர்முனையல்ல.

கட்டுரைத் தொகுப்பின் பகுதி இரண்டில் நான் பேசும் காவிரிக் கரை கலாச்சார வழக்கங்கள் என் அனுபவத்தில் இருப்பவை. குறிப் பிட்ட கிராமத்தைச் சேர்ந்த சிறிய சங்கதிகளானாலும் அவற்றை இன்றைய பொதுக் கருத்துகளோடு பொருத்தி அறிய முயன்றிருக் கிறேன். நான் பழமையை ஆராதிப்பதுபோல் தொனிக்கிறேன் என்று நண்பர்கள் என்னை விமர்சித்திருக்கிறார்கள். இதுவரை எழுத்துக்குள் வராத கலாச்சாரக் கூறுகளைக் காணும்போது, தற்செயலாகப் புதுத் தீவுகளைக் கண்ட மாலுமிகளுக்கு வருவதுபோல், இயற்கையாக வரும் உற்சாகத்தை எப்படித் தணித்துக்கொள்வது? அந்தக் கலாச்சாரக் கூறுகளை வழக்கமான வகையில் விமர்சித்துக் கரிப்பது இதற்கு ஒரு மலினமான வழி. அது எனக்குக் கைவரவில்லை.

நூலுக்கு ‘காவிரிக் கரை சித்திரங்களும் விசித்திரங்களும்’ என்று தலைப்புக் கொடுக்கலாம் என்று முதலில் தோன்றியது. அந்த மொழி நடையின் ஆர்ப்பாட்டம் ரசனைக் குறைவாகப் படவே அதை ஒதுக்கிவிட்டேன். நமக்குப் புரியாதவற்றை விசித்திரங்கள் என்போம்.

காவிரிக் கரையின் இன்றைய நிலவரங்களை நீங்கள் விசித்திரங் களாகவும் உணரக்கூடும். கட்டுரைகளில் இருக்கும் சொற்கள் மட்டுமல்லாமல் நான் கழித்து ஒதுக்கிய சொற்களும் கட்டுரைகளைப் புரிந்துகொள்ள உதவும்; சில நேரங்களில் அவைதான் அதிகமாக உதவும்! அதற்காக இந்தத் தகவலைச் சொல்லிவைத்தேன்.

தொகுப்பில் உள்ள இரண்டு கட்டுரைகள் 'காலச் சுவடு' பதிப்பக நூல்களிலும், ஐந்து 'அருஞ்சொல்' மின்னிதழிலும், ஒன்று 'கனலி' இணையதளத்திலும் பிரசுரமாயின. இந்த நிறுவனங்களுக்கு என் நன்றி.

மற்ற கட்டுரைகள் 'இந்து தமிழ் திசை' நாளிதழில் பிரசுரமாயின. நான் எழுதக் காரணமே 'இந்து தமிழ் திசை' என்னை எழுதத் தூண்டியதும், தொடர்ந்து எனக்கு அளித்துவரும் ஊக்கமும்தான். அதன் ஆசிரியர் குழுவினர் அப்போதும், இப்போதும், என்னுடன் மிகுந்த நட்போடு பழகுவார்கள். அவர்களே என்னை ஒரு எழுத் தாளனாக அடையாளம் காட்டியவர்கள். அவர்கள் ஒவ்வொரு வருக்கும் என் மனமார்ந்த நன்றி. என்னையே எழுத்தில் பார்த்து ரசித்துக்கொள்ளும் அசட்டு ஆசையில் சில எழுதியிருப்பேன். அவற்றையும் பெருந்தன்மையோடு வழக்கமான முக்கியத்துவம் கொடுத்து 'இந்து தமிழ் திசை' பிரசுரித்ததையும் நான் நன்றியோடு குறிப்பிட வேண்டும்.

திருவாரூர்   தங்க. ஜெயராமன்
29 அக்டோபர், 2024

காவிரி

1. வீட்டுக் கேணியான மேட்டூர் அணை

குட்டையிலும் குளத்திலும் தொட்டுத் துடைத்துக்கொள்ள தண்ணீர் இல்லாத அருங்கோடை. தை பிறந்தது முதல் இன்றுவரை ஒரே ஒரு நாள் கால் மணி நேரம் சிறு தூறல். 'மாதம் சித்திரை யானாலும் நான் வருவேன்' என்று வந்த விசித்திரப் புயல் மழையைக் கூட மறுத்துவிட்டு வடக்கே நகர்ந்தது. கோடை நெல் என்று நட்ட பயிர், வைத்தது வைத்தபடியே வயலில் திரங்கிவிட்டது. மர நிழலில் உட்கார்ந்து ஒரு முதியவர் கீற்று முடைவார். சில நாட்களாக உங்களைக் காணவில்லையே என்றதற்கு, ''மட்டை ஊறவைக்க குட்டையில் தண்ணீர் இல்லை'' என்றார். கோடை முற்றினால் அது இப்படியும்கூட பொருளாதார நடவடிக்கையைப் பாதிக்கும். ''நான் பார்க்காத கோடையா?'' என்று அலட்சியம் பேசும் காவிரிக் கரை பெரியவர்களையும் அதிரவைக்கும் வெயில் இது.

போட்டித் தேவைகள்

ஜனவரி இறுதி முதல் இன்றுவரை மேட்டூர் அணையிலிருந்து குடிநீருக்கான நீர்ச் செலவு பதினெட்டு டி.எம்.சி. ஒரு டி.எம்.சி. என்பது நூறு கோடி கன அடி. இந்தச் செலவு மேட்டூர் கொள்ளளவில் ஐந்தில் ஒரு பங்குக்கு மேல். அன்றாடம் விநாடிக்கு ஆயிரம் கன அடி; பிறகு, அவ்வப்போது இரண்டாயிரம், ஐயாயிரம். ஏப்ரலில் ஒரு முறை எட்டாயிரம் கன அடியை எட்டியது இந்தச் செலவு. வழக்கமாக அணையை மூடும் ஜனவரி 28இல் எழுபத்தோரு அடியாக இருந்த மேட்டூர் நீர்மட்டம் இன்று நாற்பத்தாறு அடி. இவ்வளவு நீர்ச் செலவுக்கு இது சாகுபடி காலமல்ல. வீட்டுக் கேணி யிலிருந்து வாளியில் தண்ணீர் எடுப்பதற்கு மாறாக மேட்டூரிலிருந்து குடிக்கவும், புழங்கவும் குழாய் வழியே நமக்கு காவிரி நீர்! ஏப்ரலில் இதற்காகவே வீராணம் ஏரிக்கு வந்த மேட்டூர் நீர், அங்கிருந்து

ஒரு நாளுக்குப் பதினெட்டு கோடி லிட்டர் வீதம் குழாய் வழியே சென்னைக்குச் சென்றது. பூண்டி, புழல், செங்குன்றத்தோடு சென்னைக்கு இப்போது மேட்டூரும் இன்னொரு குடிநீர் ஆதாரம். மேட்டூர் நீர் தெற்கேயும் எட்டியவரை சென்று ராமநாதபுரத்துக்கும் குடிநீராகிறது. காவிரியிலும், கொள்ளிடத்திலும் பெரிதும் சிறிதுமாக ஏகப்பட்ட கூட்டுக் குடிநீர்த் திட்டங்கள்.

இருக்கும் கொஞ்சம் நீரில் எதற்கு முன்னுரிமை என்று போட்டி. விவசாயமும் குடிநீரும் போட்டித் தேவைகளாயின. கிராமங்களும் நகரங்களும் போட்டியாளர்கள். நம் பண்பாட்டில், நம் காலத்திலேயே இப்படி ஒரு போட்டி உருவாகியிருப்பது அதிர்ச்சிதான். நாம் தெரிந்து எடுத்த முடிவாக இல்லாமல் தானாகவே குடிநீர்த் தேவை இந்தப் போட்டியில் முந்திக்கொள்கிறது. அரியலூர்-திருமானூரிலும், வீராணம் பகுதியிலும் பெரு நகரங்களுக்கு நீர் உறிஞ்சுவதுபற்றி விவசாயிகளுக்குக் கவலை. வீராணத்துக்கு ஏப்ரலில் கொண்டுவந்த நீரை விவசாயிகள் பாசனத்துக்குப் பயன்படுத்தக் கூடாது என்றுகூட அரசின் அறிவிப்பு இருந்தது.

தண்ணீர்ப் பஞ்சம் எப்படி வருகிறது என்பதை ஆராய வேண்டியது தான். நியாயமான தேவைகள் இரண்டு ஏன் போட்டித் தேவைகளாகின்றன என்பதையும் ஆராய வேண்டியதுதான். சேர்ந்து துய்க்க வேண்டியவர்கள் ஏன் போட்டியாளராகிறார்கள் என்பதையும் அறிய வேண்டியதுதான். தேவைகளுக்குள் வரும் முரணைத் தொன்மையான நம் கலாச்சாரம் எப்படி இன்று முரட்டுத்தனமாகத் தீர்த்துக்கொண்டு மேலே நகர்கிறது என்பதையும் அவற்றோடு நாம் கவனிக்க வேண்டும்.

மேலாண்மை நுட்பம்

இத்தனை திட்டங்கள் செயல்பட்டாலும் காவிரிக் கரை மக்கள், ''கொள்ளிடம் குழாயிலிருந்து இரண்டு, மூன்று நாட்களுக்கு ஒரு முறை, ஒரு மணி நேரமோ, இரண்டு மணி நேரமோ தண்ணீர் வரும்'' என்று சொல்கிறார்கள். நகரத்தில் இருப்பவர்கள், ''இரண்டு வேளை வந்தது, இப்போது ஒரு வேளை மட்டும், ஒரு மணி நேரம் வரும்'' என்கிறார்கள். கிராமமானால் தலைக்கு ஒரு நாளுக்கு நாற்பது லிட்டர்; நகரமானால் 130 லிட்டர் என்று ஒருவகையான விநியோக நியாயமும் இதற்கு உண்டு. திட்டங்களைச் செம்மையாக்கலாம்; அவற்றை இன்னும் திறமையாகச் செயல்படுத்தலாம். மக்களாகவே அள்ளிக்கொண்டதை நிர்வாகம் இப்போது கிள்ளித் தரலாம். ஆனால்,

நிர்வாகச் சாமர்த்தியம், மேலாண்மை நுட்பம் எல்லாம் நீரை உற்பத்தி செய்யாது. தண்ணீர் இருந்த இடம் உண்டு; இல்லாத இடமும் உண்டு. அததற்குப் பொருந்தும் கலாச்சாரம் உருவாகி நீர்ச் செலவை நெறிப்படுத்தியது. கலாச்சாரம் சுமந்ததைத் தன் பொறுப்பாக்கிக் கொண்ட நீர் மேலாண்மை முரட்டுத் தீர்வுகளைச் சொல்லிவருகிறது. அது உருவாக்கும் நூதனக் கலாச்சாரத்தில் தண்ணீர் என்பது சந்தை மதிப்பு கூடிக்கொண்டே வரும் நுகர் பொருள்.

அந்தந்த இடத்தின் குடிநீர்த் தேவைக்கு அங்கேயே எளிமையான நீர் ஆதாரங்கள் இருந்த காலத்தில் கோடை என்பது கழிக்க மனம் வராத பருவம். காலப்போக்கில் உருவாகியிருந்த குட்டைகளும் குளங்களும் ஊரின் பரிணாம வளர்ச்சி. மனிதனுக்குக் கை, கால்களைப் போல அவை ஊரின் புவி உறுப்புகள். நீர் மாசுபடுவதைப் பற்றி அப்போது எவ்வளவு கவலைப்பட்டார்கள்! உடுத்திய துணிக்கும், மேலுக்கும், நீரில் இறங்கி சோப்பு போடாமலும், எண்ணெய் குளிக்காமலும் கண்காணிக்க எங்கள் ஊர்க் குளத்துக்குக் காவல் இருந்தது. இன்று வயலுக்குப் பாய்ச்சுவதாக இருந்தாலும் ஆற்றில் வரும் நீரைச் சுத்திகரிக்காமல் பயன்படுத்த முடியாதாம்!

உளையில் சிக்கியவர்கள்

பொது விநியோகத்தில் வரும் பற்றாக்குறையை அவரவர்கள் வீட்டின் ஆழ்துளைக் கிணற்று நீரால் இட்டு நிரவுகிறார்கள். அந்தக் கிணறுகளையும் ஆண்டுக்கு ஆண்டு ஆழமாக்கிக்கொண்டே இருக்க வேண்டும். ‘‘இறங்கிக்கொண்டே இருக்கும் நீர்மட்டத்தோடு போட்டி போட்டு நாமும் இறங்க முடியுமா?’’ என்பார்கள். இவ்வாறு நிதானித்துக்கொண்டாலும் எழுபதாயிரம் ஆழ்துளைக் கிணறுகளை உருவாக்கியிருக்கிறோம்! நிலத்தடி நீரைத் தொடர்ந்து உறிஞ்சினால் விளைவு என்ன என்பது விவசாயிகளுக்குத் தெரியும். கோடையில் உற்பத்தியாகும் நெல்லின் மதிப்பு அதற்குச் செலவாகும் நீரின் மதிப்புக்குக் கொஞ்சமும் ஈடாகாது என்பதையும் அறிவார்கள். ஆனாலும், தாங்கள் செய்வதையேதான் அவர்களால் மீண்டும் செய்ய இயலும். ஒரு காலை எடுத்தால் மறுகால் புதைந்துபோகும் உளையில் சிக்கியவர்கள் மீளத் தவிக்கும் பரிதாபம் அது.

காவிரிக் கரையின் பல இடங்களில் துளைக் கிணறுகளின் ஆழம் 200 அடிக்கு மேல். ‘‘இதற்கா வருத்தம்? நான் ஆயிரம் அடிவரை சென்றிருக்கிறேன். அது அரை மணி நேரம் இறைக்கும்’’ என்றார்

சேலத்து நண்பர் ஒருவர். அவரையே, "மாட்டுக்கெல்லாம் தண்ணீருக்கு என்ன செய்கிறீர்கள்?" என்று கேட்டேன். "மனிதனுக்கே இல்லை என்றால் மாட்டுக்கு யார் கவலைப்படுவார்கள்?" என்று பதில் சொன்னார். கால்மாடு தலைமாடான தர்க்கம் இது. மாட்டுக்குக் குளமும் குட்டையும் இல்லை என்றால் அது சூழலியல் கண்ணி ஒன்று அறுந்துபோன அடையாளம். அப்போதுதான் மனிதனுக்கும் தண்ணீர்த் தட்டுப்பாடு வரும். மனிதனையே மையமாக்கும் சிந்தனைக் கலாச்சாரம் மாட்டை முன்னிலைப்படுத்துமா? அந்தச் சிந்தனைதான் நுட்பம் அறியாத முரட்டுத் தீர்வுகள் மேலாண்மை என்ற பெயரோடு வருவதற்குக் காரணம். அந்தச் சிந்தனைதானே மேட்டூர் அணையையும் நம் வீட்டுக் கேணியாக்கியது!

(இந்து தமிழ் திசை, 12.06.2019.)

2. நமக்கு ஒருநாளும் புரியாத காவிரி

காவிரியை நாம் மேலும்மேலும் புரிந்துகொள்கிறோம்; அதை மேலும் திறமையாக நிர்வகிக்கிறோம். இவை நம் நம்பிக்கைகள். மனித குல வரலாற்றில் நம் அறிவு எப்போதும் ஏறுமுகத்தில் என்று நம்பத்தானே வேண்டும்! இன்று காவிரியில் நடக்கும் பணிகள் சிலவும், அரசின் நாளைய திட்டங்களும் இந்த நம்பிக்கைகளைத் தேய்த்துவிடும். அரசின் குடிமராமத்து வேலைகளைத் தூண்டிய நல்லெண்ணத்தை நாம் ஏற்க வேண்டும். அந்த வேலைகளைச் செய்யும் முயற்சியிலும் மும்முரத்திலும் நிர்வாகத்துக்குத் தளர்ச்சி யில்லை. வேலைகளும் நேர்த்தியானவை. காவிரி விஜயத்துக்கு நடை பாவாடை விரித்ததுபோல் ஆற்றின் தடம் அலங்காரம் பூண்டிருக் கிறது. நமக்கு இந்த மகிழ்ச்சி ஒரு பக்கம். இன்னொரு பக்கம், காவிரி பற்றிய புரிதலின் போதாமை என்ற கவலை.

அறிவுக் கலாச்சாரம்

இந்தப் போதாமை நம் அறிவின் திறனைப் பற்றியதல்ல; கலாச்சாரம் தொடர்பானது. இன்றைய கலாச்சாரம் காவிரியைப் புரிந்துகொள்ள நமக்கு வழிவிடாது. இந்தியர்கள் ஆங்கில இலக்கியத்தைப் புரிந்து கொள்ள முடியாது என்பது சில ஆங்கிலேயர்களின் கருத்து. இலக் கியங்கள் அந்தந்தக் கலாச்சாரத்தில் பிறந்து, அதையே உண்டு நிலைப் பதைக் காரணமாகக் கூறுவார்கள். அதற்கும் நமக்கும் இடையே கலாச்சாரக் குறுக்குச் சுவர். அந்தச் சுவரின் மறுபக்கம் நின்று ஒரு கதா பாத்திரம் சிரித்தால் அது நாயகனின் சிரிப்பா வில்லனின் எக்களிப்பா என்று எப்படிக் காண்பது? காவிரிபற்றிய நம் புரிதலும் இப்படித்தான். நம்முடையது காவிரிக்குப் பொருந்தாத வேற்று அறிவுக் கலாச்சாரம்.

நம்மால் தடுத்து வைத்துக்கொள்ள முடியாத அளவுக்கு காவிரி நீர் வந்தால் அது உபரி; நம் தேவைக்குக் குறைவாக வருமானால் அது

பற்றாக்குறை. நம் உபரியாகவும், நம் பற்றாக்குறையாகவும்தான் காவிரியைப் புரிந்துகொள்ளலாம். காவிரியைக் காவிரியாக, அதனை அதுவாகவே புரிந்துகொள்ள நமக்கு இயலாது. நம்மை நாம் விட்டு விட்டால்தான் அது முடியும். நம்மை, நம் அறிவை எதனைப் பற்றிக்கொண்டு, எதன் உதவியைக் கொண்டு துறப்பது? வடகிழக்குப் பருவ மழை இங்கே 119 டி.எம்.சி.க்குக் குறைவாகப் பெய்தால் காவிரி கூடுதலாகத் தண்ணீர் கொண்டுவர வேண்டும். காவிரி அது வாகவே பெருகக் கூடாது; நமக்காகப் பெருக வேண்டும், நமக்காக அடங்க வேண்டும்.

டெல்டா பாசனத்துக்காக மேட்டூரில் தண்ணீர் திறந்தார்கள். அது கல்லணைக்கு வந்த நாள்முதல் கொள்ளிடம் என்ற வடிகாலில் செல்வது 3004 கன அடி. காவிரி, வெண்ணாறு என்ற பாசன ஆறுகளில் விடுவிப்பது 1500 முதல் 2600 கன அடிவரை. வடிகாலில் கூடுதலாகத் தண்ணீர் விடுவித்தால் அது பாசனத்துக்காகத் திறந்த காவிரியல்ல. ஆனாலும் காவிரி பாசனத்துக்காகத்தான் திறந்து ஓடுகிறது என்று நம்புவோம். இந்த அளவுக்குத்தான் காவிரிபற்றிய நம் புரிதல்.

ஆற்றுக்கும் தூர்

அண்டாவுக்குத் தூர் உண்டு; கேணிக்கு, குளத்துக்கு, ஏரிக்குத் தூர் உண்டு. அதன் வயிறு ஓடுகாலாக உள்ள ஆற்றுக்குத் தூர் ஏது? ஆற்றுக்குக் கரைகட்டிப் பார்த்ததுண்டு; ஆற்றை அசலாற்றிப் பார்த் திருக்கிறேன். இப்போதுதான் மராமத்துப் பணிகளில் ஆற்றுக்குத் தூர் வாரும் அதிசயத்தைப் பார்க்கிறேன். வெறும் சொல்லின் பொருள் பற்றிய பிரச்சினை இது என்று நீங்கள் தள்ளிவிடக் கூடாது. சொல்லின் பழைய பொருள் விரிந்து, ஆற்றின் வயிறும் 'தூர்' ஆனது என்றும் இதை எளிமைப்படுத்தாதீர்கள். ஆற்றுக்குத் தூர் ஒன்றை நாம் கற்பிதம் செய்துகொண்டதால், தூர் வாருவோம் என்று ஆற்றின் வயிற்றுப் பரப்பைச் சமப்படுத்துகிறோம். காவிரி நீர் ஒரு நாள் ஓடினாலும் சமப்படுத்திய வயிற்றுப் பரப்பைக் குழித்தும், எக்கலடித்தும் மேடும், மடுவுமாகச் செய்து நகர்ந்துவிடும் என்று நமக்குப் புரியவில்லை.

காவிரியின் வயிற்றுப் பரப்புக்கு ஒரு அமைப்பு உண்டு. நீரோட் டத்தின் அளவுக்கும் வேகத்துக்கும் தக்க அந்த அமைப்பு உயர்ந்தும், தணிந்தும், நெளிந்தும், நாழிக்கு நாழி உருமாறும். அந்த ஜீவனின் முரண்டுகளை நாம் அனுமதிக்க வேண்டும். ஓடும் காவிரியில் இக் கரையிலிருந்து அக்கரைக்குப் போகும்போது நம் காலுக்குத் தெரிந்த

பள்ளம், நாம் அக்கரையிலிருந்து இக்கரைக்குத் திரும்பும்போது மணல் உருண்டு மறைந்துபோயிருக்கும். ஆனாலும், பாவிய தளம் போல ஆற்றின் ஓடுகாலை நிரந்தரமாக்க முயற்சிக்கிறோம்.

கவர்ச்சிக் கால்வாய்

பாலைவனத்தின் குறுக்கே நீரைக் கடத்தும் கால்வாய்போல் காவிரியை நினைக்கக் கூடாது. அந்தக் கவர்ச்சிக் கால்வாயைத்தான் மனக்கண்ணில் மாதிரிப் படமாக விரித்துக்கொண்டு காவிரிக்குத் தூர்வாருகிறார்கள். அந்த முன்மாதிரியைப்போல் காவிரிக் கரை வாய்க்கால்களுக்கு கான்க்ரீட் கரையும், நீரோடு தளமும் அமைக்கத் திட்டமிடுகிறது அரசு. பயிருக்கான தண்ணீர் மட்டுமல்ல காவிரி நீர். ஆறானாலும், வாய்க்காலானாலும் தான் ஓடும் இடமெல்லாம் கரையிலும், தரையிலும் சுவறிச்சுவறித் தானே மண்ணுக்குச் சாரமாகிறது காவிரி. குத்தும், செடியும், கொடி ஏறிய மரமுமாக காவிரிக் கரையில் பத்துத் தப்படிக்கு ஒரு தாவர உலகத்தையே பார்க்கலாம். காவிரியை "பரவு நீர்க் காவிரி" என்பார்கள் கவிகள். டெல்டா என்பது காவிரி நீர் பரவிக் கிடக்கும் புவிப் பரப்பு. இந்த 'பரவு நீர்' தரைக்கு மேல் இருக்கும்; காய்ந்த ஓடு போன்ற மேல்மண்ணுக்குக் கீழும் இருக்கும். கரையும், ஓடுகாலும் கான்க்ரீட்டாக மாறினால் அது டெல்டாவின் சூழலியல் சீர்கேடு. காவிரியை நாம் புரிந்துகொள்ளாத தற்குச் சரியான அடையாளம் அதுவாகத்தான் இருக்கும்.

காவிரி நீர் பற்றாக்குறை எப்போதுமே உள்ளது. எனவே, டெல்டாவில் நீர்ச் சிக்கனத்துக்கான திட்டங்கள் ஒரு பக்கம். காவிரி நீர் உபரி என்பது எப்போதாவது கிடைப்பது. அந்த உபரியை இறைத்து, மேல்மடையின் சேலம் மாவட்டத்தில் நூறு ஏரிகளை நிரப்பும் திட்டம் மறுபக்கம். உபரியை நம்பி புது ஆயக்கட்டுகளை உருவாக்கினால் உபரி இல்லாதபோது அந்த விவசாயிகள் என்ன செய்வார்கள்? இன்று பழைய நஞ்சையான காவிரிக்கும், வெண்ணாற்றுக்கும் தலா 1800ம், சென்னைக்குக் குடிநீர் தரும் வீராணத்துக்கு 3004 கன அடியும் காவிரி நீர் செல்வது போன்ற சமம் அல்லாத போட்டி ஒன்று உருவாகுமோ? "ஆயுளில் ஆறு முறை காவிரியில் உபரி வரலாம். அதற்குமேல் வந்தால் உங்கள் யோகம்" என்று அந்த விவசாயிகளுக்கு இப்போதே சொல்லிவிட்டு அரசு ஒதுங்கிக்கொள்ளுமோ? அல்லது, எப்போதுமே, எப்படியாவது உபரி உருவாகுமோ?

உங்கள் கிராமத்தில் கீழ்மடைக்காரருக்குச் செல்லும் காவிரி நீரை நீங்கள் தடுத்தால் அது குற்றம். எங்கள் ஆற்றுக்கு வர வேண்டிய தண்ணீரை அரசுத் துறை நிறுத்திவைத்தால் அது நிர்வாகக் காரணம். தமிழ்நாட்டுக்கு வரும் நீரை கர்நாடகம் மறுத்தால் அது நதி நீர் தாவா. நம் அரசே மேல்மடையில் காவிரி நீரை இறைத்துக் கொண்டால் அது கொள்கை முடிவு. காவிரியை நம் அரசு புரிந்து கொள்ளவில்லை என்றா சொன்னேன்?

(இந்து தமிழ் திசை, 06.09.2019.)

3. வேளாண் மண்டலமாகும் சோழநாடு

ஒரு காவிரி விவசாயி, ''வாய்க்கால் தண்ணீருக்காக இந்த ஆண்டு ஒரு முறைகூட வயலில் மடை திறக்கவில்லை; அளவாக மழை பெய்து கொண்டேயிருந்தது'' என்றார். 'காலால் மடை திறக்கும் காவிரி விவசாயி' என்ற கேலிப் பட்டம் பெற்றிருந்தவர்கள் இந்த ஆண்டு மடையே திறக்கவில்லை. இத்தனை ஆண்டுகள் வாய்க்காலில் அற்றுப் போயிருந்த மீன் புழக்கத்தை இந்த ஆண்டு காண முடிந்தது. சேறும் தண்ணீருமாக இருந்த வாய்க்காலில் பொத்திப்பொத்தி மீன் பிடித்தார்கள். தரிசு கிடக்கும் வயல்கள் என்று எங்கேயும் இல்லை.

'ஆகா! மீண்டுவிட்டது காவிரிப் படுகை!' என்று நினைத்தோம். சரியான பருவநிலையும், அதை அனுசரித்த விவசாய நடைமுறைகளும் இந்த ஆண்டின் மீட்சிக்குக் காரணம். இப்போது காவிரிப் படுகையை வேளாண் மண்டலமாகப் பாதுகாக்கப்போவதாகச் செய்தி. அரசாங்கத்தின் அக்கறையும் சேர்ந்துகொண்டதால் இந்த ஆண்டில் மீண்ட சூழல் வளம் இனி நிரந்தரமாகும் என்று நம்புவோம். நம்பாமல் வாழ்க்கை நகருமா? நம்பிக்கை உடையப் பேசுவது ஒரு வகை மனச் சீக்குதானே?

வேறு பாதுகாப்பு வேண்டுமா?

ஹைட்ரோ கார்பன் திட்டங்கள் காவிரிப் படுகையைப் பாலை வனமாக்கும் என்று விவசாயிகளுக்கு அச்சம். அதைப் போக்குவது வேளாண் மண்டல அறிவிப்பின் இப்போதைய நோக்கமாக இருக்கும். வேளாண் மண்டலம் என்ற கருத்தின் வீச்சுக்குள் பருவநிலை மாற்றம் வரும். விளைபொருளுக்கான விலையும் வரும். அந்தக் கருத்தை முழுமையாக விரித்துச் செயல்படுத்த வேண்டும்.

நெல்லுக்கு நல்ல விலை கிடைக்கவில்லையானால் அதுவே காவிரிப் படுகையை வேகமாகப் பாலைவனமாக்கும். நான் ஆதாயமில்லாத

விவசாயம் செய்கிறேன். வேறு பயன்பாட்டுக்காக நல்ல விலை கொடுத்து ஒருவர் என் நிலத்தை வாங்கிக்கொள்வதாகச் சொல்கிறார். அவர் விவசாயம் செய்யப்போவதில்லையே என்று நிலத்தை விற்க மறுப்பேனா? விளையும் நெல்லே என்னை வளமாக்கிவிடும் என்றால் நான் நிலத்தை விற்பேனா? நெல்லுக்கு நல்ல விலை என்பதைவிட வேளாண் மண்டலத்துக்குப் பாதுகாப்பு வேறு என்ன வேண்டும்? நெல்லுக்கு மதிப்பு இருந்தபோது கையகல நிலத்தைக்கூட நடவு செய்யாமல் விட மாட்டார்கள். விவசாயம் என்னை வாழ வைக்காது; வேளாண் மண்டலமாக அறிவிக்கப்பட்ட இடத்தில் இருப்பதால் வேறு பயன்பாட்டுக்கு நிலத்தை நான் விற்கவும் முடியாது. அப்படி ஒரு நிலைமை வருமானால் வருமானம் இல்லாத விவசாயத்துக்குப் புத்தடிமையாகிப் போவேன்.

பழமையும் வழிகாட்டும்

வேளாண் மண்டலக் கருத்து செம்மையான திட்ட வடிவம் பெற்றால் காவிரிப் படுகை எப்படி இருக்கும்? இதைக் கற்பனை என்று ஒதுக்கி விடாதீர்கள். எல்லாத் திட்டங்களுமே கற்பனை என்ற வித்திலிருந்துதான் முளைக்கின்றன.

அப்போது வந்ததுபோல் காவிரிப் படுகை ஆறுகளில் ஆண்டில் எட்டு மாதங்களுக்குத் தண்ணீர் வரும். ஆற்றில் தண்ணீர் வந்தவுடன் வயலுக்கும் மறுநாளே வாய்க்காலில் வந்துவிடும். நாற்று விடவோ, நட்ட பயிரைக் காப்பாற்றவோ டீசல் செலவு செய்து தண்ணீர் இறைக்க வேண்டாம். கோடையிலும் சுற்றுச்சூழலுக்காக இரண்டு முறையாவது தண்ணீர் விடுவார்கள். ஆற்றுத் தண்ணீருக்கு ஆசைப் பட்டால் நீங்கள் அப்படியே குடத்தில் எடுத்துவந்து குடிக்கலாம். நகரின் செங்குளத்தில் எங்கள் பள்ளிக்கூடம் நீச்சல் போட்டி நடத்தியதுபோல் மீண்டும் நடத்தலாம். தெப்பத் திருவிழாவுக்குத் தண்ணீர் இறைக்க வேண்டாம்; தெப்பக்குளம் ஆனி மாதத்தில் ததும்பிக்கொண்டிருக்கப்போகிறது.

மதகுக்கு மதகு நின்று மீன் வாங்கலாம். அப்போதுபோல் கேரளத்திற்கு மார்கழி, தை மாதங்களில் கருவாடு அனுப்பி மாளாது. ஆவணியிலோ நாலரை லட்சம் ஏக்கரில் விளையும் குறுவை நெல் ஆண்டுதோறும் கேரளம் செல்லப்போகிறது. நான் சம்பா நடவுக்கு நாற்று பறிக்கும்போது, அடுத்த வயல்காரர் குறுவை அறுவடை செய்வார். நான் சம்பா நட்ட பத்து நாட்களில் அவர் தாளடி

நட்டுவிடுவார். வயலும் வாய்க்காலும் எப்போதும் கோலாகலமாக இருக்கும். மேய்காலில் உம்பளச்சேரி நாட்டு மாடுகள் மந்தை மந்தையாக மேயும் (மேய்கால் புறம்போக்கு எல்லாம் அப்படியே மீண்டுவிடும்). அந்தி வந்துவிட்டாலோ உங்கள் வீட்டுக் கொட்டிலில் மாடுகள் வைக்கோல் கடிக்கும் சத்தமும், கொம்பு சிலுப்பும் சத்தமும் அலாதி ஆனந்தம். குட்டைத் தண்ணீரில் தவம் கிடக்கும் எருமைகளை மல்லுக்கட்டி வீட்டுக்கு ஓட்டிவர வேண்டியிருக்கும். தஞ்சாவூர், பட்டுக்கோட்டை, மன்னார்குடி, திருத்துறைப்பூண்டி வாரச் சந்தை யிலும், நீலத்தநல்லூர் வருடச் சந்தையிலும் மாடுகள் வந்து குவியப் போகின்றன.

கிராமங்களுக்கு மறுபெயர்வு

நாற்றங்காலின் களிப்பிடிப்பைத் தணிக்கக் குறுங்கணிமச் சலுகை விதிகளில் விவசாயிகள் ஆற்று மணல் எடுத்துக்கொள்ளலாம். அது விவசாயிகளின் உரிமை என்பதை அரசு மதிக்கும். குழந்தைகள் படிக்க பெற்றோர்கள் நகரங்களுக்கு இடம்பெயர வேண்டாம். சரியாகச் சொல்வதென்றால் நகரங்களிலிருந்து கிராமங்களுக்கு மறுபெயர்வு நடக்கும். நகரங்கள் இப்போதைய வேகத்தில் பெருக்காது. பெரு நகரங்களில் கிடைக்கும் கல்வித் தரத்திலேயே உங்கள் கிராமத் திலும் கிடைக்கப்போகிறது. நீங்கள் தனியார் பள்ளிகளுக்குக் குழந்தை களை அனுப்பி கடனாளியாக வேண்டாம். உடம்புக்கு வந்து விட்டால் நகரத்துக்கோ, பெருநகரத்துக்கோ சிறப்பு மருத்துவரைத் தேடிச் செல்ல வேண்டுமே என்ற கவலை வேண்டாம். கிராமத்தி லேயே சிறப்பான மருத்துவ வசதி கிடைக்கும்.

"விவசாயிகளுக்கு மறுக்கும் உரிமை ஏது?" என்று சொல்லி எல்லா நிலமும் அரசுக்கே சொந்தம் என்ற மேற்கத்திய கோட்பாட்டின் அடிப்படையில் அரசு நில ஆர்ஜிதம் செய்யாது. விவசாயிகளின் நிலம் விவசாயிகளுடையது; அவர்கள் சம்மதமில்லாமல் அதைக் கையகப் படுத்த இயலாது என்பதை ஏற்றுக்கொள்ளும். உங்களுக்குக் கைமேல் நஷ்டஈடு கொடுப்பார்கள்.

விளைந்த நெல்லை வாங்குவதற்கு முன்பணத்தோடு மார்கழி யிலேயே உங்களிடம் வியாபாரிகள் வந்துவிடுவார்கள். அல்லது அரசாங்கமே வீட்டுக்கு வந்து வாங்கிக்கொள்ளும். நெல்லை விற்கும் இடத்தில் நீங்கள் ரொக்கச் செலவு ஏதும் செய்ய வேண்டாம் (உங்கள் நெல்லை அவர்கள் வாங்கிக்கொள்ள நீங்கள் பணம் கொடுக்கும்

கேவலம் உங்களுக்கு இனிமேல் வரவே வராது). இங்கு உற்பத்தியாகும் நெல் எல்லாம் இங்கேயே அரவையாகும். உணவு பதனிடவும், மதிப்புக் கூட்டவும் மூடிக்கிடக்கும் அரவை ஆலைகளை மீண்டும் திறந்துவிடுவார்கள். டெல்டாவில் பிரித்துப்போட்ட ரயில் தடங்கள் மீண்டும் பயன்பாட்டுக்கு வரும். இவையெல்லாம் வேளாண் மண்டலத் திட்டங்களை இக்காலத்துக்கு ஏற்ப வகுக்க வேண்டிய தடங்களைக் காட்டும்.

பாதுகாக்கப்பட்ட வேளாண் மண்டலச் சட்டத்துக்குப் பிறகு காவிரி டெல்டா இப்படியெல்லாம் இருக்கப்போகிறது என்று நான் சொல்லியிருப்பது லட்சியக் கனவல்ல. கழிந்து, இனி மீண்டு வராத காலம்பற்றி முதுமையில் பிறக்கும் ஏக்கமும் அல்ல. அதில் இழையாக ஓடும் எள்ளலைத்தான் கவனித்திருப்பீர்களே! எப்படி இருந்தது, இனி எப்படி இருக்க வேண்டும் என்பவற்றை என் வழியில் சொன்னேன். அரசின் ஆரவாரத் திட்டங்கள்பற்றி வேறு எந்த நடையில் பேச இயலும்?

நான் பட்டியலிட்ட ஒவ்வொன்றைப் பற்றியும் ஒரு நீண்ட பத்தி எழுதலாம். பெரிய கிராமங்களில் ஒன்றிரண்டு அரவை மில்கள் இருந்தன. சிறிய கிராமமானால் அதற்கு இரண்டு மைல் தொலைவுக்குள் ஒரு மில் இருக்கும். அந்த ஆண்டு அரிசித் தேவைக்கு வேண்டிய நெல்லை அவரவர் வீட்டில் தை மாதம் இருப்புக் கட்டுவது வழக்கம். அதை வருடத்தில் நான்கு ஐந்து தடவையாக அவித்து, ஆவாட்டி, உள்ளூரிலேயே அரைத்து அரிசியாக்கிக் கொள்வோம். மனிதனுக்கு அரிசியும் மாட்டுக்குத் தவிடும் கிடைக்கும்.

''யார் இங்கே நெல் அரைக்கிறார்கள்? எல்லாரும் வெளி மாவட்டங்களிலிருந்து வரும் அரிசியாக அப்போதைக்கு அப்போது வாங்கிக்கொள்கிறோம்'' என்றார் நண்பர் ஒருவர். ''தவிடு...'' என்று நான் வாயெடுத்தபோது ''எத்தனையோ வகை தீவனம் கிடைக்கிறது. தவிடு யாருக்கு வேண்டும்?'' என்று முந்திக்கொண்டவர் டெல்டா முன்பு போல இல்லாமல் மிகவும் சமர்த்தாகிவிட்ட திருப்தியில் சிரித்தார்.

நான் என்னவோ சிறுபிள்ளை வெள்ளாமை செய்ததுபோல் பாரம்பரிய நெல்லுக்கு ஆசைப்பட்டு, கொஞ்சம் மாப்பிள்ளைச் சம்பா நட்டு, அதை அரைத்து அரிசியாக்க ஊர்ஊராக அலைந்தேன். கடைசியில் ஒருவர் ''நான் அரைத்துத் தருகிறேன்'' என்று இடித்து,

நொய்யாக்கிக் கொடுத்தார். புது வீடு கட்டிக் குடிபோகும்போது எடுத்துச்செல்லும் தவிட்டுக்கு அலைந்து திரிந்து வாங்கியிருக்கிறேன். இதெல்லாம் வேளாண் மண்டலத்தில் வெட்கக்கேடான விஷயமாகப் பட்டது எனக்கு. இதையும் நீங்கள் முதுமையில் பழமைக்கு வரும் ஏக்கம் என்றா சொல்வீர்கள்?

நெல் சேமிக்கும் மரப் பத்தாயங்களை அப்படியேவோ, பிரித்துப் பலகைகளாகவோ விற்றுவிட்டார்கள். கட்டை வண்டிகள் கிடந்த இடத்திலேயே கிடந்து மடித்து, கரையான் தின்று காணாமல் போயின. கால் நொறுங்கி, நொடித்து உட்கார்ந்து, கேட்பாரற்றுக் கிடந்த ஒரு கட்டை வண்டி எனக்குள் தூண்டிய நினைவில் உறைந்து நின்றுவிட்டேன். இடிந்து, புதர் மண்டிய கோட்டைகள் முன்பும் ஏன் இப்படி மௌனமாகிறோம்?

வயலுக்குத் தொழு எரு அடிக்கலாமென்றால் அது அண்டையிலா கிடைக்கிறது? ஒரு கோடையில் எங்கேயோ தேடிப் பிடித்து வாங்கி வந்தோம். வயல் முழுக்க பிளாஸ்டிக் குப்பையானதுதான் மிச்சம்! பிறகு ஆள் வைத்து அந்தக் குப்பையைப் பொறுக்கி எரித்தோம். ஆட்டுக் கிடையோ, மாட்டுக் கிடையோ கட்டுவோம்; எரு அடிக்கும் தொல்லை வேண்டாம் என்று முயற்சித்தேன். கிடை கிடைத்தாலும் அது வரவோ, மேயவோ இடமில்லாமல் அக்கம்பக்கம் பருத்திக் காடாகிவிட்டது.

ரொக்கத்துக்கு விதை வாங்க வேண்டும்; விதைக்கும் முன்பு பூஞ்சைக்கும், ஊக்கத்துக்கும் அதில் மருந்து கலக்க வேண்டும். முளைத்த சில நாட்களில் சீமை உரம் போட வேண்டும். வயலுக்கு அடி உரம், பிறகு இரண்டு முறை மேலுரம்; இடையிடையே பூச்சி மருந்து. நம் செய்நேர்த்தியின் உச்சமாக இறுதியில் குருத்துப் பூச்சிக்கு ஒரு மருந்து. வயலில் வழக்கம்போல் வெள்ளம் கொண்டுவிட்டால் அதற்கு மருந்து என்ன, உரம் எவ்வளவு என்று தெரிந்து வாங்க வேண்டும். டெல்டா மிகப் பெரிய வேளாண் இடுபொருள் சந்தை. அரசு, அறிவியல், வணிகம் - இம்மூன்றின் கூட்டு முயற்சியில் சந்தை விரிவடைந்துகொண்டே இருக்கும். இங்கே வேளாண் மண்டலத்தை எப்படிப் பாதுகாக்க முடியும்? இந்தச் சந்தையிலிருந்தல்லவா முதலில் அதைப் பாதுகாக்க வேண்டும்!

காவிரிப் படுகை இன்றைய வளர்ச்சிக் கலாச்சாரத்திலிருந்து வேறொரு கலாச்சாரத்திற்கு மாறினால் அது பாதுகாக்கப்பட்ட

வேளாண் மண்டலமாகும். வளர்ச்சித் திட்டங்கள் சாதிக்கப்போவது சொற்பமாகத்தான் இருக்கும். ஒட்டுமொத்த சூழலியலுக்குத் தரும் கவனத்தில் காவிரிப் படுகைக்கு விமோசனம் கிடைக்கலாம். கலாச்சார மாற்றமில்லாமல் அந்தக் கவனம் பிறக்காது.

முன்னுரிமை பிரச்சினை

இரண்டாயிரம் ஆண்டுகள் பாதுகாப்பாக இருந்த காவிரிப் படுகைக்கு இப்போது ஆபத்து எப்படி வந்தது? முன்னேற்றம், வளர்ச்சி என்பவைப் பற்றி இன்றைய நாகரிகம் கற்பிப்பது எதுவோ அந்த நிரந்தர மூலத்திலிருந்துதான் இந்த ஆபத்து வருகிறது. எண்ணெய்க்கும், எரிவாயுவுக்கும் முன்னுரிமை இருந்தது. வேளாண் மண்டல அறிவிப்பு அந்த முன்னுரிமையை விவசாயிகளின் நலத் திற்கும், உணவுப் பாதுகாப்புக்கும் மாற்றியிருப்பதாக ஊடகங்கள் கருதுகின்றன. முன்னுரிமைக்குப் போட்டியிடுபவற்றுள் எதைத் தேர்ந்துகொள்வது என்பதை அறிவியல் தானாகச் சொல்லாது. நாம் தான் தேர்வுசெய்கிறோம். அது கலாச்சாரம் சார்ந்த முடிவு. நம் அரசு உணவுப் பாதுகாப்பைத் தேர்ந்துகொண்டிருப்பது பொருளாதாரம் சொல்லும் முடிவும் அல்ல. பொருளாதார சிந்தனை இறக்குமதி யாகும் எண்ணெய்க்கு உள்ளூரில் மாற்று கிடைக்குமா என்பதைத் தான் தீவிரமாக ஆராயும்.

வேளாண் மண்டல முடிவு அரசியல் முடிவாகவோ, மாற்றுச் சிந்தனைக் கலாச்சாரம் சார்ந்த முடிவாகவோ இருக்கக்கூடும். அரசாங் கத்தின் முடிவுக்கு மாற்றுச் சிந்தனைக் கலாச்சாரம்தான் அடிப்படை என்றால் காவிரிப் படுகை விவசாயிகள் இப்போதுபோல் இரண்டு மடங்கு மகிழலாம்!

(இந்து தமிழ் திசை, 17.02.2020.
தலைப்பு: 'பாதுகாக்கப்பட்ட வேளாண் மண்டலம்:
கடந்தகாலத்திலிருந்து சில படிப்பினைகள்'
மேலும் சில தகவல்கள், திருத்தங்களுடன்.)

4. காவிரி நீரும் குறுவைப் பட்டமும்

வழக்கமான நாளான ஜூன் பன்னிரண்டில் மேட்டூர் அணை திறந்து இவ்வாண்டு குறுவை சாகுபடிக்குத் தண்ணீர் வரப்போகிறது. இதனால் மூன்றேகால் லட்சம் ஏக்கரில் டெல்டா விவசாயிகள் குறுவை பயிரிடுவார்கள் என்பது அரசாங்கத்தின் கணிப்பு. காக்கை உட்கார பனம்பழம் விழுந்தது என்று சொல்வது சரி என்றால் அரசாங்கத்தின் இந்தக் கணக்கும் சரியே.

குறுவை நாற்று என்றாலும், நடவு என்றாலும் டெல்டா விவசாயிகள் இப்போதெல்லாம் மேட்டூரை நம்புவதில்லை. சென்ற ஆண்டு ஆகஸ்ட் பதின்மூன்றாம் நாள் மேட்டூர் அணை திறந்தது. அதாவது, இந்த ஆண்டு அணை திறக்கவிருக்கும் ஜூன் பன்னி ரண்டிலிருந்து சரியாக இரண்டு மாதங்கள் தள்ளி. மேட்டூர் நீரை எதிர்பார்க்காமலேயே அப்போது 2.90 லட்சம் ஏக்கரில் குறுவை பயிரானது. சென்ற ஆண்டைவிட இரண்டு மாதங்கள் முன்கூட்டியே இந்த ஆண்டில் அணை திறக்கும்போது மூன்றேகால் லட்சம் ஏக்கர் குறுவை பயிராகும் என்பது அரசின் எதிர்பார்ப்பு. வெறும் முப்பத் தையாயிரம் ஏக்கர் மட்டுமே குறுவை பயிரிடும் பரப்பு அதிகமாகிறது. மேட்டூர் திறப்பதால்தான் மூன்றேகால் லட்சம் ஏக்கரில் குறுவை பயிராகுமா என்பதை இப்போது நீங்களே கணக்கிட்டுக்கொள்ளலாம்.

அதிசயம் சாதிக்குமா அரசு?

அதிகரிக்க இருக்கும் இந்த முப்பத்தையாயிரம் ஏக்கரும் நிலத்தடி நீர் இல்லாத வெண்ணாற்றுப் பாசனக் கடைமடைப் பகுதி என்று ஒரு பேச்சுக்கு வைத்துக்கொள்வோம். குறுவை நாற்றுவிடுவதற்குக் கடைசி எல்லையான ஜூன் மூன்றாம் வாரம் அங்கு வாய்க்காலில் தண்ணீர் வந்துவிடுமானால் அந்த அதிசயத்தைச் சாதிக்க இருக்கும் நம் அரசைப் பாராட்ட வேண்டும். ஆழ்துளைக் கிணறு வசதியுள்ள பகுதியிலேயே இந்த அதிகரிப்பு நிகழுமென்றால் ஜூன் பன்னிரண்டின் அணை திறப்பு புதிய பயனாளிகளை உருவாகப்போவதில்லை.

கைக்கும் வாய்க்குமான பொருளாதர நிலையிலிருந்த விவசாயிகளுக்கு அரை ஏக்கர், ஒரு ஏக்கரில் குறுவை என்பது புரட்டாசி, ஐப்பசி மாதங்களில் நெருக்கடி நேர உதவியாக இருந்தது. நெல் லாகவோ, பணமாகவோ இருந்த கையிருப்பு கரைந்துபோகும் நேரம் அது. இந்தக் கிஞ்சித்து நிவாரணத்தைச் சம்பாதித்துக்கொள்ள அவர்கள் அறுவடை கால மழையைப் பெரிய இடைஞ்சலாக நினைப்பது இல்லை. நாற்றுவிடும்போது தண்ணீர் இருக்காது என்பதையும் பொருட்படுத்துவதில்லை. வைக்கோலைக் கத்தரித்து, அதை ஈச்சம் பாயில் பரப்பி, அதன் மேல் பிண்ணாக்குக் கரைசலைத் தெளித்து வீட்டுக் கொல்லையில் குறுவை நாற்று பாவியிருக்கிறார்கள். அப்போது இருந்த உணவுத் தட்டுப்பாட்டைச் சமாளிக்க டெல்டாவின் குறுவைப் பரப்பை அதிகரிக்கும் வகையில் விவசாயிகளுக்கு அரசு அறிமுகம் செய்த உத்தி இந்தச் சுருட்டுப் பாய் நாற்றங்கால். வயலில் நடுவதற்கு இந்தப் பாய் நாற்றங்காலைச் சுருட்டி எடுத்துச் செல்வார்கள்.

முதிர்ந்து நிற்கும் நெல், மழையில் நனையநனைய கதிராகவே முளைத்து சடைப் பூரான் போல் வேர்விட்டுத் தொங்கும். பத்துப் பதினைந்து வயல் கடப்பிலிருந்து, தலைச்சுமையாகவே எதிர் நடை போட்டு வழுக்கும் வரப்பில் கதிர் கட்டு களத்துக்கு வர வேண்டும். கொட்டும் மழையில் அறுத்து, அடித்து, மண்டியில் விற்பதற்கு வீட்டுக்குள்ளேயே நெல்லை உலர்த்தி எடுத்துச் செல்வது உண்டு. பிறகு தாளடிப் பயிருக்கு நாற்றுப்பறியும் நடவும் மழையில் நனைந்துகொண்டே நடக்கும். அதிகம் மழை பெய்த நேரங்களில் நாற்றுமுடியெல்லாம் வெள்ளத்தில் மிதந்துபோய்விடும். இவ்வளவு இன்னல்களுக்கு இடையில் விவசாயிகள் செய்த குறுவைப் பங்களிப் பால்தான் 1960களில் இருந்த உணவுப் பற்றாக்குறையை அரசால் சமாளிக்க முடிந்தது. நெல்லுக்கு முடைபட்ட அந்த நேரத்தில் ஜூன் பன்னிரண்டாம் நாள் தண்ணீர் திறப்பு என்பது ஒரு முக்கிய நிகழ்வு.

பொருந்தாத ஆரவாரம்

இன்றைக்குக் குறுவை என்பது ஆழ்துளைக் கிணறு வசதியுள்ள இடங்களுக்குள்ளேயே ஒடுங்கிக்கொண்ட பயிர். மேட்டூர் நீர் வந்தால் குறுவைக்கு எவ்வளவு செலவாகுமோ அந்த அளவுக்கு மேல் நிலத்தடி நீர் செலவாகிறது என்று இதைப் புரிந்துகொள்ள வேண்டும். மேட்டூர் நீர் நிச்சயமில்லை என்ற நிலையில் விவசாயிகளும் தங்கள்

பயிர் முறையை மாற்றிக்கொண்டார்கள். நாற்பது ஆண்டுகளாகவே வெண்ணாறு கடைமடைப் பகுதியில் மழையைக் கொண்டே முளைக்கும் சம்பா பட்டத்து நேரடி நெல் விதைப்பு. தண்ணீர் உள்ள இடங்களில் தை மாதத்துக்கு மேல் ஒரு முன்கோடைப் பட்டம். இயன்ற இடங்களில் ஆடி கடைசிவரை வயலில் இருக்கும்படியாக பருத்திச் சாகுபடி. நிலத்தடி நீர் இருக்கும் இடங்களில் வைகாசி முதல் வாரத்திலேயே குறுவைக்கு நாற்று. இப்படிப் பயிர் வகையும், பட்டமும் டெல்டாவில் பலவாறாக மாறிக்கொண்டன. ஜூன் பன்னிரண்டில் மேட்டூர் அணை திறப்பு என்பதற்கு இப்போதெல் லாம் கதையின் திருப்புமுனைச் சம்பவம் போன்ற முக்கியத்துவம் கிடையாது. அணை திறப்புப்பற்றிய இந்த அறிவிப்பு பொருந்தாத ஆரவாரத்தோடு வருவதாகத்தான் டெல்டா விவசாயிகளுக்கு ஒலிக்கும்.

ஜூன் இரண்டாவது வாரம் தண்ணீர் திறப்பு என்று மே மாதம் மூன்றாம் வாரக் கடைசியில் தெரிந்தால் அது விவசாயிகளுக்கு எப்படி உதவும்? இருபது நாட்களில் தயாராகிவிட இடம்கொடுக்கும் தொழில் அல்ல விவசாயம். ஆற்றில் தண்ணீர் வந்தாலும் அதை அப்படியே, அன்றைக்கே வாங்கிக்கொள்ளும் நிலையில் இல்லை நம் வாய்க் கால்கள். வழக்கமான ஜூன் பன்னிரண்டில் தண்ணீர் திறப்பார்கள் என்ற நிச்சயம் தை மாதம் இருந்திருந்தால் டெல்டாவின் இன்றைய வயல்வெளி நிலவரம் வேறாக இருந்திருக்கும். என்றைக்குத் தண்ணீர் திறக்கிறார்கள் என்பது முக்கியமான அறிவிப்புதான். எவ்வளவு தண்ணீர் திறக்கிறார்கள், அது அளவில் குறையாமல் எத்தனை நாட் களுக்குத் தொடர்ந்து வரும் என்ற விவரங்களைக் கழித்து வரும் அறிவிப்பு விவசாயிகளுக்கு எவ்வகையில் நிச்சயத்தை உருவாக்கும்? இந்த விவரங்கள் நம் நீர் மேலாண்மையின் ஞானத்துக்குள் புதைந்து கிடந்து அவ்வப்போது வெளியே வருவதால் என்ன பயன்?

அதீத மேலாண்மை

மேட்டூர் அணையின் நீர் இருப்பைக் குறையாமல் பார்த்துக் கொள்வதுதான் அரசின் இக்கால அக்கறை என்பது நாம் அறிந்தது தானே! உண்மையில் காவிரியின் தடைபடாத ஓட்டத்தில் உருவாகி நிலைபெற்றதுதான் டெல்டா. நினைத்தால் அணை திறந்து பதினாறு லட்சம் ஏக்கர் நிலத்தை நனைக்கலாம், நினைத்தால் அணையை மூடி காயப்போடலாம் போன்ற அதீத நீர் மேலாண்மை டெல்டாவின்

தன்மையைப் பாதுகாக்காது. அது நதிகளின் மீதுள்ள மனித ஆதிக்கத்தின் உச்சம். ஆதிக்கமல்ல, அரசின் முறையான அதிகாரம் என்று சாதிப்பவர்கள் ஒரு சந்தேகத்தை நீக்கித் தர வேண்டும். அரசின் இருப்பிலிருந்து பத்து ரூபாய் செல்வழிக்கக்கூட நிரந்தர நெறி முறைகள் உண்டு. மேட்டூரின் அறுபத்தைந்து டி.எம்.சி. நீர் இருப்பைச் செலவழிக்க நிரந்தர நெறிகள் வேண்டாமா? காவிரி நீர் நெறியாற்றுக் குழு இந்த நேரத்தில் ஏன் களத்திலேயே தென்படவில்லை?

(இந்து தமிழ் திசை, 25.05.2020.

சிறு விளக்கங்களுடன்.)

5. அரசுக்குக் குடிமராமத்தில் பிறந்த மோகம்

அறுபது ஆண்டுகளுக்கு முன்பு தங்கள் ஊரில் அரசாங்கம் வாய்க்கால் வெட்டப்போகிறது என்று சொன்னால் காவிரிப் படுகை கிராமங்கள் நம்பியிருக்காது. 'குடிகளாகவே செய்துகொள்ளும் வேலையை சர்க்கார் மெனக்கெட்டு செய்யுமா?' என்று ஐயப் பட்டிருப்பார்கள். அரசாங்கமே இப்போது குடிமராமத்துப் பணி களைச் செய்கிறது. இவற்றை ஏன் அரசாங்கம் செய்ய வேண்டும் என்று கேட்பதற்கு மக்கள் நல அரசியலில் இடமில்லை. இந்தப் பணிகளைச் சரியாகச் செய்கிறார்களா என்பதும் நம் கவலையல்ல. ஆனால், குடிமராமத்துப் பணிகளில் அரசின் இன்றைய மோகத்துக்கு ஏதாவது சமூக, கலாச்சார அம்சங்கள் உண்டா என்பதை நாம் ஆராயலாம்.

ஆர்வமும் மோகமும்

அரசாங்கம் ஆறுகளைத் தூர் வாரி, கரை கட்டுகிறது. ஏரிகளைப் புனரமைக்கிறது. மதகுகளை மறுசீரமைக்கிறது. இவற்றோடு கிராமங் களில் வாய்க்காலும் வெட்டுகிறது. அரசாங்கம் செய்யும் இந்தப் பணிகளைக் குடிகளே செய்துகொள்ளும் பணிகள் என்று பொருள் படும்படி 'குடிமராமத்து' என்று ஏன் சொல்ல வேண்டும்? சொல்லில் இருக்கும் இந்த விவரிப்புப் பிரச்சினை நமக்கு உறுத்தும். அப்படி உறுத்துவதால் அரசாங்கத்தின் ஆர்வத்தை 'மோகம்' என்று வர்ணிக்க வேண்டியுள்ள சங்கடம்.

சொற்குற்றம், பொருள் குற்றம் பார்க்கும் பழைய பண்டித மரபுக்கு நாம் மிகவும் பழகிப்போயிருக்கலாம். அதற்காக 'குடி மராமத்து' என்ற இன்றைய சொல்லை இந்த இரண்டில் ஏதோ ஒரு குற்றம் என்று ஒதுக்கிவிட்டு நம்மால் கடந்துவிட முடியாது. சரி என்று அங்கீகரிப்பதையோ தவறு என்று தள்ளுவதையோ செய்யாமல்

சொல்லை எப்படிப் பயன்படுத்துகிறார்கள் என்று விளங்கிக் கொள்ளுங்கள் என்றுதான் மொழியியல் சொல்லும். ஒரு சொல்லின் எதிரிடையான பொருளைக் குறிப்பதற்கு அந்தச் சொல்லையே ஆசை ஆசையாகப் பயன்படுத்தும் விநோதத்தை எப்படியாவது நாம் விளங்கிக்கொள்ள வேண்டும். தற்போதைக்கு அதை சொல் மோகம் என்று வைத்துக்கொள்வோம்!

அரசும், குடிகளும் அவர்களுக்கு இடையிலான அதிகார உறவில் இரண்டு எதிர்முனைகள். அதிகாரத்தின் பிறப்பிடம் அரசு. குடிகள் அந்த அதிகாரம் செல்லுமிடம். இந்த நிலையில், தான் செய்யும் பணிகளை அரசு தன் குடிகள் செய்வதாகப் பாவித்துக்கொள்வதும் அல்லது அப்படியே பாவித்துக்கொள்ளட்டும் என்று இருந்துவிடுவதும் வெறும் பதம் சார்ந்த புதிரல்ல; அரசியல் புதிர்! செலவுத் தொகையில் பத்து சதம் மக்களின் பங்களிப்போடு பணிகள் நடக்கின்றன என்று சொல்லிக்கொண்டாலும் 'குடிமராமத்து' என்பதற்கு அந்தப் பணிகள் தகுதி பெறாது.

நான் இருப்பது காவிரிப் படுகையில் அறுபது வேலி கிராமமான தென்கோவனூர். இன்றைய அளவீட்டில் அறுபது வேலி என்பது ஏறத்தாழ நானூறு ஏக்கர். பல நூற்றாண்டுகளின் போக்கில் அதற்கு ஒரு பாசன வாய்க்காலும், வடிகாலும் நிலைப்பட்டன. பாசன வாய்க்கால் ஊருக்கு இரண்டு கிலோமீட்டர் வடக்கே, காவிரியின் கிளையான கோரையாற்றிலிருந்து பிரிகிறது. இது ஊருக்குள் இரண்டு கிலோமீட்டர் ஓடி பாசனம் தரும். கிராமத்தின் வெள்ள நீரை வாங்கிக்கொள்ளும் வடிகால் மற்றொரு ஆறான அரிச்சந்திர நதியில் விழுகிறது. நிலப் பரப்பு எங்கே உயர்ந்து எங்கே தணிகிறது என்பதை ஒட்டி இவை ஆற்றிலிருந்து பிரியும் இடமும் ஆற்றில் விழும் இடமும் நிலைப்பட்டன.

ஆக, எங்கள் கிராமத்தில் வாய்க்காலுக்கும் வடிகாலுக்கும் குடி மராமத்து செய்வதென்றால் எட்டு கிலோமீட்டர் வாய்க்கால் வெட்டு நடக்க வேண்டும். உள் கிராமத்தில் தாய் வாய்க்காலுக்குக் கிளை வாய்க்கால்கள் இருப்பதால் இந்தத் தொலைவு இரட்டிப்பாகலாம். தாய் வாய்க்கால்களை மட்டும் ஊர்ப் பொதுவில் பராமரிப்பார்கள். கிளை வாய்க்கால்களை அந்தந்த நில உடைமையாளர்கள் கவனித்துக் கொள்ள வேண்டும்.

அப்போதெல்லாம் குடிமராமத்துக்காக ஆண்டுதோறும் ஊர்க் கூட்டம் போடுவார்கள். நீராணிக்கம் பார்த்தவர்களும், கிராமத்தில்

வெட்டுமை பார்த்தவர்களும் என்னென்ன வேலைகளை வாய்க் காலில், வடிகாலில் எவ்வளவு எவ்வளவு தூரத்துக்கு எங்கெங்கே செய்ய வேண்டும் என்று சொல்வார்கள். இவற்றுக்கு எத்தனை ஆள், எத்தனை நாள் தேவைப்படும் என்று கூட்டம் மதிப்பிடும். இந்த ஆள் எண்ணிக்கையை அவரவர்களின் நில உடைமைக்குத் தக்கவாறு ஈவு செய்துவிடுவார்கள். எனக்கு ஐந்து மா நிலமிருந்தால் ஒரு ஆள், பத்து மா இருந்தால் இரண்டு என்பதுபோல் கணக்கு வந்துவிடும். ஒரு வாரமோ, பத்து நாட்களோ என்று நிர்ணயித்து கடைமடையிலிருந்து வாய்க்கால் தலைப்புவரை தொடர்ந்து வாய்க்கால் வெட்டுவார்கள். நானே நின்று வேலை செய்ய வேண்டும். இயலாவிட்டால் எனக்கு ஒதுக்கப்பட்ட எண்ணிக்கையில் ஆள் தர வேண்டும். அதுவும் முடியா விட்டால் அந்த எண்ணிக்கையிலான ஆள் சம்பளத்துக்கு ரொக்கம் செலுத்த வேண்டும். ரொக்கச் செலவு என்பது குறைவாகவே இருக்கும்.

இந்தப் பகிர்மானத்தில் நியாயம் இருந்தது. பொது வசதிகளான பாசன வாய்க்கால், வடிகால்களை எந்த அளவுக்குப் பயன்படுத்திக் கொள்கிறேனோ அந்த அளவுக்கு நான் செலவு செய்ய வேண்டும். அந்த ஏற்பாடுபோல் இக்காலத்தில் செய்ய முடியுமா என்று உங்களுக்கு அவநம்பிக்கை வரலாம். அக்காலத்திலும்கூட இது சரியாக நடந்திருக்குமா என்றும் ஐயப்படலாம். இதற்கு மறுமொழியாக நான் இரண்டு சம்பவங்களை இங்கே சொல்ல வேண்டும்.

கழிந்த காலத்தின் கவர்ச்சி

2021ஆம் ஆண்டு பொங்கலுக்கு முன் தொடர்ந்து மழை பெய்தபோது வயலில் கதிர்வந்து முற்றியிருந்தது. வாய்க்காலில் கோரை மண்டிக் கிடந்ததால் கிராமத்தில் தண்ணீர் வடியவில்லை. தலைக்கு இரண்டு, மூன்று என்ற வீதத்தில் ஆள் கொடுத்து நான்கு நாட்களில் வாய்க்கால் வெட்டி வயலில் தண்ணீர் வடிந்தது. இப்படிக் கோடையில் ஒன்றும், மழைக்காலத்தில் ஒன்றுமாக ஆண்டுக்கு இரண்டு முறைகூட குடிமராமத்து நடக்கிறது.

1969 என்று நினைவு. மார்கழி மாதம். அப்போது புழங்கிய எட்டாம் நம்பர் (ஆடுதுறை 8?) என்ற நெல் எங்களுக்கு ஆறு ஏக்கருக்கு மேல் விளைந்து, தொடர் மழையில் கதிரோடு பயிர் அரிக்கிடையாகச் சாய்ந்துவிட்டது. தண்ணீருக்குள் கதிர்கள். குடலையைத் தலையில் போட்டுக்கொண்டு வயலைச் சுற்றிச்சுற்றி வந்து கவலைப்பட்டோம். விழுந்து கிடக்கும் கதிர்களை மீன்கள் உருவிக்கொண்டிருந்தன.

சிரவிகளும் படைபடையாக வயலில் கதிரைக் கொத்திக்கொண்டு சென்றன. மழை பெய்தாலும் அது பெய்யப்பெய்ய தண்ணீர் வடிந்து கொண்டிருந்தது. மழைவிட்டு இரண்டு நாட்களில் எங்களால் அறுவடை செய்து நெல்லைக் கரையேற்ற முடிந்தது. ஆண்டுதோறும் குடிமராமத்து சரியாக நடந்ததால் இது இயன்றது.

நம் வேண்டுகோளை மனுவாக எழுதி மாவட்ட ஆட்சியரிடம் கொடுக்கும் வார நாளை 'மனுநீதி நாள்' என்று சொல்கிறோம். நிர்வாகம் நவீனக் கால ஜனநாயக நிர்வாகமானாலும் புராண காலத்து மனுநீதிச் சோழனை நினைவுபடுத்தும் ஒரு சொல் நமக்கு வேண்டும். இதைப்போல் கழிந்த காலத்தின் கவர்ச்சி ஒன்றும் 'குடி மராமத்து' என்ற சொல்லுக்கு இருக்கக்கூடும். அப்படி இல்லை யென்றால், ஆற்றின் குறுக்கே இன்றைய நீர் மேலாண்மைச் சாதனமாக இருக்கும் படுக்கை அணையைச் செப்பனிடுவதைக்கூட குடிமராமத்து என்று சொல்வோமா?

மொழியோடு நாம் கொள்ளும் உறவுக்கு இப்படியும் ஒரு தன்மை உள்ளது. ஆனால், இது மொழித் தளத்தில் நடக்கும் ஆக்கிரமிப்பு என்ற சாதாரண நிகழ்வல்ல. நம் கைவேலையைப் பிடுங்கித் தானே அதைச் செய்யும் தோழமையின் பரிவாக அரசின் குடிமராமத்தை நினைக்கக் கூடாது. அரசு நிர்வாகம் தன் இருப்பின் பரிமாணங்களை விரித்துவிரித்து வாய்க்கால் வெட்டுவதைக்கூட விட்டுவிடாமல், எல்லா இடங்களையும் தானேயாக நிறைத்துக்கொள்ளும் முரட்டுத் தீர்மானம் அது. கொஞ்சநஞ்சம் எஞ்சியிருக்கும் கிராமங்களின் சுய மதிப்பை இனிமேலும் விட்டுவைக்கலாமா?

தற்சார்பின் அடையாளம்

குடிமராமத்து என்ற சொல் இப்போது புத்துயிர் பெற்றதற்குக் கலாச்சாரம் சார்ந்த காரணமும் உண்டு. நம் கிராமத்தின் இருப்புக்கும், தற்சார்புக்கும், சுயாட்சிக்கும் அந்தச் சொல் ஒரு அடையாளம். அரசாங்கம் நம் அரசாங்கம்தான். இருந்தாலும், அரசு நிர்வாகம் எந்தக் கோட்டுக்குப் புறத்தே நிற்க வேண்டும் என்ற கிராமத்தின் புரிதலுக்கும் அந்தச் சொல் அடையாளம். இக்கால அரசு தன் அதிகாரத்துக்கு மிக்காரில்லாதது. அப்போதைய குடிமராமத்து இதற்கு விலக்காக நின்ற ஒரு மாற்று அரசியல் சிந்தனையின் எச்சம்.

சட்டத்தால் பிறந்த ஊராட்சி இருக்கும். அது தேர்தல் மூலம் வந்த உறுப்பினர்களின் அமைப்பு. கிராமத்தில் இருப்பவர்கள் அனைவரும்

கலந்துகொள்ளும் கிராம சபை கூட்டங்களும் சட்டப்படியே நடக்கும். ஆனாலும், இந்தப் புற அங்கிகளையெல்லாம் விளையாட்டாகத் தரித்துக்கொள்ளும் அரசனாக 'ஊர்க்கூட்டமும்' கிராமத்தில் நடந்துகொண்டுதான் இருக்கும். இது இணை நிர்வாகமல்ல. அவை உடல்; இதுவோ ஆன்மா. இப்படிக் கிராமத்தின் ஆன்மச் சலனமாக இருந்தன அன்றைய ஊர்க்கூட்டமும் குடிமராமத்தும். கிராமத்தைத் தன்மயமாக்கிக்கொள்ள நிர்வாகம் எவ்வளவு முயன்றாலும் இந்த ஆன்மச் சலனம் நிற்காது! அரசு வாய்க்கால் வெட்டினால் அது குடிமராமத்தும் ஆகாது! பெயரைச் சிறையெடுத்தால் பெயருக்கு உரியவர் அழிந்துவிடுவதில்லை. ஆனாலும், அது நுட்பமான கலாச்சார வன்முறைதான்!

(இந்து தமிழ் திசை, 08.02.2021.
மேலும் சில தகவல்கள், திருத்தங்களுடன்.)

6. காவிரிக்கு உருவாகும் மூன்றாவது டெல்டா

காவிரிக்கு ஏற்கனவே பழைய படுகை (பழைய டெல்டா), புதுப் படுகை (புது டெல்டா) என்று இரண்டு உண்டு. காவிரியும் அதன் கிளையான வெண்ணாறும் அவைகளாகவே உருவாக்கியது பழைய படுகை. 1934இல் கல்லணைக் கால்வாய் வெட்டி, புதுப் படுகையை நாமாக உருவாக்கிக்கொண்டோம். பழைய டெல்டா என்பது வடக்கே சிதம்பரத்திலிருந்து தெற்கே மன்னார்குடி வரை. அக்காலத்தில் இதன் ஆயக்கட்டு பன்னிரண்டு லட்சம் ஏக்கர். புது டெல்டா தஞ்சாவூர், ஒரத்தநாடு, பட்டுக்கோட்டை, பேராவூரணி பகுதிகளும், புதுக்கோட்டை மாவட்டத்தில் கொஞ்சமும் அடங்கியது. இதன் ஆயக்கட்டு இன்றைய கணக்கில் இரண்டேகால் லட்சம் ஏக்கர். சென்ற மாதம் காவிரியின் உபரி நீரால் உருவாகும் மூன்றாவது டெல்டாவுக்கான வேலை மரபாகத் துவங்கியிருக்கிறது.

இந்த மூன்றாவது டெல்டா காவிரியின் மேல்மடையான கட்டளைக் கதவணையிலிருந்து வினாடிக்கு ஆறாயிரம் கன அடி தண்ணீர் வாங்கும் 250 கி.மீ. நீளமுள்ள ஒரு ஆறு வழியாக உருவாகும். அது வடக்கு-தெற்காகப் பாய்ந்து, சோழ நாட்டின் தெற்கு எல்லையான வெள்ளாற்றில் விழுந்து, பிறகு வைகையில் விழுந்து அங்கிருந்து குண்டாறு பகுதிக்குச் செல்லும். இதன் உத்தேச பாசனப் பரப்பு எட்டேகால் லட்சம் ஏக்கருக்கு மேல். இது காவிரியின் பழைய டெல்டா பாசனப் பரப்பில் நெருக்கி முக்கால் பங்கு. இந்தத் திட்டம் பின்னால் வரப்போகும் கோதாவரி-காவிரி இணைப்பின் கடைசி அந்தாயம் என்று சொல்கிறார்கள்.

ஆண்டு நிறைவு

காவிரி டெல்டாவைப் பாதுகாக்கப்பட்ட வேளாண் மண்டல மாக்கிச் சட்டம் செய்து சரியாக ஒரு வருடம் ஆகிறது. அந்த ஆண்டு நிறைவைக் கொண்டாடத்தான் டெல்டா துவங்கும் கல்லணைக்கு மேல், காவிரியின் வலது கரையிலிருந்து ஆறாயிரம் கன அடி நீரை வாங்கிக்கொள்ளும் ஆறு உருவாகிறது. இது பழைய டெல்டாவுக்குப்

பாதுகாப்பாகவோ, கொண்டாட வேண்டியதாகவோ அமையாதே என்று நீங்கள் நினைக்கக்கூடும். ஆனால், இந்தப் பின் நவீனத்துவக் காலத்தில் எது எது எப்படி இருக்கும், பாதுகாப்பும் கொண்டாட்டமும் என்ன வடிவம் எடுத்துக்கொள்ளும் என்று நம் கற்பனைக்கு எட்டுமா? அவை அமையும் விதத்தோடு நாம்தான் சமரசமாக வேண்டும்!

காவிரிக்கு உருவாகும் மூன்றாவது டெல்டாவுக்கு ஒரு சிந்தனை அடித்தளம் உண்டு. காவிரியில் உபரி நீர் இருக்கிறது; உபரி நீர் வீணாகக் கடலுக்குச் செல்கிறது. வீணாகாமல் இருக்க அதை மற்ற ஆறுகளின் வடிநிலத்துக்கு மாற்றி விவசாயத்துக்குப் பயன்படுத்த வேண்டும்—இதுதான் அந்தச் சிந்தனை. இந்தக் கூற்றின் அங்கங்கள் ஒவ்வொன்றிலும் பிரச்சினை உண்டு.

காவிரி ஒரு பற்றாக்குறை ஆறு என்ற சராசரி நிலையில் நின்று நான் இதை விவாதிக்கவில்லை. பற்றாக்குறை, உபரி என்பதெல்லாம் நாம் பயன்படுத்தும் நீரின் அளவைப் பொறுத்தது: அவற்றுக்கு நிரந்தரம் கிடையாது. பயனை எதுவாக விவரிக்கிறோம் அதை எப்படி அளவிடுகிறோம் என்பவை பொறுத்தது. அளவை வைத்துப் பேசுவது ஆற்றை நம் வீட்டு அண்டாவாக வைத்துக்கொண்டு பேசும் பேச்சு. அவ்வாறு பேசும்போது, ''கட்டளைக் கதவணையில் காவிரியிலிருந்து நீரைத் திருப்பாதீர்கள். முக்கொம்புக்குக் கீழே கொள்ளிடத்தின் இடது கரையிலிருந்து தண்ணீரைத் திருப்பிக்கொள்ளலாம்; அது தான் உண்மையான உபரி நீர்'' என்று நான் சொல்வதுபோலாகும். வழக்கமாக அந்த வழியாகத்தானே உபரி நீரைக் கடலுக்கு அனுப்பு வோம்?

வெள்ளம் உபரி நீராகுமா?

பொதுவாகவே, ஓடும் ஆற்றுக்கு 'உபரி நீர்' ஏது? கரை கொள்ளாமல் தண்ணீர் வந்தால் அது வெள்ளம்; உபரியல்ல. தண்ணீர் கணக்கில் வெள்ளத்தை வரவுத் தலைப்பிலோ, செலவுத் தலைப்பிலோ சேர்க்க முடியாது. காவிரியில் நான்கு லட்சம் கன அடி வெள்ளம் ஆண்டில் நான்கு நாட்களுக்கு ஓடக்கூடும். இப்போது வேலை துவக்கப்பட்ட, ஆறாயிரம் கன அடி நீரை வாங்கிக்கொள்ளும் ஆறு இந்த நான்கு நாட்களில் எவ்வளவு நீரை வாங்கிக்கொள்ளும்? ஐந்தாவது நாள் அது மேட்டூர் அணையின் இருப்பிலிருந்து தனக்குத் தண்ணீர் பெற வேண்டிவரும்.

பன்னிரண்டு லட்சம் ஏக்கருக்குப் பாசனம் தருவது காவிரியும் வெண்ணாறும். சென்ற அக்டோபர் மாதம் அவற்றில் சராசரியாக ஒரு நாளில் வினாடிக்கு தலா நாலாயிரம் கன அடியை ஓட்டியும், நவம்பரில் இரண்டாயிரத்தை ஓட்டியும் தண்ணீர் திறந்திருக்கிறார்கள். இரண்டு ஆறுமே தலா பதினொராயிரம் கன அடி தண்ணீர் வாங்கிக் கொள்ளும் திறன் உள்ளவை. இந்த இரண்டு மாதங்களிலும் மேட்டூர் அணையின் நீர்மட்டம் நூறு அடியைத் தொட்டுக்கொண்டிருந்தது. தண்ணீர் இருந்தது; திறந்தால் ஆறும் அதை வாங்கிக்கொள்ளும். ஆனால், திறக்காமல் சேமித்தோம். நம் கணக்கில் 'உபரி' எப்படி உருவாகிறது என்று பார்த்தீர்களா?

இந்த நிலையில் மேட்டூரில் உபரி இருக்கிறது என்றால் அதன் தர்க்க நியாயத்தை நீங்கள்தான் புரிந்து சொல்ல வேண்டும். உபரி உண்டு என்பது புறவய ஆய்வு நமக்குச் சொல்ல வேண்டிய விஷயம். 'உபரி' என்ற கருத்தாக்கம் இறுதியாகும்போது அந்த ஆய்வு துவங்கும். அதுவரை 'உபரி'யும் அகவயப்பட்ட ஒன்றுதான்; நாம் பேச்சுக்கு வைத்துகொண்டு பேசுவதுதான். இந்த நாற்காலிக்கு நான்கு கால்கள் என்று சோதித்து அறிய முடியுமே அந்த வகையைச் சேர்ந்தது அல்ல. காவிரியில் ஓடும் உபரியை மறித்துத் திருப்ப வேண்டும், அதை விவசாய நுகர்வுக்குப் பயன்படுத்த வேண்டும் என்ற மற்ற இரண்டு விஷயங்களும் தெளிவாகவே, துவக்கத்திலிருந்தே, நம் கருத்து என்ற அகவயப்பட்ட விஷயம். அவை 'முன்னேற்றம்' என்பது பற்றிய மனித குல கருத்தைச் சார்ந்தது; எப்போதுமே விவாதிக்க வேண்டிய நிலையில் இருப்பவை.

வெள்ளமானாலும் அது அந்த ஆற்றின் வடிநிலத்துக்கான உரிமை. அந்த வடிநிலத்தின் மக்களே விட்டுவிட விரும்பினாலும் அதற்கு அவர்கள் விடுதலைப் பத்திரம் எழுதித் தர முடியாது; அது காவிரிப் படுகை துறக்க இயலும் உரிமையல்ல. அந்த உரிமையின் உறைவிடம் மனிதர்கள் அல்ல; அது யாரும் கொடுத்து வருவதல்ல. இதுதான் நிலவரம் என்றால் அரசு அந்த வெள்ளத்தை எப்படி உபரியாகக் கருதி, தான் எடுத்துக்கொண்டு மறுவினியோகம் செய்ய முடியும்? கங்கையின் உரிமை, காவிரியின் உரிமை, வடிநிலத்தின் உரிமை என்று நான் பேசுகிறேன். அது இவற்றை உருவகமாகக் கொள்ளும் புனைவுப் பேச்சு; யதார்த்தத்தில் அப்படி இருக்க முடியுமா என்று நீங்கள் கேட்கக் கூடும். நாம் மறந்துபோன யதார்த்தைத்தான் நான் விவரித்தேன்.

வெள்ளமும் வேண்டியதே!

காவிரியிலும் அதன் கிளைகளிலும் வழக்கமான ஓட்டம் இல்லாமல், வெள்ளமும் வராமல் இருந்தால் ஆண்டுக்கு ஆண்டு நிலத்தின் மேல்பரப்பில் படியும் வண்டலும் வந்து படியாது. மண் அரிப்பில் கடலுக்குச் செல்லும் வண்டலுக்கு ஈடு வராது; டெல்டா தன் தன்மையை இழக்கும்.

காவிரிக் கரையில் பத்து அடிக்கு ஒரு குழி வெட்டினால் அந்தப் பத்து அடிக்குள் கடந்தகாலத்தில் வெள்ளமாக வந்து ஒன்றன் மேல் ஒன்றாகப் படிந்திருக்கும் மூன்று வண்டல் பார்களையாவது காணலாம். வெள்ளம் வந்து பரந்து நின்றதால் உருவானதுதானே காவிரி டெல்டா! வெள்ள நீரைக் காவிரியில், அதன் கிளைகளில், வாய்க்கால்களில் ததும்பத்ததும்ப ஓட விடுவதுதான் அதைப் பயன் படுத்துவதாகும். அப்படி ஓடியதால், ''நான் வெள்ளத்தால் உருவான பூமியாக்கும்!'' என்று தோண்டிய இடமெல்லாம், சர்க்கரையாக, தூவாளியாக இப்போதும் புன்னகைக்கிறது காவிரிக் கரை. மன்னார் வளைகுடாவை மூக்கு நுனியாக முகர்ந்துகொண்டு கிடக்கும் கோடியக் காட்டில், காவிரியின் அந்தக் கடைக்கோடியில்கூட, வெள்ளத்தின் எக்கல்களைப் பார்த்திருக்கிறேன். காவிரியின் போக்கில் ஒரு இடத்தில் வண்டல் படிந்து படுகை கூடுவதும், இன்னொரு இடத்தில் மண் அரிப்பால் படுகை குறைவதும் இன்றைக்கும் நடக்கிறது.

அத்தியாவது பூக்கும், ஆற்றில் மீனைப் பார்க்க முடியாது என்று இருந்தது நிலைமை. இந்த ஆண்டு ஜனவரியில் வாய்க்கால்களிலும், ஆற்றுத் தலைப்புகளிலும் குஞ்சு மீன்களாக இருக்கும் கச்சப் பொடியைப் பார்த்தேன். காவிரியில் ஓட்டம் தொடர்ந்து இருந்ததால் அவை எப்படியோ உலகத்துக்குள் மீண்டும் வந்துவிட்டன. அந்தக் கிஞ்சித்து உயிர் சுற்றுச்சூழலின் மறுஉயிர்ப்பைக் காட்டியது. வெள்ளத்தை ஆற்றோடு ஓட விடுவதற்கும் பல்லுயிர் பெருக்கத் துக்கும் நான் வேறு தொடர்பினைக் காட்ட வேண்டாம். காவிரிக்கு மூன்றாவது டெல்டா ஒன்று வருவதால் நாளைக்கே இடர்ப்பாடு வந்துவிடாது. ஆனாலும், ஆற்று வெள்ளத்தை உபரி நீராக, நுகர் பொருளாகப் பார்க்கும் சிந்தனைக்கு நாம் எப்போதும், எல்லா இடத்திலும் அஞ்சத்தானே வேண்டும்!

(இந்து தமிழ் திசை, 10.03.2021.
சில திருத்தங்களுடன்.)

7. காவிரிப் படுகையில் அரசு கவனிக்க வேண்டியது

விவசாயத்தில் உற்பத்தி பெருக வேண்டும்; விளைச்சல் வீதமும் அதிகரிக்க வேண்டும். விளை நிலத்தின் பரப்பு கூட வேண்டும், பாசன வசதியும் பெருக வேண்டும். விளைபொருளுக்குச் சந்தை வசதி விரிவாக வேண்டும். இவை எல்லா இடங்களுக்கும் பொதுவானவை. காவிரிப் படுகைக்கு என்று தனியான சில பிரச்சினைகள் உண்டு.

'நஞ்சை திறப்பு' என்று வயல்களைக் குறிப்பிடுவது காவிரிப் படுகையில் வழக்கம். வேலி போன்ற கட்டுக்கோப்பு இல்லாதது என்று இதற்குப் பொருள். காவிரிப் படுகையில் வயல்களுக்கு வேலி வைப்பதில்லை. எக்கண்டமாகக் கிடக்கும் ஒரு அறுபது வேலி கிராமம் என்றால் விவசாயிகள் வரப்பு வழியாகத்தான் தங்கள் வயல்களுக்குப் போக, வர முடியும். வெகு சிலருக்கு மட்டும் சாலையிலிருந்து நேராக வயலுக்குச் செல்ல இயலும். மற்றவர்களுக்கு ஐந்து, பத்து, பதினைந்து வயல் கடப்பில் நிலம் இருக்கும். அங்கெல்லாம் வாய்க்கால்களையும், வாரிகளையும் தாண்டி வரப்பிலேயே நடந்து செல்ல வேண்டும். இப்போதுவரை இந்தப் போக்குவரத்துப் பிரச்சினை வெளியில் அதிகம் வராமல் இருந்தது. விவசாயத்தில் இயந்திரங்களின் வரவுக்குப் பிறகு பிரச்சினை தீவிரமாகிவிட்டது.

கலாச்சாரச் சுணக்கம்

புதிய கருவிகளும், தொழில்நுட்பமும் அறிமுகமாகும்போது அவை நாம் முன்பு ஏற்படுத்தியிருந்த புவியியல், சமூக அமைப்புகளோடு இசைந்துபோகாது. தொழில்நுட்பம் மாறும்; புவிப் பரப்பில் இருக்கும் நம் பழைய ஏற்பாடு அதே வேகத்தில் மாறிக்கொள்ளாது. அறுபது ஆண்டுகளுக்கு முன்பு காவிரிப் படுகை விவசாயத்தில் இயந்திரங்கள் பயன்படத் துவங்கின. அப்போது உழவு இயந்திரங்களுக்குச் சில இடங்களில் எதிர்ப்புக்கூட இருந்தது. அறுவடை

இயந்திரங்கள் வந்தபோதும் துவக்க காலத்தில் அப்படி ஒரு எதிர்ப்பு இருந்து பின்பு மறைந்தது. இப்போது எல்லா வேலைகளையுமே இயந்திரங்கள் செய்கின்றன. ஆனால், காவிரிப் படுகை வயல்வெளி அமைப்புக்குள் இயந்திரங்கள் எளிதாகப் பொருந்தவில்லை.

இந்த இசைவின்மைக்குக் காவிரிப் படுகைச் சமுதாயம் கண்ட தீர்வு என்ன? காவிரிப் படுகை பெரும் பகுதியிலும் அப்போது தை மாதம் அறுவடைக்கு வரும் சம்பா பட்ட சாகுபடி மட்டுமே. அது ஒரு சாகுபடி கலாச்சாரத்தைக் காவிரிப் படுகையில் உருவாக்கி யிருந்தது. வயல் வழியாகவே வண்டிச்சோடு வெட்டி களத்திலிருந்து நெல் கொண்டு வருவார்கள். வைக்கோலும் அப்படியே வந்தது. வைக்கோலும், பட்டறையாகப் போட்ட நெல்லும் களத்திலேயே ஒன்றிரண்டு மாதங்கள் கிடந்து, சோடு திறந்த பிறகு அவற்றை எடுத்து வருவோம். வயல் அவரவர் தனி உடைமைதான். ஆனால், தன் வயலுக்குள் இன்னொருவர் சோடு திறந்து வழி ஏற்படுத்திக்கொள் வதை யாரும் எதிர்ப்பதில்லை. அவரவரின் தனி உரிமை கொஞ்சம் தணிந்து கிராமத்தின் பொதுமைக்கு இடம் தந்தது.

எழுதாத சட்டங்களாகவும், வகுக்காத விதிகளாகவும் இருக்கும் இவை போன்றவைதானே கலாச்சாரம்? தனி உரிமையும் கிராமத்தின் பொதுமையும் இப்படி ஒரு கலாச்சாரத்தில் தங்களுக்குள் சமன்பாடு கண்டிருந்தன. இந்தக் கலாச்சாரத்தின் வலு குறைந்து இப்போது இன்னொரு கலாச்சாரம் பிறந்திருக்கிறது. அவரவரும் தன் உரிமையைத் தளர்த்தாமல் இறுக்கிப் பிடித்துக்கொள்ளும் கலாச்சாரம். காவிரிப் படுகைக்கு இந்தக் கலாச்சாரம் அந்நியம். காவிரிப் படுகைக் கலாச்சாரம் ஏன் புதுச் சூழலுக்குத் தன்னை மாற்றி வடிவமைக்கத் தவறியது? அறுபது ஆண்டுகளுக்குமேல் இங்கு இயந்திரங்கள் புழங்குகின்றன. இருந்தாலும் அதற்கேற்ற கலாச்சாரம் உருவாவதில் சுணக்கம் என்பது விசனப்பட வேண்டிய ஒன்று. தொழில்நுட்ப வளர்ச்சிக்கு ஏற்ற விவசாயக் கலாச்சாரம் கிரமங்களில் இன்னும் பிறக்கவில்லையே!

வயலுக்கு வழி

தண்ணீர் காலத்தில் உள் வயல்களுக்கு உழவு இயந்திரம் எப்படிப் போகும்? உரிய நேரத்தில் நடவு செய்ய, அறுவடை செய்ய, வைக்கோல் திரைத்து சாலைக்கு வர, அறுவடையான நெல் வீட்டுக்கு வர (கொள்முதல் நிலையங்களுக்குச் செல்ல?) இயந்திரங்களை அங்கே எப்படிக் கொண்டுசெல்வது? அந்தந்த நேரத்தில் உர

மூட்டைகளும் வரப்பு வழியாகத் தலைச் சுமையாகவே வயலுக்குச் செல்கின்றன. முன்பெல்லாம் குறுவை சாகுபடி செய்தவர்கள் கதிர் கட்டுகளைப் பத்துப் பதினைந்து வயல் கடந்து தலைச் சுமையாகவே களத்துக்குக் கொண்டு வந்தார்கள். இப்போது அறுவடை இயந்திரம் அங்கு செல்ல இயலாது. காவிரிப் படுகை விவசாயிகளில் தொன்னூறு சதம் சிறு விவசாயிகள் என்றால் அவர்களில் எண்பது சதமாவது இந்த இன்னல்களுக்கு ஆளாகிறார்கள்.

ஒருவருக்கு மூன்று ஏக்கர் உள்வாய் நிலம் இருக்கிறது. அவருக்கு நடவுக்குச் சற்று நாளாகிவிட்டால் தனக்கு முன்னால் உள்ள வயல் களைக் கடந்து அவர் உழவு இயந்திரத்தையோ, நடவு இயந்திரத் தையோ தன் வயலுக்குக் கொண்டுசெல்ல முடியாது. எல்லாருக்கும் முந்திக்கொண்டு நடவு செய்துவிட்டார் என்றாலோ தனக்குப் பிந்தி நட்ட மற்றவர்கள் அறுவடை செய்யாமல் அவர் வயலுக்கு அறுவடை இயந்திரம் செல்ல முடியாது. எல்லாரும் ஏக காலத்தில் நடுவதும் அறுவடை செய்வதும் இயலாது. ஒருவர் ஐந்து மாத வயதுள்ள நெல் நடுவார். அடுத்தவர் தான் நான்கு மாத நெல்தான் நடுவேன் என்று தாமதிப்பார். தாங்கள் அறிந்த சாகுபடி விவரத்தைக்கொண்டு அந்தந்த ஆண்டுக்கு அவரார் தங்கள் வசதிப்படி ஒரு முடிவு செய்துகொண்டால் மற்றவர்கள் அதற்கு உள்நோக்கம் கற்பிப்பது தவறாகும். சாகுபடியில் இப்படிச் சுதந்திரம் இல்லையென்றால் விவசாயத்தில் எஞ்சியிருக்கும் அந்தச் சிறு கவர்ச்சியும் காணாமல் போகும்.

இந்தப் பிரச்சினை ஆண்டுக்கு ஆண்டு தீவிரப்படும். சில இடங் களில் ஒரு சமூகப் பதற்றமும் இதனால் உருவாவது சாத்தியமே. இயந்திரங்களைப் பயன்படுத்த முடியாத விவசாயத்தில் உழைப்பு என்பது உடம்பைக்கொண்டு வெறுமனே உழல்வதாகப் பொருளற்றுப் போகும்.

இயந்திரங்களைக் கூடுதலாகப் பயன்படுத்தி விவசாயம் விரைவில் மேலும் நவீனமாக வேண்டும் என்பது பொதுக் கருத்து. காவிரிப் படுகையின் முக்கால் பங்கு வயல்வெளிக்கு இயந்திரங்கள் செல்ல வழி இல்லை என்பது இங்கு விவசாயம் நவீனமாவதற்குப் பெரிய இடைஞ்சல். நெருக்கிப் பத்து லட்சம் ஏக்கர் நஞ்சைக்கு உரிய நேரத்திலோ, நினைத்த நேரத்திலோ இயந்திரங்கள் செல்ல இயலாது. விவசாயம் நவீனமாக வேண்டும் என்ற தீவிர விழைவோடு இந்த நிலவரத்தைப் பொருத்திப் பாருங்கள்!

விவசாயம் லாபகரமாக இல்லை என்பதற்கு இந்த நிலவரமும் ஒரு காரணம். உரிய நேரத்தில் வயலில் அறுவடை இயந்திரத்தை இறக்க முடியாமல் வாரக் கணக்கில் அறுவடை தாமதமாகி ஏக்கருக்கு மூன்றரை குவிண்டல்வரை சேதாரமாவது இங்கு வாடிக்கை. மூன்று ஏக்கர் சாகுபடி செய்யும் ஒரு விவசாயி அறுவடையின் தாமதத்தால் சேதாரமாகவே பத்து குவிண்டல் இழப்பாரானால் அவருக்கு என்ன மிஞ்சும்?

வயலுக்கு இயந்திரங்கள் செல்ல வழி உண்டானால் அதனால் வரும் உபரி நன்மைகள் எதிர்பார்ப்பதைவிட அதிகமாக இருக்கும். குறுவை சாகுபடிப் பரப்பில் குறைந்தது நாற்பது சதவீதமாவது அப்போது எளிதில் கூடிவிடும். இப்படிக் கூடும் சாகுபடிப் பரப்பும் பெரும்பாலும் சிறு விவசாயிகளின் உடைமை இருபோக நிலமாக மாறுவதால் ஏற்படும். சாகுபடிப் பரப்பையும், பாசனம் பெறும் நிலப் பரப்பையும், உற்பத்தியையும் அதிகரிக்க வேண்டும் என்ற அரசின் நோக்கத்துக்கு இது எந்த அளவுக்கு, எவ்வளவு எளிதாக உதவக்கூடும் என்பதையும் பாருங்கள். இன்றைய குறுவை நெல் உற்பத்தியைப் போல் குறைந்தது ஒன்றேகால் மடங்காவது உற்பத்தி கூடும்.

சாலையான வரப்புகள்

வயலுக்கு இயந்திரங்கள் போக சாலை அமைப்பது சாத்தியமா என்று நீங்கள் கேட்கக்கூடும். நூறு வேலி கிராமமானால் அதற்குக் குறைந்தது மூன்று பாசன வாய்க்காலும் ஒரு வடிகாலுமாவது இருக்கும். இதன் கரைகளை உடைத்துப் பரப்பி, வாய்க்கால்களைத் தூர் வாரும் மண்ணைக் கொண்டே கரைகளை அகலப்படுத்திவிடலாம்.

இது கற்பனை என்று நினைக்காதீர்கள். பல கிராமங்களில் முன்பு குபேட்டா செல்லக்கூடிய அகலத்துக்குக் கரைகளாக இருந்தவை காலப்போக்கில் சிறு வரப்பாகக் குறுகியது பலருக்குத் தெரிந்திருக்கும். அந்த இடங்களில் இவற்றை மீட்டுக்கொண்டாலே போதும். உள் கிராமங்களுக்குச் சாலை அமைக்கும்போதும், பேருந்துக்குச் சாலை அமைத்தபோதும்கூட, வயல் வரப்பை உடைத்துப் பரப்பி சாலை அமைப்பதும் காவிரிப் படுகையில் வழக்கம்தானே! இந்த முறைகளுக்கு வாய்ப்பு இல்லை என்று இருக்கும் இதர சில கிராமங்களில் ஊர் ஒற்றுமையைக் கொண்டு வழி ஏற்படுத்தலாம். ஒவ்வொரு மாவட்டத்துக்கும் பத்து கிராமங்களில் இதை முன்னோட்டமாகச் செய்து

காண்பிக்கலாம். கிராமப் பொதுமையை மையப்படுத்திய முந்தைய கலாச்சாரத்தை ஒத்த ஒரு புது விவசாயக் கலாச்சாரம் காவிரிப் படுகையில் பிறக்கும். வயலுக்கு இயந்திரங்கள் செல்ல வழி இல்லை என்பதை இன்றைய பிரச்சினையாக அங்கீகரிக்க வேண்டும். அப்படிச் செய்வது மட்டுமேகூட விவசாயிகளுக்கு உதவ முனையும் அரசுக்கு நல்ல அடையாளமாக அமையும்.

(இந்து தமிழ் திசை, 10.08.2021.
கூடுதல் தகவல்களுடன்.)

8. காவிரி நெல்லுக்குக் கொள்முதல் தேவை; வல்முதல் எதற்கு?

காவிரிப் படுகை இந்த ஆண்டும் வானம் பொழிந்து விளைந் துள்ளது. விளைந்த நெல்லை தமிழ்நாடு நுகர்பொருள் வாணிபக் கழக கொள்முதல் மையத்தில் விற்கலாம். அங்கே சிப்பத்துக்கு முப்பது ரூபாய் கொடுத்து காவிரி நெல்லை விவசாயிகள் செல்லுபடியாக்க வேண்டும். முப்பது என்பது இடம், காலம் பொறுத்துக் கூடுமே தவிர குறையாது.

புதிய சொற்களைச் செய்வதில் எனக்கு ஆர்வமில்லை. இருந் தாலும், விவசாயிகளிடம் வலுக்கட்டாயமாகப் பணம் பெறுவதால் இந்த வகை கொள்முதலுக்கு 'வல்முதல்' என்பது பொருந்தும்போல் தெரிகிறது. நெல்வளத்தோடு சொல்வளமும் பெருகினால் அதை வேண்டாம் என்றா சொல்வோம்?

அமர வசனம்

திரைப்பட வசனங்களில் சில அமரத்துவம் வாய்ந்தவை. எப்போதோ பேசிய வசனம் என்றாலும் இப்போதும் கச்சிதமாகப் பொருந்திக் கொள்ளும். அல்லது, மனித குலத்தின் வரலாறு நின்ற இடத்திலேதான் நிற்கிறது என்பதாகக்கூட இருக்கலாம். துரையே என்றாலும் ஜாக்சனைச் சற்றுக் கீழே வைத்து வீரபாண்டிய கட்டபொம்மன், "வானம் பொழிகிறது, பூமி விளைகிறது, உனக்கு ஏன் தர வேண்டும் வரி?" என்று கேட்பார். அது காலனிய காலம். ஜனநாயகக் குடிமக்கள் அதிகார மையங்களைப் பார்த்து அப்படிப் பேச முடியுமா? வெட்டாற்றங்கரை வேங்கடகவிபோல், "இது தகுமோ? இது முறையோ; தருமம்தானோ?" என்று வேண்டுமானால் இறைஞ்சலாம்.

இப்போது நில வரியாகச் சொல்லத் தக்கது எதுவும் இல்லை. ஆனால், நெல் விற்கும்போது நாற்பது கிலோ சிப்பத்துக்கு முப்பது ரூபாய் வீதம் ஏக்கருக்கு ஆயிரத்து முன்னூற்றைம்பதுவரை கொள்முதல் நிலையத்துக்குக் கொடுக்க வேண்டியிருக்கும். சிப்பத்துக்கு விற்றுமுதல் ரூ.806 என்றால் உற்பத்தி வரி இப்போதுவரை 3.72 சதவீதம் என்று

வைத்துக்கொள்ள வேண்டும். ‘காவிரி நெல்லுக்குக் கலால் வரியா?’ என்று அசரக் கூடாது. நாற்பது வேலி கிராமமானால் அது மூன்று லட்சத்து அறுபதினாயிரம்வரை இந்த வகை வரியாகக் கொடுக்கக் கூடும். காவிரிக் கரை கிராமங்கள் ஒன்றுவிடாமல், விளைந்ததில் ஒரு கிலோ நெல் விடுபடாமல், இவ்வாறு கொடுக்கும். அறுபது வேலி, நூறு வேலி கிராமங்கள் என்றால் அததற்குத் தக்க. பழைய மதிப்பில் காவிரிப் படுகை பதின்மூன்றேகால் லட்சம் ஏக்கர். கணக்குக்காக அல்ல, உங்களுக்குப் பிடிபடட்டும் என்பதற்காக.

சொல்லின் மூலப் பொருளில் சொல்வதானால் இதுதான் புரட்சி. கீழ் மேலாகும் வட்டச் சுழற்சி. நிலவரி பூஜ்யம் என்பதிலிருந்து விளையும் ஒவ்வொரு கிலோவுக்கும் எழுபத்தைந்து பைசா என்ற உச்சிக்கு வருவது. ஒரு வகை பசுமைப் புரட்சி என்று வைத்துக் கொள்ளுங்களேன்! விளைச்சல் அதிகம், உற்பத்தியும் அதிகம் என்றால் அந்த வீதத்துக்கு விவசாயிகள் கொடுக்க வேண்டிய பணமும் தன்னால் அதிகரிக்கும். இது அரசுக்குப் போகாது என்பது தெரிந்ததுதான். அங்கேயும் போகாமல் விவசாயிகளிடமும் தங்காமல் இடையில் எங்கேயோ சென்றுவிடும். இடைத்தரகர்களால் விவசாயிகளுக்கு இழப்பு வரக்கூடாது என்பதற்கான குறைந்தபட்ச ஆதரவு விலை தோற்றுவிடுகிறது.

பொறுப்பு முகவருக்கா முதலாளிக்கா?

இந்திய உணவுக் கழகத்தின் முகவராக தமிழ்நாடு நுகர்பொருள் வாணிபக் கழகம் கொள்முதல் செய்கிறது. தன் முகவரோ, ஊழியர் களோ தவறு செய்தால் மேலிருக்கும் முதலாளி சாதாரணமாக அதற்குப் பொறுப்பு. தான் கொடுத்த அதிகாரத்தைத் தாண்டி அவர்கள் தாங்களாகவே செய்யும் தவறுகள் இவை என்று இந்திய உணவுக் கழகம் நமக்குச் சமாதானம் சொல்லுமோ?

மாவட்ட நிர்வாகமும், ‘தவறு நடந்தால் தெரிவியுங்கள்’ என்று கைப்பேசி எண் ஒன்றைத் தரும். அதாவது, நடக்கிறது என்பதை விவசாயிகள் ருசுப்பிக்க வேண்டும். சென்ற அக்டோபரில் ‘தி இந்து’ ஆங்கில நாளிதழ் கொள்முதல் நிலையங்களில் நிகழும் முறைகேடு களை விரிவாகவே எழுதியது. மாவட்ட ஆட்சியர்களின் குறைதீர் கூட்டங்களில் விவசாயிகளும் குமுறுகிறார்கள். இந்தச் சூழலில், நடக்கிறது என்று விவசாயிகள் ருசுப்பிப்பதற்குப் பதிலாக நடக்க வில்லை என்று நிர்வாகம்தான் ருசுப்பிக்க வேண்டும். ருசுப்பிக்க

வேண்டிய பொறுப்பை நிர்வாகத்துக்கு மாற்றிச் சுமத்தும் அளவுக்கு இந்திய நியாயவியல் முன்னேறியிருக்கிறதா என்று விவசாயிகளுக்குத் தெரியாது.

சிப்பத்துக்கு மூன்றேகால் ரூபாய் பணியாளர்களுக்கு ஊதியமாக இருந்தது. முதிர்ச்சியுள்ள நிர்வாகப் போக்கில் தற்போது அதைப் பத்து ரூபாயாக உயர்த்தியது அரசாங்கம். கொள்முதல் நிலையங்களில் முன்பு நடந்த தவறு இனிமேல் நடக்காது என்று இப்போது எதிர்பார்ப்பது நியாயமே. ஆனாலும், சிப்பத்துக்கு முப்பது ரூபாய் தொடர்கிறது. ''கொடுக்காமல் ஒன்றும் நடக்காது'' என்றார் ஒரு விவசாயி. 'இப்போதுமா நடக்கிறது?' என்ற கேள்விக்குப் பதிலாக இதை அவர் சொல்லவில்லை. நிர்வாகத்துக்கும் குடிமக்களுக்கும் வாய்த்த உறவை வாழ்ந்து கழித்ததன் தத்துவமாக அது தொனித்தது.

விவசாயிகளைச் சிறுமைபடுத்தலாமா?

சட்டம், நியாயம், அரசுக்கு விசுவாசம், விவசாயிகளுக்கு இழப்பு, தனக்கு முறையற்ற ஆதாயம் - இந்தச் சாதாரணங்களைத் தள்ளுங்கள். விவசாயிகள் ஏழ்மைப்பட்டார்கள், அவர்கள் சிறுமையுமா பட வேண்டும்? ஆயிரம் ஆண்டுகள் தாண்டிய தன்னாட்சிப் பெருமை கொண்டவை நம் கிராமங்கள். அவை கூனிக் குறுக வேண்டுமா? அறுபது, எழுபது ஆண்டுகளுக்கு முன்பு காவிரிக் கரை கிராமங்களை இப்படிப் பணியவைத்திருக்க முடியாது. இதைப் பண இழப்பாக அவை பார்த்திருக்காது; கௌரவக் குறைவாகக் கருதியிருக்கும். இப்போது அப்படிக் கருதுவதில்லை என்பதுதான் கிராமங்கள் கண்ட தார்மீக முன்னேற்றம். இன்னொன்றும் சொல்லலாம். கையாள்வது நெல் என்பதை மறக்கக் கூடாது. அதற்குப் பொருள் மதிப்பைவிட மரபால் வரும் கலாச்சார மதிப்பு அதிகம்.

இறந்தவர் காடு ஏகும் முன் படியில் நெல்லை நிரப்பி, அதில் நல்லவிளக்கு வைத்த நிறைநாழியை அவர் கையில் கொடுத்து வீட்டுக்குள் வாங்கிக்கொள்கிறார்கள். அளந்து கொடுத்ததிலிருந்து நான்கு, ஐந்து நெல்லை அளந்த மரக்காலில் திரும்பப் போட்டுக் கொள்வது வழக்கம். நெல் கதிரில் குஞ்சம் கட்டி கோயிலில் வேண்டு தலாகத் தொங்கவிடுகிறோம். வீட்டு நிலையில் சாணம் கொண்டு நெல் கதிரை ஒட்டிவைக்கிறோம். நெல்லைச் சிரசில் போட்டு ஆசி கூறுவார்கள். பரப்பிய நெல்லின் மேல் பட்டுப் பாய் போட்டு மணமக்களை அமர்த்துகிறார்கள். அம்மை போட்டிருக்கும் வீட்டார்

நெல் கொடுக்க மாட்டார்கள்; மாரியம்மனின் முத்துக்கு நிகரானது நெல். நெல்லில் எழுதி குழந்தை தன் படிப்பைத் துவக்குகிறது. சிலையும் ஒரு மண்டலம் நெல்லுக்குள் வசித்து கோயிலில் வீற்றிருக்கத் தகுதி பெற வேண்டும். வீட்டில் நடக்கும் ஹோமங்களிலும், குழந்தை பிறந்த பத்தாவது நாளிலும் நெல்லைத் தானமாகக் கொடுக்கிறார்கள். மகான்களின் பிறந்தநாளில் நெல் வித்து பிரசாதம்.

அறிவு அறியாத ஆழ்மனதில் வேர்விட்டவை மரபுகள். அவற்றைப் பற்றிக்கொண்டு அங்கே கிடக்கும் நெல்லின் பெயரால் தவறு செய்யக் கூடாது. தை மாத வரவான நெல்லை இரண்டு கைகளிலும் அள்ளிப் பாருங்கள். புத்தாடை உடுத்தி உங்கள் வீட்டுக்குள் வரும் பெண் குழந்தைபோல், "நல்லா இருக்கேனா நான்?" என்று சிரிக்கும். அது நம்மைப் பார்த்து முகத்தைத் திருப்பிக்கொள்ளக் கூடாது. வல்முதல் வேண்டாமே!

(இந்து தமிழ் திசை, 09.02.2022.
மேலும் சில தகவல்கள், திருத்தங்களுடன்.)

9. கீழத் தஞ்சையும் கொஞ்சம் வாழட்டுமே!

தமிழ்நாட்டின் எல்லாப் பகுதிகளும் சமச்சீர் வளர்ச்சி காண வேண்டும் என்று தமிழக முதல்வர் பல கூட்டங்களில் பேசியுள்ளார். பொருளாதார வளர்ச்சியில் இது பொதுவாகவே விரும்பத்தக்க இலக்கு. சில பகுதிகள் வளர்ச்சியில் பின்தங்கிவிடுவது இயல்புதான். ஆனால் நாகப்பட்டினம், திருவாரூர், மயிலாடுதுறை மாவட்டங்கள் சேர்ந்த கீழத் தஞ்சையை 'வாழ்ந்து கெட்ட பகுதி' என்ற ஒரு புது வகையில் வைத்துப் பார்க்க வேண்டும்.

இப்பகுதி திரங்கிப்போனது என்பதற்கு நான் புள்ளி விவரங்கள் கொடுக்க இயலாது. இது என் மட்டிலான வெறும் அபிப்பிராயமும் அல்ல. நாட்டின் பல பகுதிகளைப் பார்த்திருக்கும் ஒரு நண்பர், ''மக்கள் இங்கு வளர்ச்சி குன்றியவர்களாகத் தெரிகிறார்கள்'' என்றார். அவர் மனிதர்களின் உடல் ஊட்டத்திலிருந்தே தன் அபிப் பிராயத்தைச் சொல்லத் துவங்கினார். இன்னொருவர், ''இங்கு பெரிய கட்டடங்களையே பார்க்க முடிவதில்லையே!'' என்று வியப் படைந்தார். பேருந்தில் என்னோடு இருந்த ஒரு சக பயணி, ''இரண்டு மணி நேரமாக ஏன் ஊர்ந்துகொண்டிருக்கிறோம்? தஞ்சாவூரி லிருந்து திருவாரூர் ஐம்பத்தாறு கிலோமீட்டர்தானே!'' என்று நொந்து கொண்டார்.

ஒரு சிக்கலான பிரசவம் என்றால் நாகப்பட்டினத்திலிருந்து தஞ்சாவூர் விரைவது வழக்கம். விழுந்து காலை முறித்துக்கொண்டால் வசதி குறைவானவரும் எப்பாடு பட்டாவது திருவாரூரிலிருந்து கோயம்புத்தூர் செல்கிறார். ஓரளவு வசதி உள்ளவர்கள் தங்கள் குழந்தைகள் படிப்பதற்கு அவர்களை திருச்சி அல்லது அதற்கும் மேற்கே அனுப்பிவிடுகிறார்கள். இங்கு இருக்கும் மத்தியப் பல்கலைக் கழக மாணவர்களும் அலுவலர்களும், ''ஆசைக்குச் சாப்பிட வேண்டு மென்றால் தஞ்சாவூர் அல்லது கும்பகோணம் போக வேண்டியிருக் கிறது'' என்றார்கள். விரும்பி இங்கு இடமாறுதல் கேட்டு வரும் உயர் அதிகாரிகளைக் காண்பது அரிது.

இப்படி, உடல்நலம், மருத்துவம், கல்வி, போக்குவரத்துக் கட்டமைப்பு, அரசு அல்லது தனியார் முதலீடு என்று எதை எடுத்துக் கொண்டாலும் கீழத் தஞ்சை பின்தங்கிய பகுதிதான். ஆனால் நீர், நிலம், மனித வளம் போன்றவற்றிலும் பருவ மழை, கடற்கரை போன்ற சாதகமான புவியியல் காரணிகளிலும் தமிழகத்தின் சிறப்பான பகுதிகளுக்குக் கீழத் தஞ்சை சளைத்ததல்ல. எழுதப் படிக்கத் தெரிந்தவர்கள் சராசரி 83 சதம். சமூக இணக்கத்தால் வரும் நீடித்த அமைதியும் மற்ற பகுதிகளைவிட இங்கு சிறப்பாகவே உள்ளதாகச் சொல்லலாம்.

நில உச்சவரம்புச் சட்டமும் பெருவாரியாக வெற்றிபெற்றது. ஏக்கருக்கு நெல் 1.2 டன் விளையுமா என்றிருந்த நிலைமை 1960களில் அறிமுகமான பசுமைப் புரட்சியால் இன்று சராசரி 1.8 டன் என்றானது. கீழத் தஞ்சையின் மூன்று மாவட்டங்களிலும் குறைந்தது ஏழேகால் லட்சம் ஏக்கரில் நெல் சாகுபடி நடக்கிறது. தமிழகத்தின் நெல் சாகுபடி பரப்பில் இது ஏழில் ஒரு பங்குக்குக் கூடுதல். குறுவை, தாளடி, சம்பா மூன்றையும் சேர்த்துப் பார்த்தால் இங்கு விவசாயிகள் ஆண்டுதோறும் நாலாயிரம் கோடிக்குக் குறையாமல் நெல் சாகு படியில் முதலீடு செய்கிறார்கள். இது ஒரு சாகச முயற்சி என்று தெரிந்தேதான் அதில் ஈடுபடுகிறார்கள். 22 லட்சம் மெட்ரிக் டன் நெல் உற்பத்தியாகிறது. இது தமிழக நெல் உற்பத்தியில் நான்கில் ஒரு பங்கைத் தொடக்கூடும்.

இங்கு உள்ள மக்கள்தொகை ஏறத்தாழ 29 லட்சம். சதுர கிலோ மீட்டருக்குச் சராசரியாக நெருக்கி அறுநூறு நபர்கள். அதாவது, தமிழக சராசரி மக்கள்தொகை அடர்த்திக்குச் சற்றுக் கூடுதல். சாதிய கட்டமைப்பின் இறுக்கமும் காலப்போக்கில் மற்ற பகுதிகளைவிட இங்கே விரைவாகத் தளர்ந்தது. கலாச்சார ரீதியாகப் பெரும் மரபு ஒன்றுக்குச் சொந்தமான பகுதி. பிறகு என்ன காரணத்தால் இது வளர்ச்சி குன்றிய பகுதியானது? கீழத் தஞ்சையை ஒன்றிய அரசும், மாநில அரசும் போட்டியிட்டு வஞ்சிக்கின்றன என்று சொல்ல முடியுமா? அல்லது அரசுகளின் வளர்ச்சித் திட்ட போதாமை என்ற வழக்கமான காரணத்தைச் சொல்லலாமா? அரசு, தனியார் முதலீடுகள் இங்கு மிகக் குறைவு என்பது காரணமா?

முப்பது ஆண்டுகளாகப் பேரளம் - காரைக்கால், மயிலாடுதுறை - தரங்கம்பாடி ரயில் வழித்தடங்களில் வண்டிகள் செல்லவில்லை.

இருபது ஆண்டுகளுக்கும் மேலாக திருத்துறைப்பூண்டி - வேதாரணியம் ரயில் தடத்தில் நின்றுபோயிருந்த போக்குவரத்து இப்போதுதான் சன்னமாகத் துவங்கியிருக்கிறது. பதின்மூன்று ஆண்டுகளாகப் போக்கு வரத்து இல்லாமலிருந்த திருவாரூர் - காரைக்குடி ரயில் தடம் மூன்று ஆண்டுகளுக்கு முன் ஒரேயொரு வண்டியோடு பெயரளவு பயன் பாட்டுக்கு வந்தது. காலனிய அரசு உருவாக்கிய வசதிகளைச் சுதந்திர இந்தியா பராமரித்துக்கொள்ளக்கூட வழி செய்யவில்லை என்று கூறத் தோன்றுகிறது. திருக்குவளை வழியாக வேளாங்கண்ணியி லிருந்து திருத்துறைபூண்டிக்கான புது ரயில் தட வேலை ஒரு மாமாங்கமாக நடந்துகொண்டிருக்கிறது. அன்றைய முதல்வர் கலைஞர் தன் ஊரிலிருந்து ஏழு மைல் சென்றுதான் ரயில் நிலையம் அடைய முடியும் என்ற நிலைமை மாறி தன் ஊருக்கு விரைவில் ரயில் வரப்போவதாக மகிழ்ந்திருந்தார்.

நாகப்பட்டினம் - தஞ்சாவூர் ரயில் தடத்தில் அரை நூற்றாண்டுக்கு முன் புகைவண்டிகளுக்குக் கூடுதலாக மணிக்கு ஒரு கோச் வண்டியும் ஓடியது. இந்த ரயில் தடம் 1859ஆம் ஆண்டு தமிழக வரலாற்றில் இரண்டாவது தடமாக உருவானதாக இருக்கலாம். மயிலாடுதுறை வழியாகச் செல்லும் கடலூர் - தஞ்சாவூர் ரயில் தடத்தை இரட்டை வழித் தடமாக மாற்ற ஐம்பது ஆண்டுகளாகவே முன்மொழிவு இருக்கிறது. மன்னார்குடிக்கும் திருத்துறைப்பூண்டிக்குமான புதுத் தடத்துக்கு 1952 வாக்கில் நில அளவை நடந்திருந்தது. பல ரயில்வே பிரிவுகளாக இருந்தவற்றைத் தொகுத்து அந்தத் தொகுதிகளில் ஒன்றாகத் தென்னக ரயில்வே அமைப்பை உருவாக்கிய அன்றை இந்திய ரயில்வே அமைச்சரும் துணை அமைச்சரும் இந்தக் கீழத் தஞ்சையைச் சேர்ந்தவர்கள் (கோபால்சாமி ஐயங்கார், கே.சந்தானம்).

தஞ்சாவூர் - நாகப்பட்டினம் நெடுஞ்சாலையை அகலப்படுத்த 2009 வாக்கில் துவங்கிய வேலை இன்னும் முடியவில்லை. இது எழுபது ஆண்டுகளுக்கு முன்பாகவே திட்டமிடப்பட்ட நாகப்பட்டினம் - கடலூர் தேசிய நெடுஞ்சாலையின் ஒரு பகுதி என்று எனக்கு நினைவு. முடிந்தவர்கள் பல ஆண்டுகளாக இந்தச் சாலையைத் தவிர்த்து மன்னார்குடி வழியாகத் தஞ்சை செல்கிறார்கள்.

காவிரியின் பெருங்கிளைகள் சுமார் இருபத்தைந்தும் அவற்றுக் கான வாரி, வடிகால், வாய்க்கால் என்று அரச இலையின் நரம்பாகக் கிடக்கும் இந்தப் பகுதிக்கு வேண்டிய பாலங்களும் சாலைகளும்

போதிய அளவுக்கு இல்லை. கீழத் தஞ்சை டெல்டாவின் கடைமடை. இதன் புவி அமைப்புக்கு ஏற்ற வகையில் வடிவமைக்கப்படும் சாலைக் கட்டமைப்பும் வாகன வடிவமைப்பும் தேவை. ஆனால், கீழத் தஞ்சையில் ஓடும் அரசுப் பேருந்துகள் பெரும்பாலும் அரசின் விரைவுப் பேருந்துக் கழகம் காலாவதியானதாகக் கழித்த வண்டிகள்.

1985 என்று நினைவு. நாகப்பட்டினம் ரோட்டரி சங்கத்தின் ஆதரவில் கீழத் தஞ்சை பிரச்சினைகள் குறித்து ஒரு கூட்டத்துக்கு நானே முயன்று ஏற்பாடு செய்திருந்தேன். பல ஆண்டுகள் தலைமைச் செயலர்களாகப் பணியாற்றி அப்போது ஓய்வுபெற்றிருந்த கார்த்திகேயன், சொக்கலிங்கம் இருவருடன் ஓய்வுபெற்ற போக்கு வரத்துத் துறைச் செயலர் பசுபதியும் கூட்டத்தில் கலந்துகொண்டார். சொக்கலிங்கமும் பசுபதியும் கீழத் தஞ்சையைச் சேர்ந்தவர்கள். தாம்பரம் அருகில் பொன்மார் கிராமத்தின் விவசாயக் குடும்பத்தைச் சேர்ந்த கார்த்திகேயன் ஒட்டுமொத்த தஞ்சை மாவட்ட ஆட்சியராகச் சிறப்பாகப் பணியாற்றியவர். மூவருமே இந்தப் பகுதியின் வளர்ச்சிக்குப் போக்குவரத்து வசதியைக் குறிப்பாக வலியுறுத்தினார்கள். பசுபதி தன் முயற்சியில் இங்குள்ள கிராமங்களுக்குத் தொலைபேசி வசதியை ஏற்பாடு செய்ததைச் சொன்னார். ஒரு பகுதியின் வளர்ச்சிக்கும் அதன் வெளிஉலகத் தொடர்புக்கும் நேர் விகிதத் தொடர்பு உண்டு.

அதற்கும் கிட்டத்தட்ட கால் நூற்றாண்டு கழிந்து 2009இல் அன்றைய முதல்வர் கலைஞர் தலைமையில் மத்தியப் பல்கலைக் கழகத் துவக்க விழா திருவாரூரில் நடந்தது. விழாவில் பேசிய ஒன்றிய மனிதவள மேம்பாட்டு அமைச்சர் கபில் சிபல் திருவாரூருக்கு ரயில் தொடர்பு, வான் வழித்தொடர்பு இல்லை என்பதைக் குறிப்பிட்டார். பல்கலைக்கழக அமைவிடம் பற்றிய பொதுக் கருத்தாகவே இதை நாம் எடுத்துக்கொள்ளலாம்.

அதன் பிறகு பதின்மூன்று ஆண்டுகள் சென்றுவிட்டன. அன்றைய நிலைமையிலிருந்து இப்பகுதி இன்றைக்கும் மீண்டு வரவில்லை. இப்போது திருவாரூர் மத்தியப் பல்கலைக்கழகம் திருச்சிராப் பள்ளியில் தனக்கு ஒரு வளாகம் அமைத்துக்கொள்ளத் துவங்கி யிருக்கிறது. பல்கலைக்கழகத்துக்கு அழைக்கப்படும் பேராசிரியர்களும் மற்றவர்களும் இரண்டு நாட்கள் ரயில் பயணத்தில் செலவழித்து திருவாரூர் வந்துசெல்ல சம்மதிப்பதில்லை. அமைவிட ரீதியில்

திருச்சிராப்பள்ளிக்கு இருக்கும் அனுகூலம் திருவாரூருக்கு இருக்காது தான். ஆனால், அந்தக் குறைக்கு ஈடுசெய்யும் வழியில் கீழத் தஞ்சைக்குப் போக்குவரத்து வசதி உருவாக்குவது இயலாததல்ல.

நாகப்பட்டினம் ரோட்டரி சங்கச் சார்பில் நடந்த கூட்டத்தில் பேசிய முன்னாள் தலைமைச் செயலர் சொக்கலிங்கம் தன் அனுபவம் ஒன்றை இப்படி விவரித்தார்: ''சிறிய பிரச்சினையானாலும் நான் தலைமைச் செயலாரக இருந்தபோது கோயம்புத்தூர் பகுதி மக்களிட மிருந்து ஏகமாக தந்திகள் வரும். ஆனால், பெரிய பிரச்சினை என்றாலும் நம் பகுதியிலிருந்து (கீழத் தஞ்சை) ஒரு இன்லண்ட் கடிதம் கூட எனக்கு வந்ததில்லை''.

மக்களின் மனப்பான்மையில் பகுதிக்குப் பகுதி உள்ள வேறுபாடு என்று மட்டும் இதை எடுத்துக்கொள்ளக் கூடாது. பொதுத் தேர்தல் களும், தன்னார்வ நிறுவனங்கள் அனைத்தும் மக்களைப் பிரதிநிதித் துவப்படுத்துமே என்றும் நினைக்க முடியாது. முன்னாள் முதல்வர் பக்தவத்சலம் ஒரு முறை, ''தற்போது யார் சென்றாலும் மக்கள் ஆயிரக்கணக்கில் முறையீடுகளும் மனுக்களும் தருகிறார்கள்... ஜன நாயக முறையில் மக்கள் தங்களை எவ்வளவு தூரம் ஈடுபடுத்திக் கொள்ள விழைகிறார்கள் என்பதையும் இதனால் தெரிந்துகொள் கிறோம்'' என்றார். சில தசாப்தங்களாகவே அன்றாடம் அனுபவிக்கும் போக்குவரத்து இன்னல்களைக் கீழத் தஞ்சை மக்கள் ஏன் ஒரு பிரச்சினையாகவே எடுத்துக்கொள்வதில்லை? இவை ஏன் உரிய மட்டத்தில் பிரதிபலிப்பதில்லை? 'இதற்கெல்லாம் நிவாரணமே இல்லை, நம்மால் தீர்த்துக்கொள்ளப்படும் பிரச்சினைகள் அல்ல இவை' என்பதாக ஒரு அவநம்பிக்கை அவர்களுக்கு வந்திருந்தால் அது சந்தடி இல்லாமல் வந்த பெரிய ஆபத்து! தமிழகத்தின் வேறு பகுதிகள் இந்தப் பிரச்சினைகளை இவ்வளவு காலம் சகித்துக் கொண்டிருக்கும் என்று தோன்றவில்லை. அரசியல் சூட்டிப்புக்குப் பெயர்போன இப்பகுதி மக்களின் இந்த மனப்போக்குதான் எனக்குப் புதிராக இருக்கிறது.

இன்னொன்றையும் இங்கே சொல்ல வேண்டும். எழுத்தில் உள்ள நுட்பங்களை விளக்கும் என் துறைத் தலைவர், ''முறையீட்டை பொருத்தவரை அதைத் தெளிவாகவும் தகுந்த விவரங்களோடும் எழுதி விட்டாலே உங்கள் பிரச்சினையில் பாதி தீர்ந்த மாதிரிதான்'' என்பார். நிர்வாகத்தில் உள்ளவர்களுக்கு இது உண்மை என்பது தெரியும்.

அண்மையில் கீழத் தஞ்சை போக்குவரத்துப் பிரச்சினையைக் கவனப்படுத்தும் நோக்கில் ரயில் மறியல் ஒன்று நடந்தது. கவனப் படுத்தும் முயற்சி இப்படிப் போராட்ட வடிவம் எடுப்பது மக்களாட்சியில் இயல்புதான். ஆனால், வெகுஜனங்கள் தங்கள் பிரச்சினைகளைத் தாங்களாகவே சொல்லும் எளிய வடிவங்களுக்கும் பழக வேண்டும். அவ்வாறு அவர்கள் சொல்லும்போது நிர்வாகம் அதை மதிக்கவும் பழக வேண்டும். அது மக்களாட்சியில் மக்கள் பங்கேற்பை ஊக்கப்படுத்தும் செயல்.

கீழத் தஞ்சையில் இருந்த அமைப்புகள் மேற்கே நகர்வது அல்லது மெல்லத் தேய்வது 19ஆம் நூற்றாண்டிலேயே துவங்கிவிட்டது. முதலில் நினைவுக்கு வருவது நாகப்பட்டினத்தில் 1844இல் துவங்கி, 39 ஆண்டுகள் அங்கே இயங்கி, 1883இல் திருச்சிராப்பள்ளிக்கு இடம் பெயர்ந்த புனித சூசையப்பர் கல்லூரி. தேசிய முக்கியத்துவத் தகுதி பெற்ற இந்திய உணவுப் பதனிடும் தொழில்நுட்பக் கழகம் (IIFPT) 1967இல் திருவாரூரில் ஆராய்ச்சி மற்றும் மேம்பாட்டுக்கு சோதனைக் கூடமாகத் துவங்கி 1972இல் ஒரு சிறப்பான வளர்சிக் கட்டத்தை எட்டியது. பின்னார் 1984இல் தஞ்சாவூருக்கு இடம் மாறிய இந்த ஒன்றிய அரசின் அமைப்பு, ஆராய்ச்சி மற்று கல்வி நிலையமாக (NIFTEM -T) இப்போது அங்கே வியத்தகு வளர்ச்சியைப் பெற்றுள்ளது. திருச்சி தூவாக்குடியில் உள்ள தமிழ்நாடு பாசன மேலாண்மை பயிற்சி நிலையத்தின் (IMTI) திருவாரூர் மையம் குறிப்பிடத் தகுந்த வளர்ச்சியடைந்ததாகத் தெரியவில்லை.

நான் பள்ளியில் படித்த காலத்தில் மலேயா, சிங்கப்பூரிலிருந்து எஸ்.எஸ். ரஜூலா, எம். வி. சிதம்பரம் என்று இரண்டு பயணியர் கப்பல்கள் நாகப்பட்டினம் துறைமுகத்துக்கு வரும். அவற்றின் வருகை நின்று போனது. நாகப்பட்டினத்தில் இயங்கிய இரும்பு வார்ப்பு ஆலையும், பின்னர் இரும்பு உருக்கு ஆலையும் மூடப்பட்டன. இவை தமிழகத்தில் துவங்கப்பட்ட முதல் சில ஆலைகளுள் இரண்டாக இருக்கலாம். அன்றைய காப்பி பிரியர்கள் வீட்டிலேயே உடனுக்குடன் காப்பி கொட்டையை வறுத்து அரைத்துக்கொள்ளும் கை இயந்திரம் நாகப்பட்டினத்தில் வார்க்கப்பட்டதை அறிவார்கள். இரும்பு வார்ப்பில் இப்பகுதிக்கு ஒரு வரலாற்றுப் பாரம்பரியம் உண்டு.

வடபாதி மங்கலத்தில் இயங்கிய ஆரூரான் சர்க்கரை ஆலை கொல்லுமாங்குடிக்கு இடம்பெயர்ந்து, பின்னர் மேலத் தஞ்சைக்குச்

சென்றுவிட்டது. மயிலாடுதுறைக்கு அருகில் இயங்கிய கூட்டுறவு சர்க்கரை ஆலை சில காலமாக இயங்கவில்லை. திருவாரூருக்குத் தெற்கில், திருக்குவளைச் சாலை சூரமங்கலத்தில் ஒரு கூட்டுறவு பால் உற்பத்தியாளர் சங்கம் இயங்கியது. ஐந்து தாலுக்காவில் கிளை களோடு சிறப்பாக இயங்கிய இச்சங்கம் மூன்று தசாப்தங்களுக்கு முன்பு மூடப்பட்டது. இந்திய உணவுக் கழகம் இப்பகுதியில் துவங்கிய நெல் அரவை ஆலைகள் செயல்படுவதில்லை.

நாகப்பட்டினம் சிறுதொழில் வளர்ச்சிக் கழகத் தொழிற்கூடங்கள், 1954 வாக்கில் துவங்கிய திருத்துறைப்பூண்டி கொருக்கை உம்பளச் சேரி மாட்டுப் பண்ணை என்று தேக்க நிலையில் இருப்பவற்றையும் நான் குறிப்பிட வேண்டும். எல்லா ஊர்களிலும், சிலவற்றில் ஒன்றுக்கு இரண்டு, மூன்று என்ற எண்ணிக்கையிலும் இருக்கும் உழவர் சந்தை இன்றுவரை திருவாரூருக்கு வரவில்லை.

1970களின் துவக்கத்தில் வந்த காவிரி நவீனப்படுத்தும் திட்டத்தில் பாசனத்துக்காகப் பல வேலைகள் நிறைவேறின. கிராம மட்டத்தில் கூட விவசாயிகளுக்கான கதிரடிக்கும் களங்கள், வாய்க்கால் சந்திப்பு களில் பலகை செருகும் மதகுகள், கான்க்ரீட் கவணைகள் என்று கடைக்கோடி மக்கள்மீதும் அப்போது உண்மையான அக்கறை இருந்தது. ஆனால், 1986 வாக்கில் பேசப்பட்ட டெல்டா வளர்ச்சி ஆணையம் (Delta Development Authority) அந்தக் கட்டத்திலேயே மறைந்துவிட்டது. பெரும் ஆரவாரத்தோடு 2020இல் வந்த பாது காக்கப்பட்ட வேளாண் மண்டல மேம்பாட்டுச் சட்டத்துக்குத் தொடர் நடவடிக்கை எதுவும் இல்லை.

கீழத் தஞ்சைக்குப் பருவ மழைக்கால வெள்ளப் பிரச்சினை ஆண்டுதோறும் வரும். தஞ்சைக்கு மேற்கிலிருக்கும் முதலைமுட்டி வாரிக்கும் இந்தப் பிரச்சினைக்கும் நெருங்கிய தொடர்பு. இன்றைய முதல்வர் முதலைமுட்டி வாரியைச் சென்று பார்த்தார் என்ற நாளிதழ் செய்தியை ஓராண்டுக்கு முன்னர் பார்த்தேன். கீழத் தஞ்சை வெள்ளப் பிரச்சினைபற்றிய அரசின் வழக்கமாகிப்போன அணுகு முறையில் அடிப்படை மாற்றம் ஏற்பட்டிருப்பதாக ஒரு நம்பிக்கை வந்தது. அந்த நம்பிக்கையின் உந்துதலால் கீழத் தஞ்சை வளர்ச்சியின் தேக்க நிலை குறித்து எழுத வேண்டும் என்று தோன்றியது. மருத்துவம், கல்வி, சாலை மற்றும் ரயில் தொடர்பு இங்கு விரைவில் மேம்படா விட்டால் வளர்ச்சியை எதிர்பார்க்க இயலாது. இது எல்லாப்

பகுதிகளுக்கும் பொதுவானதுதான். இருந்தாலும் கீழத் தஞ்சை இந்த வகையில் மிகவும் பாவப்பட்ட பகுதி என்பதை நான் மீண்டும் சொல்ல வேண்டும். இந்த நிலைமை தொடர்வது வளர்ச்சியில் தமிழகப் பகுதிகளுக்கிடையே விட்டோட்டம் என்ற பிரச்சினை மட்டுமல்ல. சென்ற நூற்றாண்டு முதல் கீழத் தஞ்சை பெரும் அளவில் மக்கள் புலம்பெயர்வு தொடரும் பகுதி. வெளிமாவட்டங்களிலிருந்து வருபவர்களும் இங்கு நிலைப்பதில்லை. விளைவாக, எஞ்சி இருக்கும் மக்கள்தொகையின் தன்மையிலும் வேறுவகை பிரச்சினைகள் வரும் என்பதை மக்கள்தொகையியலர்கள் அறிவார்கள்.

('அருஞ்சொல்' மின்னிதழ், 21.02.2023. தலைப்பு: 'முதல்வரே... காவிரிப் படுகையைக் கொஞ்சம் கவனியுங்கள்'.)

10. காவிரியை எப்படிச் செலவழிக்கிறோம்?

எழுபது ஆண்டுகளுக்கு முன்பு, 'அம்மா காவேரிக்குப் போயிருக் கிறார்' என்று ஒருவர் எழுதி அதை நாம் இப்போது வாசிக்க நேர்ந்தால் சொல்லின் பொருளைத் தாண்டி நமக்குள்ளே ஒரு அர்த்தம் தொனிக்கும். அப்போதெல்லாம் அம்மா காவிரியில் குளித்துவிட்டுச் சமைப்பதற்கு ஒரு குடம் தண்ணீரும் வீட்டிற்கு எடுத்து வருவார். இப்படியும் ஒரு காலம் இருந்ததா என்று ஆச்சரியப்படுவோம். இப்போது காவிரித் தண்ணீரைக் குடிக்க முடியாது. தோல் நோய் வருமோ என்று கடைமடைவாசிகள் காவிரியில் குளிக்க அஞ்சுவார்கள். நதிக் கரையில் வளரும் நாகரிகம் அந்த நதியைத் தன் முதிர்ச்சியாலேயே அழித்துவிடும் முரணுக்குக் காவிரி துலக்கமான எடுத்துக்காட்டு.

பத்தொன்பதாம் நூற்றாண்டின் பின்பாதியும் இருபதாம் நூற்றாண்டின் முன்பாதியுமான நூறு ஆண்டுகள் காவிரிப் படுகை நீர்ப்பாசனத்தின் பொற்காலம். 1840 வாக்கில் ஸ்ரீரங்கத்துக்கு மேற்கே முக்கொம்பில் அடைத்துத் திறக்கும் வசதியோடு காவிரியிலும் கொள்ளிடத்திலும் மதகுகள் வந்தன. கிழக்கே கல்லணையிலும் காவிரியின் நீரோட்டத்தைத் தேவைக்கு ஏற்ப கூட்டியோ, குறைத்தோ அல்லது முற்றிலும் நிறுத்தி, கொள்ளிடத்தில் திருப்பிவிடவோ பலகைக் கதவுகள் வந்தன. 1934இல் மேட்டூர் அணை. மேட்டூர் அணைக்கும் எழுபது, எண்பது ஆண்டுகளுக்கு முன்பிருந்தே, டெல் டாவில் காவிரி கிளைக்கும் கவர் எல்லாவற்றிலும் ஏற்றி இறக்கும் பலகைகளோடு மதகுகள் வந்துவிட்டன. காவிரிப் படுகையின் வெள்ள அபாயம் வெகுவாகத் தணிந்தது. வடிகால்களின் திறன் கூடியது. விவசாயத்துக்குச் சீரான நீர்வரத்து உறுதிப்பட்டது. இவை யெல்லாம் காலனிய அரசு காலத்தில் ஏற்பட்ட பாசன, வடிகால் மேம்பாடுகள்.

மதகுகள் மாற்றிய பண்பாடு

இவை ஒவ்வொன்றையும் காவிரிப் படுகைக் கலாச்சாரம் ஏந்திக் கொண்ட விதம் சுவாரசியமானது. வெள்ளத்துக்குப் பயந்து ஒன்றரை ஆள் உயரத்தில் திண்ணையும் தரையும் வைத்து வீடுகள் கட்டப்பட்ட காலம் மாறி 1950களிலிருந்தே இரண்டடி உயரத்தில் தரை மட்டம் போதும் என்று புதிய வீடுகள் தணிந்துகொண்டன. அதாவது, கல்லணையில் பலகை பொருத்தப்படுவதற்கு முந்தைய வீடுகள், அதற்குப் பிந்தைய வீடுகள் என்று இரண்டு கட்டட மோஸ்தர்கள். கல்லணையில் பலகை பொருத்தப்பட்டால் திருத் துறை பூண்டியில் வீடுகளின் தரைமட்டம் தணிகிறதே என்று நீங்கள் வியப்பீர்கள். காவிரிப் படுகை என்ற புனல் நாட்டில் அது இயல்பு.

காவிரிப் பாசனப் பகுதி கிராமங்களின் முதல் மடை பாசனத்தில் இருந்த நிலம் குறுவை, தாளடி என்று இருபோக நிலமானது. இப்படி இருபோகமானது வெண்ணாறு பாசனப் பகுதியில் குறைவு. குறுவை நெல்லுக்கு மயிலாடுதுறை பகுதியில் பெரிய சந்தை உருவானது. கேரள மக்களின் தேவை அதிகரித்தால் இந்தச் சந்தையில் குறுவை நெல்லின் விலை கூடும். வறட்சிக்கும் வெள்ளத்துக்கும் அஞ்சி, சீண்டுவார் இல்லாமல் கிடந்த சொற்ப விலை நிலங்களை அந்தந்தக் கிராமத்தில் நலிந்தவர்களால் துணிந்து விலைகொடுத்து வாங்கிக் கொள்ள முடிந்தது. இப்படிச் சமூகத்தின் அடித்தட்டிலிருந்து சிறிய நில உடைமையாளர்கள் அப்போது புதிதாக உருவானார்கள். பரம்பரை நில உடைமையாளர் அல்லாத இவர்கள் பெரும்பாலும் அந்தந்தக் கிராமத்தின் கடைமடையில் நிலம் வைத்திருப்பதைக் கவனிக்கலாம்.

பிறகு 1970முதல் 2000வரை காவிரியில் நீர் வருமா வராதா என்ற நிச்சயமற்ற சூழலால் வந்த நெருக்கடி. இந்த நெருக்கடிக்கும் காவிரிக் கலாச்சாரம் ஒருவாறு ஈடுகொடுத்தது. வெண்ணாற்றுப் பகுதி பெரும்பாலும் நடவு என்ற பழமையான சாகுபடி முறையிலிருந்து விதைப்பு என்ற டெல்டாவிற்கு அனுபவமில்லாத ஒரு புது முறைக்கு மாறிக்கொண்டது. தண்ணீர் தட்டுப்பாட்டில் பிறந்த இந்த விதைப்பு முறை இப்போது நல்ல ஆற்றுப் பாசனம் உள்ள பகுதிகளுக்கும் பரவுவது காவிரிப் படுகை விவசாயக் கலாச்சாரத்தில் எதிர்பாராத மாற்றம்.

காவிரி செலவழியும் கட்டம்

இன்று காவிரிப் படுகையின் நெல் விளைச்சல் வீதம் எழுபது ஆண்டுகளுக்கு முன்பு இருந்ததைப் போல் கிடத்தட்ட இரண்டு பங்கு என்று சொல்லலாம். இதை ஒட்டி மொத்த விளைச்சலும் இரண்டு பங்காக இருக்கலாம். மேலும் சென்று, சாகுபடிப் பரப்பு இருபது சதம் குறைந்தாலும் காவிரிப் படுகை அப்போதுபோல் இருமடங்கு விளை கிறது என்றுகூடப் பெருமைப்படலாம். பிறகு எதற்காகக் குறை பட்டுக்கொள்கிறீர்கள் என்றுதானே கேட்பீர்கள்? இந்த அளவுக்கான உணவு உற்பத்தி நம் வழிமுறைகளை, நீர் மேலாண்மையை, நில மேலாண்மையை நியாயப்படுத்துகிறது—விளைவு வழிமுறையை நியாயப்படுத்துகிறது—என்று ஒரு தத்துவக் கோட்பாட்டையும்கூட துணைக்கு வைத்துக்கொள்வீர்கள்.

‘‘வாய்க்காலில் தண்ணீர் வரும், வெங்கார் பாய வயலில் மடை திறக்க வேண்டும்’’ என்று என்னால் அப்போதுபோல் இக்காலத்தில் சொல்ல முடியாது. தரிசுக்கு நாளை தண்ணீர் பாய்ந்தால் அடுத்த மூன்று நாட்களில் உழலாம். மின்வாரிய உழியரை அழைத்து ஆழ்துளைக் கிணறு மோட்டாருக்கு வரும் மின்கம்பிகளைச் சரி செய்ய வேண்டும் என்றுதான் இப்போது தோன்றுகிறது. உழவு நினைப்பு வரும்போது அதனோடு இயற்கையாக வர வேண்டிய காவிரிபற்றிய நினைப்பு இப்போது வருவதில்லை. இவ்வாண்டு எங்கள் ஊர் வாய்க்காலில் வழக்கம்போலவே இரண்டே முறைதான் தண்ணீர் வந்தது.

திருவாரூர் மாவட்டம் கொரடாச்சேரிக்குக் கிழக்கே வெட்டாற்றி லிருந்து பிரியும் பதினெட்டு வாய்க்கால் மதகு என்று ஒரு மதகு. இவ்வாண்டும் அதில் சரியாகத் தண்ணீர் ஏறவில்லை என்பது ஆயக் கட்டுதாரர்கள் அனுபவம். மேட்டூர் அணையில் நிர்வாகம் சரியாக இருக்கிறது என்பது ஊரறிந்த சங்கதி. ஆனால், அந்தந்தக் கிராமத்தில் வாய்க்கால் தலைப்புக்கும் வயல் மடைக்கும் காவிரி எட்டுகிறதா என்பது யாரும் அக்கறைகொள்ளாத சங்கதி. காவிரி செலவழிய வேண்டிய கடைசி கட்டங்களில்தான் அது செலவழிகிறதா என்று நாம் நம்மையே கேட்டுக்கொள்ள வேண்டும்.

மேல்மடையான மேட்டூரிலும், கல்லணையிலும் அதீதத் தலையீடு. அதே நேரம் கிராம மட்டத்தில் முன்னர் இருந்த நீராணிக்கம் என்ற ஊர் ஏற்பாடுகூட எந்த வடிவத்திலும் இல்லாமல் மறைந்துவிட்டது.

உபரி என்ற கருத்தாக்கம்

இன்றைய தேதியில் 120 அடி உயரமுள்ள மேட்டூர் அணையில் நீர் இருப்பு 103 அடி. இவ்வாண்டு சம்பா நெல் பருவம் முடிந்து ஜனவரி 28இல் அணை மூடிய பிறகும் இந்த அளவுக்குக் குறையாமல் நீர்மட்டத்தைப் பராமரித்தார்கள். பொதுப்பணித் துறை மூத்த பொறியாளர் அமைப்பு ஒன்று சென்ற 2022ஆம் ஆண்டில் மேட்டூர் அணையின் கொள்ளளவைப் போல் 4.7 மடங்கு உபரியாக நீர் வெளியேறியது என்று சொல்கிறது (The Hindu, 13/3/2023). உபரி நீர் முக்கொம்பு, கல்லணை வரை வந்து கொள்ளிடம் என்ற வடிகாலில் வெளியேறும். டெல்டாவின் குளம், குட்டை, வாய்க்கால், வடிகால், ஆறுகள் எல்லாம் கரை பொழியும்வரை ஓடி அதற்குமேல் வந்த உபரி இப்படி வெளியேறியது என்று நீங்கள் நினைத்தால் அது சரியல்ல. 'உபரி' என்பது மேட்டூர் அணையின் கொள்ளளவுக்கு மேல் வரும் காவிரி நீர்; டெல்டாவின் இயற்கையான தேவைக்கு மேல் வருவது என்று நினைத்துக்கொள்ளக் கூடாது. 'உபரி' கல்லணைக்கும் கீழே, காவிரி டெல்டாவை எட்டிப்பார்க்காமல், டெல்டாவுக்கு வடக்கு எல்லை ஓரமாகவே கடலுக்குச் சென்றுவிடும்.

மேட்டூர் அணை வந்ததிலிருந்து 2022வரை பதினோரு முறை 100 டி.எம்.சி.அளவுக்கு மேல் உபரி நீர் வெளியேறியது என்று அந்த பொறியாளர் அமைப்புச் சொல்கிறது. 1943, 1956, 1959, 1961 ஆகிய நான்கு ஆண்டுகளில் வெகுவாக உபரி வெளியேற்றம் நடந்தபோது டெல்டாவின் குளம், குட்டை, வாய்க்கால், வடிகால், ஆறுகள் அவற்றின் கிளைகள் எவ்வளவு காவிரி நீரை வாங்கிக்கொண்டன, இப்போது 2022இல் இவற்றின் நிலைமை எவ்வாறு இருந்தது என்ற ஒப்பீடு செய்துபார்க்க வேண்டும். காவிரியை எப்படிச் செலவழிக் கிறோம் என்பதை அது நமக்குப் புரியும்படிச் சொல்லும். இதில் உள்ள முரண் சட்டென்று விளங்க வேண்டுமானால் குளம், குட்டை களெல்லாம் தண்ணீர் இல்லாமல் இருந்தபோது மேட்டூரின் 'உபரி' நீர் நேராகக் கடலில் வடிந்தது. டெல்டாவில் வெள்ளம் கொண்டு விடக்கூடாது என்ற அக்கறையில் அது நேரே கடலுக்குச் சென்றதை நாம் குறைசொல்ல இயலுமா?

அச்சம் வடிவமைக்கும் மேலாண்மை

மழைப் பொழிவை நம்ப முடியாது. பாசன நீருக்கு, குடிநீருக்கு ஆடையானாலும் கோடையானாலும் தட்டுப்பாடு வந்துவிடக்

கூடாது. மேட்டூரில் நீர்மட்டம் எப்போதும் 90 அடிக்குக் குறையாமல் இருந்தால் நிம்மதி. நீரை மிகவும் சிக்கனமாகச் செலவு செய்ய வேண்டும். இந்த அடிப்படைகள் எதிலிருந்தாவது விலகிவிடு வோமோ என்ற அதீத முன்னெச்சரிக்கையிலும், அச்சத்திலும் நம் நீர் மேலாண்மை நகர்ந்துகொண்டிருக்கிறது. ஏரிப் பாசன ஆயக்கட்டுக்கும் ஏரிக்கும் இருக்கும் தொடர்பை நிர்வகிப்பதுபோல் காவிரிக்கும் அதன் டெல்டாவுக்குமான தொடர்பை நிர்வகிக்க முனைகிறோம். காவிரி டெல்டா பாசன அமைப்புக்கு ஏரிப் பாசனம் முன்மாதிரியாக முடியுமா? காவிரி நீர் மேலாண்மையின் போதாமைக்கு இது துவக்கப் புள்ளி. அந்த மேலாண்மையில் டெல்டாவின் சூழலியல், புவியியல்பற்றிய புரிதல் இல்லாமையும் சிறிது பங்காற்றும்.

வழக்கமாக ஜூன் 12ஆம் தேதி மேட்டூர் அணை திறந்து அந்த ஆண்டு சாகுபடி முடிந்ததாக ஜனவரி 28இல் மூடுவார்கள். அதாவது, ஒரு ஆண்டில் பொதுவாக 230 நாட்கள் மேட்டூரிலிருந்து காவிரி நீரை விடுவிப்பார்கள். திறந்த தேதியிலிருந்து இருப்பு நிலவரத்தை ஒட்டி பதினைந்து, இருபது நாட்களுக்கு காவிரி, வெண்ணாறு, கல்லணைக் கால்வாய் மூன்றிலுமே தண்ணீர் செல்லும். பிறகு கல்லணைக் கால்வாயில் தொடர்ந்தும் காவிரி, வெண்ணாற்றில் முறை வைத்து, இதற்கு ஐந்து நாட்களும் அதற்கு ஐந்து நாட்களுமாகத் தண்ணீர் ஓடும். துல்லியமாக இல்லாவிட்டாலும் ஒரு கணக்கில் புது நஞ்சையான கல்லணைக் கால்வாயில் 230 நாட்களும், பழைய நஞ்சையான காவிரியிலும் வெண்ணாற்றிலும் தலா 115லிருந்து 130 நாட்கள் வரையிலும் தண்ணீர் ஓடும். மற்ற நாட்களில் டெல்டாவின் பழைய நஞ்சை ஆறுகள் இரண்டும் வறண்டு கிடக்கும். அக்காலத்து குத்து மதிப்பான கணக்கில் பழைய நஞ்சைக்குப் பன்னிரண்டு லட்சம் ஏக்கரும், புது நஞ்சைக்கு ஒன்றேகால் லட்சம் ஏக்கரும் ஆயக்கட்டு. இப்போது கல்லணைக் கால்வாய் புது நஞ்சையின் ஆயக்கட்டு வெகுவாகக் கூடியிருக்கும், பழைய நஞ்சையின் ஆயக்கட்டு கனிச மாகக் குறைந்திருக்கும். உலகப் பிரசித்தமான டெல்டாவை எப்படிப் பராமரிக்கிறோம் என்று நீங்களே இப்போது கணித்துக்கொள்ளலாம். இந்த அழகில் டெல்டா இப்போது சட்டப்படி பாதுகாக்கப்பட்ட வேளாண் மண்டலம்.

முறைப் பாசன ஏற்பாட்டில் தண்ணீர் விடுவிக்கும் ஐந்து நாட்களிலும் அது ஆற்றின் முழுக் கொள்ளளவுக்கு வரும் என்று சொல்ல முடியாது. அநேகமாகக் கரைகளின் பலம், பலவீனத்தைப்

பொறுத்து ஆறுகளின் முக்கால் கொள்ளளவுக்கு வரலாம். வாய்க்காலில் தண்ணீர் வந்து வயலுக்குப் பாயுமா என்றால் ஒவ்வொரு கிராமத்தின் வாய்க்கால் தலைப்பிலும் ஆற்றின் குறுக்கே ஒரு தடுப்பணை அமையும் போது அது நடக்கலாம் என்றுதான் சொல்ல இயலும். ஆற்றின் நீர் மட்டத்துக்கும் வாய்க்கால் தலைப்பு மட்டத்துக்கும் பெரும்பாலும் ஒட்டு உறவு இல்லாமல் தண்ணீர் ஓடிக்கொண்டிருக்கும். காவிரி செலவாகும்; ஆனால் வயலில் செலவாகாது! இந்தச் சிக்கன ஏற் பாட்டோடு வெள்ளக் காலங்களில் உபரி நீர் கொள்ளிடத்தில் செல்ல வேண்டிய நிர்ப்பந்தம் உருவாவதைச் சேர்த்துக் கவனியுங்களேன்.

துவக்கத்திலிருந்தே தட்டுப்பாடு வருமோ என்ற அச்சமில்லாமல் இருந்திருந்தால் இந்த நெருக்கடி கால விரயங்களைக் கொஞ்சமாவது தவிர்த்திருக்கலாம். அதனால் பெரிய நன்மை ஒன்றும் வந்திருக்காது என்று நினைக்கக் கூடாது.

காவிரிக் கலாச்சாரத்தின் உயிர்ப்பு

நீர்ச் சிக்கனத்தை விவசாயிகள் நன்றாகவே அறிவார்கள். வயலில் நின்ற காவிரி மார்கழி கடைசியில் இஞ்சும். சேற்றின் நைப்பு அங்கு சுவறுவதற்குள் அறுவடைக்குத் தயாராக இருக்கும் வயலில் பயறு, உளுந்து தெளித்து அவை நெல் தாளின் மூட்டத்திலேயே முளைத்து இலைவிடும். பிறகு பங்குனி கடைசியில் நெற்றுக்களோடு பயறு, உளுந்துச் செடிகளை அரித்துக்கொள்வார்கள். இப்படியே காலம் காலமாக வெண்ணாறு, காவிரிப் பகுதிகளில் சம்பா நெல் சாகுபடியின் வாலைப் பிடித்துக்கொண்டே நான்கு லட்சம் ஏக்கருக்கு மேல் பயறும் உளுந்தும் விளைந்தது. இது ஆற்றுப் பாசனத்தில், காவிரி நீரைச் செலவுசெய்து நடந்ததல்ல. காவிரி நின்ற இடத்தில் அது விட்டுச் செல்லும் நைப்பைக்கொண்டும் முன்பனிக்காலத்தின் பனிப் பதத்தைக் கொண்டும் நடந்தது. இவ்வாண்டு நான் சென்ற இடங்கள் எங்கேயும் பயறு, உளுந்தைக் காணவில்லை.

வெள்ள அபாயம் தணிந்த காலத்தில் வீட்டின் தரைமட்டம் தணிந்தது. காவிரி நீருக்குத் தட்டுப்பாடு வந்தபோது நடவு முறையி லிருந்து தெளிப்பு முறைக்கு மாறிக்கொண்டார்கள். காவிரி நீரின் நைப்பிலேயே உளுந்தும் பயறும் விளைவித்தார்கள். இவை எதுவும் இப்போதுபோல் யாரும் மேலிருந்து கீழே சொல்லி நடந்ததல்ல. கால மாற்றங்களுக்கு ஈடுகொடுத்து மாறும் காவிரிக் கலாச்சாரம் இது. கலாச்சாரத்தின் இந்த உயிர்ப்பு காவிரிக்கு வந்த இன்றைய

கேடுகளுக்கும் ஈடுகொடுக்கிறதா அல்லது சளைத்துச் சுணங்கிவிட்டதா என்பதைக் கவனிக்க வேண்டும். அரசின் அணுகுமுறை கொஞ்சநஞ்சம் உள்ள கலாச்சார முனைப்பையும் முடக்கிவிடக் கூடாது.

கோலம் கலையும் காவிரி

தான் ஓடும்வரை ஓடிய அன்றைய காவிரிக்கும், ஆண்டில் ஐந்து நாட்கள் விட்டு ஐந்து நாட்களாக மொத்தம் 115 நாட்களே நனைந்து பிறகு வறண்டுவிடும் இன்றைய காவிரிக்கும் உள்ள சூழலியல் வேறுபாடுகளை நாம் இனிமேல்தான் அறிய வேண்டும். மணல் அற்றுப்போன ஆறுகள், நனைந்துநனைந்து காயும் ஆறுகள் விழலும், நாணலும், சீமைக்காட்டாமணக்கும், வெங்காயத் தாமரையும் வளர்ந்து ஓடுகாலை நெருக்கத் தோதுவானவை. பிறகு தூர் வாரும் நெருக்கடி உருவாவதற்குக் கேட்க வேண்டாம். ஆறுகளில், வாய்க்கால்களில் நான் அப்போது பார்த்த கிளிஞ்சல், நத்தாங்கூடு, மீன் எல்லாம் காண வில்லை. காவிரிச் சூழலின் பல்லுயிர்ப் பெருக்கம் தவங்கிவிட்டது என்று சொல்லலாம். இதன் முழுப் பரிமாணத்தை நாம் இன்னும் உணரவில்லை. டெல்டா நிலைப்பதற்கு காவிரியின் போக்கு அதிகம் தடைபடாமலிருக்க வேண்டும். புனலால், அதனோடு வரும் வண்டலால் உருவான டெல்டாவின் தன்மை அப்போதுதான் மாறாமலிருக்கும்.

அப்போதெல்லாம் ஒருமுறை காவிரி பெருகி, படுகையில் ஏறி இறங்கினால் அது எவ்வளவு வண்டலைப் படியவிட்டுப் பார் அடங்கும்! காவிரியின் போக்கில் பெரிய படுகைகளே அப்படி உருவானவைதான். தான் ஓடவும், பெருகிப் பரந்துகிடக்கவும், பொன் வண்டலாகப் படியவும், அரித்து விரையவும், அரித்ததை இன்னொரு இடத்தில் எக்கலிடவும், தான் தானேயாகத் தன் கோலம் கலையாமல் இருக்கவும், தன் ஓர்மைக்கும் முழுமைக்கும் காவிரிக்கு உள்ள உரிமையை நாம் எந்த நியாயத்தில் மறுக்க முடியும்? உற்பத்திப் பெருக்கம் என்பதை காவிரிக்கு அதன் உரிமையை மறுக்கும் நியாயமாக வைத்துக்கொள்வோமானால் வருங்காலக் கேடு களைக் கற்பனை செய்ய இயலாதவர்கள்தானே நாமெல்லாம்!

(அருஞ்சொல் மின்னிதழ், 24.03.2023.
சில திருத்தங்களுடன்.)

11. காவேரியை இப்படியும் அறிந்தார்கள்

இலக்கிய வகையை ஒட்டி, 'நடந்தாய்; வாழி, காவேரி!'யைப் பயண நூலாக வாசிப்பது வழக்கம். இலக்கிய நயத்தோடு வரும் புவியியல் விவரிப்பு படிக்கச் சுவைக்கும்தான். ஆனாலும், காவேரியை நூல் எப்படி அறிந்து வைத்திருக்கிறது என்பதையும் பார்க்க வேண்டும் என்று எனக்கு ஆர்வம். இது வழக்கமான வழியில் வரும் அறிதல் இல்லை என்று ஒரு உள்ளுணர்வு.

''தண்ணீர் குழாயிலும்தான் வருகிறது. ஆனால் ஒரு ஆற்றில் ஓடும்போது இப்படியா பாட்டாகக் கேட்கும், கோவிலாக உயரும், கவிதையாகச் சிரிக்கும், கூரறிவாக ஊடுருவும்?'' காவேரிக் கரை இசை மேதைகளை, சிற்பிகள், கட்டடக் கலைஞர்கள் படைத்தவைகளை, கவிகளை, ஞானிகளை இந்த நூல் வியப்பின்மேல் வியப்பாக விழுந்து ததும்பும் அனுபவம் என்று இப்படி வர்ணிக்கிறது. இந்த அனுபவம் நூலின் கதைசொல்லிகளுக்கு நாம் ஒன்றை அறிந்துகொள்ளும் புலன்வழி மார்க்கத்தில்தான் கிட்டுகிறதா என்று பார்க்க எனக்கு ஆர்வம்.

மூன்று வகையில் காவேரியை இந்தச் சமுதாயம் புரிந்துகொண்டிருக்கிறது: ஒன்று, காவேரி நீரால் வரும் வளத்தை மையமாக்கிய புரிதல். அது டெல்டாவின் பாசன அமைப்பைப் புரிந்துகொள்வதும் ஆகும். நூல் அதைப் பற்றி வேண்டிய விவரங்களைத் தருகிறது. அது ஒரு வகையில் நம் உணவுத் தேவையை மையமாக்கிக்கொண்ட மனிதமையப் புரிதல். இது கரிகாலன் காலத்திலிருந்தே உண்டு. கல்லணையும், கர்நாடகத்தில் உள்ள ஜங்கம சந்நியாசிகள் கட்டிய அணையும் இந்தப் புரிதலின் புராதன வெளிப்பாடுகள் என்பதை நூல் தெளிவாகச் சொல்கிறது. இரண்டாவது புரிதல், காவேரியின் அழகை மையமாக்கிக்கொண்ட கவித்துவப் புரிதல். சிலப்பதிகாரத்திலிருந்து தியாகையர் கிருதிகள்வரை இதற்கு எடுத்துக்காட்டுகளைத் தருகிறது நூல். மூன்றாவது புரிதல், காவேரி தரும் ஆன்ம ஆதாயம் பற்றியது. மூன்றுமே காலம்காலமாக இணைகோடுகளாகவே வளர்வதை நூலில்

காணலாம். இவை ஒவ்வொன்றும் யார் யாரிடம் எப்படிச் சேர்ந்தும் தனித்தனியாகவும் இயங்கின என்பதையும் நூல் விரிவாகச் சொல்கிறது. முதல் புரிதலைத் தவிர்த்து மற்ற இரண்டும் நூலுக்குள் எப்படி வருகின்றன என்பதைச் சில அடையாளங்கள் நமக்குக் காட்டித் தரக்கூடும்.

ஒன்றைப் பார்த்து அறிதல் என்ற செயல் என்ன என்பது நாம் தெரிந்ததாகக் கொள்வதுதான். புலன்கள் வழியாக அவை ஒவ்வொன்றிற்கானவை நமக்கு எட்டுகின்றன. அறிதலின் இந்தச் சராசரித் தன்மையிலிருந்து விலகி நிற்கும் இடங்களையும் நூலில் பார்க்கலாம். ஒன்றைக் கண்டு அறிதல் என்ற செயலே இந்த நூலைப் பொறுத்தவரை வேறு தன்மையானது; வேற்று உலகத் தன்மையானது.

நூலின் சில வரிகளை மேற்கோளாக்கி இதை விளக்கலாம். காவேரிக் கரையில் சதாசிவ பிரம்மேந்திரரின் சமாதிக் கோயில். ''அங்கு ஆழ்ந்த அமைதி நிலவிக்கொண்டிருந்தது. அதைக் காயப் படுத்த பயமாக இருந்தது. வாய்மூடிகளானோம்.'' இது கவித்துவத்தைத் தொட முயலும் வெறும் சொல் சமத்காரம் அல்ல. அமைதி நாம் தொட்டு ஸ்பரிசிக்கும் உடம்பாக எப்போது தோன்றும்? இது ஒரு புலனுக்கு உரியதை இன்னொரு புலன் அபகரிப்பது. ஒரு புலனுக்கு உரிய பொருள் இன்னொன்றுக்கானதாக வடிவம் மாறுவது. ஒரு உயரிய நிலையில் வரும் புலன்களின் குழப்பம். ஞானத்துக்கு முன் வரும் ஒருவகை குழப்பம் என்று வைத்துக்கொண்டு பேசுவோம். உடம்புக்குள் முடங்கிக் கிடக்கும்வரைதானே புலன் வேறுபாடு?

''சமாதிப் பகுதியில் நிற்கும்பொழுது தோலிலும் உள்ளேயும் இந்த அமைதி உறைக்கிறது.'' வெப்பம், குளிர் தோலில் உறைக்கும்; அமைதி எப்படித் தோலில் உறைக்கும்? கொடுமுடியில், ''இந்த அமைதி கோவிலிலும் பூரணமாக உடம்பில் படுவதுபோல விரவிக் கிடக்கிறது'' - கோயிலின் அமைதி உடம்பில் எப்படிப் படும்? இங்கே அமைதி பௌதீகப் பரிமாணம் பெற்றுவிட்டது. சோமநாதபுரம் சென்னகேசவர் ஆலயத்தில் நம் கதைசொல்லிகள் காண்பதைப் பாருங்கள்: ''ஆலயத்தின் மேல் மிகவும் அழகான வேலைப்பாடு கொண்ட மூன்று விமானங்கள், தொலைவில் கேட்கும் மெல்லிய நாதஸ்வர ஒலிபோல் எழுந்து நிற்கின்றன'' அது எப்படி நாகஸ்வர ஒலி கோயில் விமானங்களாக நிமிர்ந்து நிற்கும்? இங்கே ஒலி தனக்கு வழக்கமில்லாத பரிமாணத்தைத் தரித்துக்கொள்கிறது. அல்லது,

கேட்கும் காதுகளே பார்க்கவும் செய்கின்றன. ஒரு புலனுக்கு உரியதை இன்னொரு புலன் பற்றிக்கொள்வதாக உருமாறுகிறது. இதையே நான் நூலின் அறியும் வழியாக, நமக்குக் கைவராத அறிமார்க்க மாகச் சொன்னேன். இந்த அறிமார்க்கப் பயணத்தைத் தூண்டுவது காவேரியின் மகத்துவங்களில் ஒன்று. நூல் சொற்களால் சொல்லாதது இது.

இடம், காலம்; உள்ளம், உடம்பு; கனவு, நனவு; மாயை, உண்மை போன்ற மனிதனின் அறியும் செயலுக்கு உதவும் தனித் தனி கூறுகள் ஒன்றோடு ஒன்று பிசிறிக்கொண்டு இனம் புரியாத வேற்று உலகப் பிண்டமாகின்றன; வழித்துவிட்ட வானத்தின் மூக்கு முழியற்ற நீலம்போல். அங்கே, இங்கே என்ற இட வேறுபாடு தொலைந்த, அக்காலம் இக்காலம் என்ற கால வேறுபாடு தொலைந்த ஒரு விசித்திரமான கதைக் களம். திருஈங்கோய்மலை காவேரியில் நம் கதைசொல்லிகளுக்கு 'பூமியில் தொட்டும் தொடாமலும் வாழும்' பிரமை. பூமியில் யுகாந்தமாக ஓடும் காவேரியைத்தான் கண்கொண்டு பார்க்கிறார்கள். ஆனால், புலனும், பூமியும், காலமும் தங்களை ஒளித்துக்கொண்ட வெளி ஒன்று அவர்களை அவ்வப்போது தனக்குள் இழுத்துக்கொள்கிறது.

திருச்சிராப்பள்ளியில் காவேரியைப் பார்த்துக்கொண்டு நிற்பவர் களுக்கு ''காலம் நின்றுவிட்டதுபோல் ஒரு மயக்கம். அதே சமயம் ஓர் நொடியில் பல காலங்கள் திணிந்துவிடும் மயக்கம்...'' 'மயக்கம்' என்ற சொல்லை நிதானித்துத்தான் பயன்படுத்தியிருக்கிறது நூல். உங்களுக்கு இலக்கிய மரபில் 'திணை மயக்கம்' தெரிந்திருக்கும்.

காவேரிப் பட்டணத்திற்குச் செல்லும் சாலை வெகு சில ஆண்டு களுக்கு முன் மண் சாலை. அதற்கு முன்பு குதிரைகளும் தேர்களும், புகார்த்துறை மரக்கலங்களுக்குச் செல்லும் ஏற்றுமதிச் சரக்குகளும் சென்ற சாலை. கோவலனும் கண்ணகியும் புகாரிலிருந்து மதுரைக்கு நடந்த சாலை. வரலாற்றில், காப்பியத்தில், எங்கெல்லாம் காவேரி தனக்கு இருப்பைத் தேடிக்கொண்டதோ அவற்றையெல்லாம் ஏக காலத்தில் தன் பார்வையில் வைத்திருக்கும் நூல் இது. பாகமண்டலம் என்ற ஊருக்குள் ''நுழைந்ததுமே காவேரியின் கதைகள் எல்லாம் நினைவுக்கு வந்தன'' - இப்படி நடப்பும், நினைவும் வேற்றுமையற்று நூல் முழுதும் இணையாகச் செல்கின்றன.

சிலப்பதிகாரத்தில் காவேரி, தியாகையர் கிருதிகளில் காவேரி. இப்போது குடகில் தலைக்காவேரி. மறுகணமே கடற்கரை பூம்புகார், கங்கைக் கரை, பொன்னிக்கரை. தலைக்காவேரியில் ஐப்பசி மாத துலா சங்கமம்; பூம்புகாருக்கு மேற்கே, மாயவரத்தில் துலாக்கட்டம். தலைக்காவேரிக்கு அருகே பாகமண்டலம் ஒரே நிழல்காடு. அது நினைவூட்டும் பூம்புகார் அருகில் ஒரு சாயாவனம். நதியின் உற்பத்திக்கு இரண்டு மைலுக்கு அப்பாலும் கடலில் கலப்பதற்கு இரண்டு மைலுக்கு இப்பாலும் ஒரே நிழல் காடு.

''அகண்ட காவேரிக் கரை ஏறக்குறைய ரிஷிகேசத்தைப் போன்றது'' - தவ முனிகளும், துறவிகளும் ரிஷிகளுமாக. கங்கைக்கும் காவேரிக்கும் இடவேறுபாடு காட்டும் கோடுகூட அசங்கிவிடுகிறது. காவேரியின் தொன்மையும் பொய்யா இளமையும் என்பதைப் போன்ற எதிரும் புதிருமானவைகளைக் கொண்டு கட்டியமைக்கப் பட்டது மனிதனின் பிரக்ஞை. அதன் எல்லைக் கோடுகள் அசங்கி அழிந்துவிடுகின்றன. தலைக்காவேரி பட்டர் வரும்போது அவர் உருவம், ''கிரிதேவன் போல் இன்னொரு உருவம் மேக மூட்டத்தினின்றும் வெளிப்பட்டு, மேல்படியில் நின்றது...'' நிஜம், மாயை இரண்டும் தங்கள் எல்லைகளை மதித்து அங்கங்கே நின்றுகொள்வதில்லை. அனுபவத்தை வகுக்கும் அல்லது நமக்கு அனுபவமாவதற்காக நாம் வகுக்கும் வகையிலான எல்லைகளே இல்லை.

பூம்புகாரில் நிற்கும் அவர்கள் அனுபவத்தைப் பாருங்கள்: ''வெகு நேரம் நின்றோம். கடலும் குப்பமும், பழைய காவியக் காட்சிகளும் அரவங்களும் அகக்கண்ணிலும் புறக்கண்ணிலும் காட்சியும் பிரமையுமாக...'' இந்த அகம் - புறம் குழப்பம் வந்தாலொழிய காவேரியின் முழுமையை அறிய முடியாது. ''புகார்க் கரையில் கண்ட காட்சிகள் எங்களுடைய மனதில் உணர்ச்சிக் குழப்பத்தை உண்டாக்கி விட்டன.'' குழப்பம் என்று நானாகச் சொல்லவில்லை என்பதைக் கவனிக்கவும். ஆன்ம விசாரத்தில் இருப்பவர்களுக்கும் குழப்பமும் கலக்கமும் ஏற்படுவது வழக்கம் என்பதையும் அறிவீர்கள்தானே! காவேரியை அறிவது நூலாசிரியர்களுக்கு அதனை ஒத்த அனுபவம்.

தியாகையரின் அசாவேரி ராகப் பாட்டு ஒன்று. ''சீறிய காவேரியைச் சீர்மணல் வழியில் தளர்நடையில் அப்படியே ஒலி வடிவமாக மாற்றியிருக்கிறது...'' வாசகர்களுக்கு எச்சரிக்கை சமிக்ஞையாக இதற்கு ஒரு சுயவிமர்சனம் வருகிறது. ''காவேரிக்கு அசாவேரி என்ற சொல்லடுக்கு

மட்டுமில்லை''. அந்த விழிப்போடு முத்துஸ்வாமி தீட்சிதர் பாடிய முகாரி ராகப் பாட்டு ஒன்றைப் பற்றிச் சொல்வதை நாம் வாசிக்க வேண்டும். "அகண்ட காவேரியைப் போலவே கம்பீர கமகங் களுடன்... புரளும் அலைகள் போன்ற திருப்பங்களுடன்..." இவற்றை யெல்லாம் வெறும் அணி அழகாக வைத்துக்கொள்வது சரியான வாசிப்பு ஆகாது என்று தோன்றுகிறது.

காவேரி தரும் ஆன்ம லாபத்தை நூல் இப்படி விவரிக்கிறது: "சும்மா பார்த்துக்கொண்டு நின்றோம். சும்மாதான். அழகைப் பார்க்கும்போது என்னத்தை நினைக்க முடியும்? மனது சூன்யமாகி, வெறுமே பார்த்துக்கொண்டு நிற்பதைத் தவிர வேறு என்ன செய்கிறது?" காவேரி தன்னைக் காண்பவரைச் சொல்லறச் சும்மா இருக்க வைத்து விட்டால் நமக்கு வேறென்ன வேண்டியிருக்கும்? பெரிய ஆன்ம தரிசனத்துக்கும் காவேரிக் காட்சிக்கும் நூல் வேறுபாடு காட்டு வதில்லை என்பதைக் கவனிக்க வேண்டும். பவானி சங்கமத்தில், "பவானி காவேரியின் நிறைவுக்கு மேலும் நிறைவு கொடுக்கும் காட்சியைக் கண்டு வியந்து நின்றோம்." நிறைவுக்கு நிறைவு என்பது உபநிடதங்களின் மொழியை ஒத்தது.

காவேரியை ஒரு பெண்ணாக உருவகிப்பது இலக்கிய மரபு. இந்த நூலிலும் அப்படி உருவகம் உண்டு. நூல் அந்த உருவகத்தை அதன் முழு பரிமாணத்துக்கும் விரித்து வளர்த்திருக்கிறது. ஆனால், நயத்தோடு சொல்வதற்கு உதவும் இலக்கிய உத்தியாக உருவகம் நின்றுகொள்வதில்லை. இங்கே அது சொல்லவருவதைச் சொல்பவரே அறிந்துகொள்ள உதவும் அறிதல் சாதனமாகிறது.

அர்க்காவதி சங்கமத்தில் காவேரி "வசீகரம் நிறைந்த தனிமையில்... மகிழ்ச்சியுடன் சுதந்திரமாக விளையாடிக்கொண்டிருந்தாள்" வழக்க மான உருவகம் என்றாலும் இந்த 'சுதந்திரம்' காவேரிக்கு ஒரு தன்முனைப்பைக் கொடுக்கிறது. "மனிதனின் தலையீட்டை வெறுத்து, வெகுண்டு, பழிதீர்த்துக்கொள்ளும் வகையில் காவேரி பேரிரைச்ச லுடன்..." இன்றைய சூழலியல் சிந்தனையால் நூலின் சொற்கள், அதன் உருவகம் புது அர்த்தம் பெறுகிறது. இன்றைய நிகழ்வுகள் சில நேரங்களில் நேற்றைய எழுத்திற்குத் தன்னாலேயே புதுப் பொருளைத் தரும். தற்காலம் கடந்தகாலத்திற்குப் பின்புலமாகலாம். மொழியில், வரலாற்று நிகழ்வுகளில், இலக்கியப் படைப்புகளில் பின்னால் பிறந்தது தனக்கு முன்னால் தோன்றியவற்றின் பொருளைக்

கட்டுப்படுத்தும் விந்தை எப்போதும் நடப்பதுதான். இன்றைய சிறுகதை புராணங்களின் வாசிப்பு அனுபவத்துக்குச் செறிவைத் தருவதில்லையா? பொருள் என்பது நேர்கோட்டில் முன்னோக்கி நகர்ந்து, எதிர்காலங்களுக்குள்ளாக மட்டுமே வளர்வதில்லை.

மனிதர்களுக்கு உள்ளதைப் போன்ற பிறப்பையும், உரிமை களையும் நம் கலாச்சாரம் மலைகளுக்கும், ஆறுகளுக்கும் இயல் பாகவே கொடுத்துவிடும். உலோக வார்ப்புகளான இறைவனின் திருமேனிக்கு நம் மரபில் சொத்து உரிமை உண்டு. காவேரிக்கு அப்படித் தனிநபர் உரிமைகள் உள்ளதை விவாதிக்கும் காலகட்டத்தில் இருக்கிறோம் என்று வையுங்கள். இந்த நினைவோடு காவேரியைப் பெண்ணாக உருவகிப்பதை மீண்டும் வாசிக்க வேண்டும். தன் போக்கைத் தானே நிர்ணயித்துக்கொள்ளும் தன்னிச்சையை அதற்கு அனுமதிக்கும்போது உருவகம் அணிவிக்கப்பட்ட அணியாக இருக்காது; அணியே அணிபவராகக்கூடும்.

காவேரியின் கட்டுக் கரையில் வெளுப்பும் வழவழப்புமாக ஒரு பட்ட மரம் நின்றது. அது ''மரத்துக்குச் சிலை நிறுத்தினாற் போன்ற தோற்றம். ஆனால் பாடம் பண்ணி வைத்த எகிப்திய அரசர்களின் மம்மியோ டம்பமோ, காலத்தை வெல்லும் கையாலாகாத சோனி வெறியோ அதில் இல்லை. மரணத்தையே அழகாக மாற்றி ஆற்று வெளியில் அமைதியுடன் நின்றது அந்த பட்ட கோலம்.'' இங்கே தெரியும் அழகியலை, மரணம் அழகாக மாறும் அழகியலை, தானே தன் சிலையாக மாறும் அழகியலை நாம் நூலின் உருவகத்துக்கும் நீட்டிப் பார்க்க வேண்டும். காவேரியின் சீற்றத்துக்கும், வெள்ளத் துக்கும் ஏது பயங்கரம்? ''காவேரியின் நீர்ச்சுழிப்பைப் பார்த்துக் கொண்டேயிருக்கலாம்'' ''எல்லாவற்றையும் பார்க்கவில்லையே என்று ஏன் இந்த ஏக்கம்?'' இந்த லயிப்பும் ஏக்கமும் பயங்கரத்தோடு பொருந்திக்கொள்ளும் அனுபவங்களாகின்றன. வெள்ளத்தைக் கண்டு பயப்படுவது அங்கே ஒரு உணர்வு முரண். நூலில் உள்ள அழகியல் அனுபவம் இந்த வகையிலானது.

ஏட்டில் எழுதி முடித்த படைப்பு போன்றது காவேரி நதி. இந்த நூல் காவேரியை அப்படித்தான் அறிகிறது. முதல் அடி ஈற்றடியை எட்டிப்பார்க்கும் பார்வையால் பிறந்த ஒரு பனுவலைப் போன்றது காவேரி. தலைக்காவேரியில் துலா மாத முழுக்கு. லாக்கடம் என்ற மாயவரம் துலாக்கட்டத்திலும் அதைவிட அமர்க்களமான முழுக்கு.

அர்க்காவதி சங்கமத்தின் புகையிலையும் காவிரிப்பூம்பட்டினத்து மீன் வியாபாரமும் ஒரு புடவைக்கு இரண்டு வண்ணங்களில் நெய்த கரைக்கட்டு. கோயில்கள், காவேரிக் கரை மகான்கள், தத்துவச் சிந்தனைகள், கலைகள், கரைகள், வெள்ளங்கள், விகடக் கலை, ஹரிகதை, குடகியர்கள், பரதவர்கள், வாரச் சந்தைகள், மாடுகள் —இவையெல்லாம் அடுக்கப்பட்ட விவரங்கள் அல்ல; ஒருசேர்ந்து காவேரி என்ற முழுமையை உருவாக்குபவை. இடம்பெயர்த்து வைக்க முடியாத, பொருள் சேதம் இல்லாமல் அழித்து அகற்ற முடியாத, ஈடாக அவை இருக்கும் இடத்தில் வேறு ஒன்றை வைக்க இயலாத சொற்களைக் கொண்டு முழுமை பெற்ற ஒரு பனுவலைப் போன்றது காவேரி. அதைத் தொட்டுக் குலைக்க இயலாது. இருக்கும் காவேரி ஒரு முழுமை; செய்யுள்போல் கட்டமைந்த ஒன்று.

அதன் உச்சகட்டம் எது என்றா கேட்டீர்கள்? ‘‘காவேரி பாயும் வழி முழுவதிலும் அமைதியான எழிற்தோற்றம் எது என்று கேட்டால் நாங்கள் கொடுமுடிக்குத்தான் முதலிடம் கொடுப்போம். கட்டுக் கரைமீது உட்கார்ந்து ஆற்றின் பரப்பையும் அமைதியையும் சிறிது நேரம் பார்த்தால் மனது அடங்கிவிடும்...’’ பௌதீகத் தளத்திலிருந்து ஆன்மா தனக்குத் தானே தட்டுப்படும் தளத்திற்கு இப்படி காவேரி தன் கதைசொல்லிகளைக் கண் சிமிட்டி அழைத்துக்கொள்ளும். சாதாரணச் சொற்களான ‘அடங்கிவிடும்’ போன்றவற்றை ஆன்மீக எழுத்தின் துறைச் சொற்களாக்குகிறேன் என்று நினைக்கக் கூடாது. நூலின் பல சொற்கள் இப்படி ஒரே நேரத்தில் இடமும் திரும்பி யிருக்கும் வலமும் திரும்பியிருக்கும் - நூலின் இன்னொரு அழிகோடு.

காவேரியைப் பற்றி முன்பு எழுதிவைத்தவை, அவைகளுக்கு முன்பு எழுதிவைத்தவை என்று பல நூல்களை, படைப்புகளை இணை யாகச் சேர்த்துக்கொண்டு நகர்கிறது நூல். ஒரே பொருளைப் பற்றிய பல பனுவல்கள் இணைகோட்டில் சேர்ந்தாற்போல் நகர்கின்றன, தான் வகுத்துக்கொண்ட வெளியை அடைத்து நகரும் வெள்ளம் போல். ஒற்றை நூல்போல் நெளியும் ஒடுங்கிய கான் அல்ல இந்த நூல். பல இணைப் பார்வைகளில் ஒன்றை முழுதாகக் காட்டும் நோக்கத்தில் ‘காவேரி ஓடம்’ என்ற பாமரமக்களும் பாடும் பாட்டு ஒன்று நூலின் முடிவில் வருகிறது. அது காவேரியின் போக்கைத் தலைக்காவேரியிலிருந்து புகார்வரை கச்சிதமாக வர்ணிக்கிறது. அதுவும் பயண நூலுக்குள் ஒரு பயண நூல்.

இந்த இணைப் பார்வைகளோடு நூலின் கட்டமைப்பில் காணும் இன்னொரு அங்கத்தையும் சொல்ல வேண்டும். கதைசொல்லிகளே நூலின் கதாபாத்திரங்கள். அவ்வப்போது கதைசொல்லிகள் கதைக்குள் பாத்திரங்களாக நுழைவதும், கதைக்கு வெளியே வந்து காவேரியின் போக்கைக் கவனித்து விவரிப்பவர்களாகவும் மாறிமாறி இயங்கு கிறார்கள். இப்போது கதைப் பரப்பில் யார் யார் இருக்கிறார்கள் என்று பாருங்கள்: கதைசொல்லிகள், அவர்களே இரட்டித்து வரும் பாத்திரங்கள், இவர்களுக்கும் வெளியே உள்ள கதாசிரியர். கதை சொல்லிகளின் கூற்றைப் பதிவு செய்ய கதாசிரியர் இருந்துதானே ஆக வேண்டும்! ஆக, மூன்று தரப்பார்கள். இவர்களுள் கதாசிரியரை நாம் காண இயலாது (சிட்டியா, தி. ஜானகிராமனா என்பதல்ல பிரச்சினை). கதாசிரியர் ஒரு தர்க்க ஊகம்தான். கதை அமைப்பில் இது ஒரு வியக்கத் தகுந்த உத்தி. இதைக் கையாளும்போது சிக்கு விழாமல் நிர்வாகம் செய்வது அசாத்தியம். நூல் அந்த அசாத்தியத் தையும் இயல்பாகச் சாதித்துள்ளது.

(சிட்டி - தி. ஜானகிராமனின் 'நடந்தாய்; வாழி, காவேரி!' (காலச்சுவடு பதிப்பகம், பதினான்காம் பதிப்பு. ஜூலை, 2023, முன்னுரை. தி. ஜானகிராமனைப் பின்பற்றி 'காவிரி'யை 'காவேரி' என்றே எழுதியிருக்கிறேன்.)

12. காவிரியும் தமிழர் வாழ்வும்

காவிரி ஆறும் தமிழ்ச் சமுதாயமும் ஒன்றை ஒன்று அனுசரித்துக் கொண்டன - இப்படி ஒரு நிலையிலிருந்து காவிரிக்கும் நம் சமுதாயத் திற்குமான உறவைப் புரிந்துகொள்ளும் முயற்சியை நாம் துவங்கலாம்.

'அனுசரணை' என்று இந்த உறவை நான் விவரிப்பதை அப்படியே ஏற்றுக்கொள்வீர்கள் என்று நான் நினைக்கவில்லை. பெருந்தன்மையுள்ள போட்டியாளரையும் பங்காளியையும் போல் நம் சமுதாயம் ஒரு ஆற்றுக்கு விட்டுக்கொடுப்பதும், இணங்குவது மாகப் பேசுவது கற்பனைதானே என்று நீங்கள் சொல்லக்கூடும். அக்கறையுள்ள எல்லா உரையாடல்களும் ஒரு கற்பனைப் புள்ளியில் தான் துவங்குகின்றன. உரையாடல் மேலே செல்லச்செல்ல நான் சொன்ன அனுசரணை நம் வாழ்க்கை முறையிலும் கலாச்சார வழக்கங் களிலும் தெரிந்தால் நாம் துவங்கியது ஒரு கற்பனைப் புள்ளியில் என்ற கவலை விட்டுப்போகும்.

'காவிரி என்பது விவசாயத்துக்கான பாசன நீர். அதை வீணாக் காமல் சிக்கனமாகப் பயன்படுத்த வேண்டும். அது நுகர்வுப் பொருள். நாம் அதன் நுகர்வாளர்கள்.' - நமக்கு இன்று பழகிப்போன இந்த நிலைப்பாட்டிலிருந்து உங்களை விலக்கி, தமிழ்ச் சமுதாயத்தின் மரபான நிலைப்பாட்டை நோக்கி கொஞ்சம் நகர்த்தலாம் என்பது என் நோக்கம்.

கர்நாடகத்தின் குடகுப் பகுதியில் தலைக்காவேரி என்ற இடத்தில் உற்பத்தியாகும் காவிரி 800 கி.மீ. பயணித்து, காவிரிப்பூம்பட்டினத்தில், வங்கக் கடலில் விழுகிறது. தமிழ்நாட்டில் காவிரியின் பயணம் 416 கி.மீ. காவிரி டெல்டா என்று நாம் சொல்வது திருச்சிராப்பள்ளிக்கு மேற்கே 16 கி.மீ. தொலைவில் முக்கொம்பு என்ற இடத்தில் துவங்கி கிழக்கே போகப்போக இடமும் வலமுமாக விசிறிபோல் விரிகிறது.

இன்றைய தேதியில் இந்த டெல்டாவிற்குள் ஒன்பது மாவட்டங்கள். இவற்றின் நெல் சாகுபடிப் பரப்பு, 2020-2021ஆம் ஆண்டுக் கணக்கின் படி, 22.44 லட்சம் ஏக்கர். இது தமிழ்நாட்டின் மொத்த நெல் சாகு படிப் பரப்பில் 44.61 சதவீதம். நம் மாநிலத்தின் நெல் உற்பத்தியில் காவிரி டெல்டாவின் பங்களிப்பு ஏறத்தாழ 40 சதவீதம் (26 லட்சம் மெட்ரிக் டன்). தமிழ்நாட்டின் நெல் விளையும் பூமியிலும், விளையும் நெல்லிலும் பாதிக்குப் பாதி காவிரி டெல்டாவின் பங்கு என்றாலும் அது மிகைப்படுத்தியதாக இருக்காது. இந்தப் பொருளா தார விவரங்கள் மட்டுமே தமிழர் வாழ்வில் காவிரியின் பங்குபற்றி முழுமையாகச் சொல்லிவிட்டன என்று நினைக்க வேண்டாம்.

நாகப்பட்டினம் மாவட்டம் வேதாரண்யத்தில், காவிரியின் கிளை களில் ஒன்றான முள்ளியாறு வங்கக் கடலில் கலக்கிறது. இந்த ஆற்றின் கரை வழியாகவே நாம் மேற்கில் பயணித்தால், அது கோரை யாற்றிலிருந்து பிரிகிற இடத்திற்கும், மேலும் மேற்கே சென்றால், கோரையாறு வெண்ணாற்றிலிருந்து பிரிகிற மூனாறு தலைப்பிற்கும் வருவோம்.

வெண்ணாற்றுக் கரையைப் பிடித்து இன்னும் மேற்கே சென்றால் நாம் வந்து நிற்கும் இடம் கல்லணை தோகூர். வெண்ணாறு இங்கே தான் காவிரியிலிருந்து கிளைக்கிறது. இப்போது காவிரியின் கரை வழியாகவே மேற்கே பயணித்தால் முக்கொம்புக்கு வந்துவிடுவோம். இங்கே காவிரியிலிருந்து கொள்ளிடம் பிரிகிறது. நாம் கடந்து வந்த ஆறுகள் கிளைக்கும் இடத்தில் எல்லாம் மூன்று, நான்கு ஆறுகள் பிரிகின்றன.

நீங்கள் உடுக்கு என்ற இசைக் கருவியைப் பார்த்திருந்தால் அதன் இடைப் பகுதியை முக்கொம்புக்கு ஒப்பிட்டுக்கொள்ளலாம். முக் கொம்புக்கு மேற்கே அமராவதி, நொய்யல், பவானி முதலிய ஆறுகள் காவிரியில் சேர்ந்து ஒடுங்கிக்கொள்ளும். முக்கொம்புக்குக் கிழக்கே கொள்ளிடம், வெண்ணாறு, கல்லணைக் கால்வாய் என்று ஒவ்வொன்றாகப் பிரிந்து, பிரிந்தது மீண்டும் கிளைத்து, காவிரி விரிந்து பரந்துகொண்டேயிருக்கும்.

டெல்டாவில் காவிரியின் கிளை ஆறுகள் முப்பத்தாறு. இவை எல்லாமே காவிரியின் சுதந்திரமான போக்கால் இயற்கையாக ஏற் பட்டவை. இவற்றிலிருந்து கிட்டத்தட்ட முப்பதாயிரம் வாய்க் கால்கள் வயல்களுக்குக் காவிரி நீரை கொண்டுசெல்கின்றன. இந்த

வாய்க்கால்களின் மொத்த நீளம் 22,400 கி.மீ. இப்போது காவிரிப் படுகை என்பது நீர் ஓடும் வாய்க்கால்களின் பெரும் வலைப்பின்னலாக உங்கள் மனக்கண்ணில் உருவாகிக்கொள்ளும்.

வயல்களும் வாய்க்கால்களும் காவிரி நீரோட்டத்தின் போக்கில், அதை அனுசரித்தே உருவானவை. நான் மனித முயற்சியை அறவே கழித்துப் பேசுகிறேன் என்று நினைக்கக் கூடாது. ஈராயிரம் ஆண்டுகளுக்கு மேலாக மனித உழைப்பு இருந்திருக்கும். ஆனால், அது காவிரியின் போக்கிற்கு முற்றிலும் முரணாகவோ, அதை வளைத்து வசப்படுத்திக்கொள்ளும் நோக்கிலோ இருந்திருக்காது. டெல்டாவிற்குக் காவிரி பாசனம் தருகிறது என்று சொல்வது அவ்வளவு துல்லியமல்ல. டெல்டாவை காவிரிதான் இப்போதும் உருவாக்கிக்கொண்டிருக்கிறது. இந்த அடிப்படையான சேவையைச் செய்யத்தான் காவிரி இங்கு வர வேண்டும். விவசாயத்திற்கான பாசனம் முக்கியம் என்றாலும் அது அடுத்த கட்டமே.

காவிரியின் இந்த அடிப்படைச் சேவை இனி எப்படி இருக்கும் என்று நீங்கள் சிந்திக்கலாம். 2022இல் மேட்டூர் நீர்த்தேக்கத்தின் கொள்ளளவைப் போல் 4.7 மடங்கு காவிரியின் உபரி நீராகக் கொள்ளிடம் வழியே கடலுக்குச் சென்றதாகச் சொல்கிறார்கள். ஆற்றை நாம் இப்போதுபோல் நெருக்கி முறைப்படுத்துவது டெல்டாவின் அமைப்பை எப்படிப் பாதிக்கிறது என்பதற்கு நம்மிடம் கணக்கு இல்லை.

1934இல் உருவான மேட்டூர் ஸ்டான்லி நீர்த்தேக்கத்தின் கொள்ளளவு 93.50 டி.எம்.சி. (ஒரு டி.எம்.சி. என்பது 100 கோடி கன அடி). கிழக்கிந்திய கம்பெனி காலத்தில் முக்கொம்பில் மேலணையைக் கட்டி, கல்லணையில் ஏற்றி இறக்கும் பலகைகளும் பொருத்தினார்கள். இவற்றையெல்லாம் காவிரியின் போக்கில் வந்த அதீதமான தலையீடுகள் என்று சொல்ல இயலாது. காவிரியின் குறுக்கே கரிகாலன் கட்டிய கல்லணைதான் காவிரி வரலாற்றில் முதலில் ஏற்பட்ட தொழில்நுட்ப முறையிலான மனிதக் குறுக்கீடு. கிழக்கிந்திய காலத்தின் மதகுகளும், ஆங்கிலேயர் ஆட்சியில் வந்த ஸ்டான்லி நீர்த்தேக்கமும் கரிகாலன் மேற்கொண்ட முயற்சியின் ஒரு வகை தொடர்ச்சி என்று சொல்ல இயலும். இவை காவிரி டெல்டாவில் வெள்ளத்தைத் தவிர்த்து, பாசனத்தை நிலைப்படுத்தியது உண்மையே.

இருந்தாலும், காவிரிப் படுகை புனல்நாடு என்ற தன் பழைய தன்மையை இழக்கவில்லை. காவிரியில் தண்ணீர் வந்தால் எங்கு பார்த்தாலும் தண்ணீராகவே தெரியும். நத்தம் என்ற குடியிருப்புப் பகுதி தவிர மற்ற இடங்கள் தண்ணீர்க் காடாக இருக்கும். காவிரிப் படுகையில் பெரிய திடல்களைப் பார்க்க இயலாது. வயல்களும், சிறுசிறு குப்பல்களாக வீடுகளும்தான் தென்படும். குளிப்பதற்கு ஆற்றுக்குச் செல்ல வேண்டாம். வீட்டிற்குப் பின்னால் ஓடும் வாய்க்காலில் உட்கார்ந்து அன்றாடம் குளித்துக்கொள்ளலாம். இருக்கும் நிலப்பரப்பில் முக்கால் பங்குக்குக் மேல் தன்னால் தண்ணீர் பாயும் பயிர்ப் பரப்பு என்றால் காவிரி இங்கு கடலாகப் பரந்துகொள்வதை நீங்கள் ஊகித்துக்கொள்ளலாம். புவியியலில் இதனை 'வெள்ளச் சமவெளி' என்று சொல்வார்கள்.

அடிவைக்கும் இடங்களெல்லாம் தண்ணீராகவே இருக்கும் நிலத்தில் எப்படிக் கிராமங்கள் உருவாகி விவசாயம் செழித்தது? குளங்கள் வெட்டி, அகழ்ந்த மண்ணால் சிறிது நிலத்தை மேடுபடுத்தி, அந்த மேட்டில் கிராமங்களையும் தெருக்களையும் உருவாக்கிக் கொண்டார்கள். இன்னொரு வழியில் பல கிராமங்கள் ஆற்றுக் கரைகளை ஒட்டியே உருவாகின. ஆற்றுக் கரைகளை ஒட்டிய பகுதி கொஞ்சம் மேடு என்பதுதான் அதற்குக் காரணம். வெள்ளம் வந்தாலும் கரையை ஒட்டிய பகுதிகளில் தண்ணீர் தங்கிக்கொள்ளாது.

ஒரு கிராமத்திலிருந்து இன்னொரு கிராமத்திற்கு ஆற்றுக் கரை, வாய்க்கால் கரை வழியாகவே செல்வார்கள். நீங்கள் பயணம் செய்யும் போது கவனித்தால் டெல்டாவின் பெரும்பாலான சாலைகள் ஆற்றுக் கரைகளாகவே இருப்பது தெரியும். தை மாதம் அறுவடைக்குப் பிறகு வயல்வெளியில் வண்டிச்சோடுகள் உருவாகி, பயணத்தை எளிதாக்கும். காவிரி வந்தவுடன் அந்தச் சோடுகள் உழுது சேறாகி நடவுக்குத் தயாராகும். வருவதும், போவதும், மீண்டும் வருவதும் - மனித வாழ்வேதான் டெல்டாவில்!

நாம் இப்போது பயன்படுத்தும் 'சாலை' என்ற சொல் இங்கு இன்றுகூடப் பரவலாகப் புழங்குவதில்லை. 'கரை' என்றோ 'பெருங் கரை' என்றோதான் சொல்கிறார்கள். வெள்ளம் வந்தால் அப்படியும் இப்படியுமாக ஒதுங்கிக்கொண்டு தண்ணீர் அது போக்கிற்குப் போக வழி விடுவது உங்கள் அனுபவத்தில் இருக்கலாம். அதைப்போலவே தான் டெல்டாவின் கிராமங்கள் ஆற்றுக்கும் அதன் நீருக்கும் ஒதுங்கி வழிவிட்ட நிரந்தரமான பாங்கில் அமைந்திருக்கும்.

மிகப் பெரும் பரப்பில் நெல் சாகுபடி நடந்தது. ஆனாலும், கதிரடிக்க நிரந்தரமான களத்து மேடுகள் சில இடங்களில்தான் இருந்தன. தை மாதம் வயலில் தண்ணீர் இஞ்சிய பின் அந்தந்த வயலிலேயே களம் வைத்துக்கொள்வார்கள். தண்ணீர் காலத்தில் அறுவடையை வரவழைத்து காவிரித் தண்ணீரோடு ஏன் முரண்டு பிடிக்க வேண்டும்? சாகுபடி பருவத்தைக் காவிரிக்கு இணக்கமாக வைத்துக்கொள்வதுதானே முறை!

கிராமங்களில் கோட்டகம் என்று ஒரு பகுதி உண்டு. அங்கு தண்ணீர் அதிகமாகவே நின்றுகொள்ளும். அந்த இடங்களுக்கு ஏற்ற வாறு உயரமாக வளரும் நெல் வகைகளை அங்கு பயிர் செய்வார்கள். நன்றாக வளர்ந்த பிறகுதான் அதற்கான நாற்றைப் பறித்து நடுவார்கள். நட்ட பிறகு தண்ணீர் அதிகமானாலும் நீரில் நாற்று மூழ்காது. அறுவடைக்குச் சில நாட்களுக்கு முன்பு, மார்கழி கடைசியில், உளுந்தோ பயறோ வயலில் தெளித்து, அது காவிரி சுவறிய மண்ணில் நன்றாக முளைத்துவிடும். இதற்குத் தனியாகப் பாசனம் வேண்டியிருக்காது. காவிரியில் ஓட்டம் நின்ற பிறகு பாசனம் தேவைப்படும் பயிருக்கு ஏன் ஆசைப்பட வேண்டும்?

வீடுகளை ஆள் உயரத் திண்ணை வைத்துக் கட்டியிருப்பார்கள். காவிரி கரைபுரண்டு, வெள்ளமே வாசலில் ஓடினாலும் வீட்டிற்குள் தண்ணீர் வராது. கூரை தணிவாக இருக்கும், ஆனால் வீட்டின் தரை உயரமாக இருக்கும். இந்த அமைப்பு இரண்டு வகையில் மக்களுக்கு உதவியது. இங்கு ஆண்டுதோறும் வடகிழக்குப் பருவ மழை காலத்தில் புயல் வரும். கூரை தணிந்து இருப்பதால் புயலால் சேதம் வராது; தரை உயரம் என்பதால் வெள்ள நீர் உள்ளே வராது.

ஆண்டிற்கு ஆறு மாதங்கள் தண்ணீரும் சேறுமாகவே இருக்கும் காவிரி டெல்டாவில் சமுதாயம் லாவகமாகப் புழங்கக் கற்றிருந்தது. மைசூர், காங்கேயம் முதலிய மாட்டு வகைகள் சேற்றில் இறங்கி நடக்காது. சேற்று உழவுக்கென்றே பிறந்தது உம்பளச்சேரி மாடு. அதைக் கொண்டுதான் டெல்டாவின் நிலம் முழுதும் உழவாயிற்று. டெல்டா எங்கே துவங்குகிறது எங்கே முடிகிறது என்று அறிய நீங்கள் வரைபடத்தைப் பார்க்க வேண்டியதில்லை. உம்பளச்சேரி மாடுகள் எங்கே தென்படுகிறதோ அதுதான் டெல்டா என்று சொல்லி விடலாம். காவிரிச் சேற்றுக்கும் இந்த மாட்டுக்கும் அப்படி ஒரு உறவு!

ஆடிப் பதினெட்டில் பதினெட்டாம் பெருக்கு விழா. பெண்கள் காவிரிக்குச் சென்று ஆற்றுக்குப் படையலிட்டு வணங்குவார்கள். காவிரிக்காகக் காதோலை என்ற காதணியையும் கறுப்பு வளையல் களையும் தண்ணீரில் விடுவார்கள். மஞ்சள் தோய்த்த நூலைக் கழுத்தில் அணிந்துகொள்வார்கள். ஆற்றிலிருந்து வீடு திரும்பியதும் தங்கள் வீட்டு ஆண்களுக்கு மஞ்சள் நூலை வலது கை மணிக்கட்டில் கங்கணமாகக் கட்டிவிடுவார்கள். இது ஆடியில் காவிரி பெருகி விவசாயம் துவங்கும்போது கட்டிவிடும் கங்கணம். தை மாதம் வயல் விளைந்து கிடக்கும். தைத் தலைநாளில் பொங்கல்கூறி அடுத்த நாள் மாட்டுப் பொங்கல் முடிந்த கையோடு ஆண்கள் கோயிலுக்குச் சென்று வீடு திரும்புவார்கள். கங்கணம் கட்டிவிட்ட பெண்கள் அவர்களை ஆரத்தி எடுத்து வீட்டுக்குள் அழைத்துக்கொள்வார்கள். இது ஒரு ஆறு மாத தவத்தின் நிறைவு. காவிரிக் கரை கோயில்களின் பெருந் திருவிழாக்களைவிட இது பெருவிழா. எதையும் தனக்கு எதிராக வைத்து, தான் - அது என்ற இருமை உறவில் தன்னுணர்வு சம்பாதிக்காமல் சமுதாயம் தன்னுணர்வு பெறும் காவிரித் திருவிழா. ஆடி பிறந்துவிட்டால் வெளியூருக்குச் செல்வதுகூட அரிதுதான். தை பிறந்த பிறகுதான் எல்லா விழாக்களும் விசேடங்களும். அப்போது காவிரியில் நீரோட்டம் மெலிந்து சன்னமாகியிருக்கும். அப்போது சமுதாயத்திற்கும் திருவிழாக்களுக்கு நேரம் கிடைக்கும். காவிரியை நம் சமுதாயம் அனுசரித்துக்கொண்டதா என்று இப்போது நீங்களே சொல்லுங்கள்.

(திருச்சிராப்பள்ளி, சமயபுரம் எஸ்.ஆர்.வி. மெட்ரிகுலேஷன் மேல்நிலைப் பள்ளி மாணவர்களுக்கான பாடப் புத்தகத்திற்கு 17.07.2023இல் எழுதிய கட்டுரை - சிறிய மாற்றங்களுடன்.)

13. காவிரி நீருக்கு ஏன் நம் அரசோடு போராடுகிறோம்?

காவிரிப் படுகைக்கு இந்தப் பசலி (ஜூலை 2023 - ஜூன் 2024) இதுவரை காணாத அதிசயங்களும், விநோதங்களும், அவலங்களுமாகக் கழியப்போகிறது. பசலி என்பது ஒரு விவசாய ஆண்டு.

தஞ்சாவூருக்குக் கிழக்கே களஞ்சேரி என்ற கிராமத்தில் மாட்டுக் கிடை ஒன்று வெண்ணாற்று மணலில் அடைந்திருந்ததை ஜனவரி முதல் வாரத்திலேயே பார்த்தேன். மணல் ஈரமாக இருந்தால் மாடு படுக்காது. காவிரியின் கிளையான வெண்ணாறு வறண்டுபோய் பொதி மணலாகக் கிடந்தது. பொங்கலுக்கு முன் காவிரி இப்படி வறண்டுபோவது விநோதம். பிப்ரவரி நடுப்பகுதி வரை ஒரு ஓரமாகவாவது தண்ணீர் சிலிர்த்து ஓடுவது வழக்கம்.

இப்படியும் ஒரு துயரமா?

ஜனவரி 28ஆம் தேதி மூட வேண்டிய மேட்டூர் அணையை இந்தப் பசலியில் அக்டோபர் 10ஆம் தேதியிலேயே மூடிவிட்டதால் காவிரியும் கிளை ஆறுகளும் வறண்டு கிடக்கின்றன. சம்பாவுக்கும், பின்பட்டத் தாளடிப் பயிருக்கும் இன்னும் மூன்று வாரங்களுக்குத் தண்ணீர் வேண்டியிருக்கும். இந்தத் தேவையின் நெருக்கடி வெண்ணாற்றின் கடைமடையில் உச்சம். அணையை மூட வேண்டிய நேரத்தில் அதைத் திறக்கக் கோரி விவசாயிகள் போராட்டம் அறிவிக்க நேரும் அவல விநோதம் காவிரிப் படுகையில் இப்போது நிகழ்ந்திருக்கிறது. டெல்டாவில் சம்பாவும் தாளடியும் எந்தக் கட்டத்தில், எவ்வளவு பரப்பில் இருக்கிறது என்பதை அரசு கவனித்து வந்திருந்தால் காலப் பிற்பாடான இப்போதைய தன் பரிவில் அது நெளிந்து, சங்கடப்பட்டிருக்க வேண்டாம். குறிப்பாக, இந்த ஆண்டு நிலவரத்தை அரசு உற்று கவனிக்க அவசியம் இருந்தது.

இரண்டு டி.எம்.சி. தண்ணீர் திறக்க தமிழக முதல்வர் உத்தர விட்டிருக்கிறார். இதை மூன்று வாரங்களுக்கு முன்பே செய்திருந்தால் விவசாயிகளின் இன்னலைத் தவிர்த்திருக்கலாம். இன்னும் ஒரு வாரத்தில் கடைமடைக்கு வரப்போகும் இந்தத் தண்ணீர் வழக்க மான ஆற்றுப் பாசனம்போல் வயல்களில் எக்கண்டமாகப் பாயாது. கல்லணையில் ஆறுகளுக்கு இடையில் எளிதாக மடை மாற்றலாம். ஆனால் கிராமங்களில் திட்டுத்திட்டாக நிற்கும் பயிருக்கு அந்தந்த இடத்திற்கு ஏற்ப தண்ணீரைக் கொண்டுசேர்க்க பெரு முயற்சி வேண்டும். காவிரி ஆறாக இருக்கும்போது நமக்கு என்ன செய்ய இயலுமோ அவையே அது பாசன வாய்க்கால் என்று தன் நிலையில் தாழும்போது கடினமாகும்.

பாசன வாய்க்காலான காவிரி

ஆறு என்றும் பாசன வாய்க்கால் என்றும் நான் வேறுபடுத்திக் காட்டுவதால் காவிரிபற்றிய நம் புரிதலுக்கு என்ன ஆதாயம் என்று நீங்கள் கேட்கலாம். ஓடிக்கொண்டிருக்கும் ஆற்றிலிருந்து வேண்டும் போது பாசன வாய்க்காலைத் திறந்து அந்தந்தக் கிராமங்களுக்குத் தண்ணீர் பெறுவோம். இது கிராம மட்டத்தில் நடக்கும் நீர் நிர்வாகம். ஆனால், காவிரியை ஒரு பாசன வாய்க்காலாக்கி கிராம மட்டத் திலான நீர் நிர்வாகத்தை மேட்டூர் அணைக்கே இடம் மாற்றிக் கொண்டால் என்ன நடக்குமோ அதுதான் இப்போதெல்லாம் நடக்கிறது. இன்றைய நீர் நிர்வாக மாதிரி விவசாயிகளின் துயரத்தை அதிகமாக்கும். காவிரியில் வரத்து குறைவு என்பது பிரச்சினை. நீர் நிர்வாக ஏற்பாட்டைப் பிரச்சினை நியாயப்படுத்தும். ஆனால், ஒரு குறிப்பிட்ட ஏற்பாட்டின் பலாபலனை அதன் விளைவு என்ன என்பதுதான் காட்டும். பிரச்சினையே நீர் நிர்வாகத்தின் திறனை ருசுப்பிக்காது.

செப்டம்பர் முடிய முதல் நான்கு மாதங்களுக்கு மேல்மடை மாநிலமான கர்நாடகத்துடன் போராட வேண்டும். அடுத்த நான்கு மாதங்கள் நம் அரசாங்கத்துடன் மல்லுக்கு நிற்க வேண்டும். காவிரி விவகாரத்துக்குள் இப்படியும் ஒரு அம்சம் உருவாகும் என்று விவசாயிகள் எதிர்பார்த்ததில்லை. இன்று விவசாயிகளின் நிலைமை இது என்றால் காவிரியின் நிலை என்ன?

அக்டோபர் முதல் வாரம் வரை காவிரி ஆறு பாசன வாய்க்காலாக இருந்தது. அதன் பிறகு கன மழை பெய்தால், அந்தத் தண்ணீருக்கு காவிரி வடிவாய்காலாகவே இருக்கட்டும் என்று விட்டுவிட்டோம். ஆக, காவிரி ஒரு பசலியின் முதற் பாதி பாசன வாய்க்கால், இரண் டாவது பாதி வடிவாய்க்கால்! காவிரி எப்போதும் ஆறாகவே ஓடுவது பற்றி அரசுக்கு அக்கறை குறைவு. பதற்றத்தின் அதீத நிலையில் உருவாவது போன்ற பிரச்சினை இது. மனிதர்களுக்குப் பதற்றம் வரும்; அரசாங்கத்துக்குமா வரும்?

காவிரி, தன் கிளை ஆறுகள், சிற்றாறுகள், வாரிகள், வாய்க் கால்கள், கன்னிகள், ஓடைகள் என்ற பின்னலில் புரண்டு, ஓடி, சிலிர்த்து, சுவறி பெரிய இயற்கைச் சூழலை உருவாக்கிப் பராமரிக் கிறது. விவசாயம் அந்தச் சூழலின் ஒரு அங்கம்; ஒரு அங்கம்தான். ஆண்டுக்கு எட்டு மாதங்கள் காவிரியை நாம் செயற்கையாக வறளவைத்தால் அதன் சூழலியல் என்னவாகும் என்பதைக் கணக்கில் கொள்ள வேண்டும்.

பிரச்சினைக்கு அரசும் பங்களித்தது

டெல்டாவில் ஒரு ஆண்டின் பாசன நீர்த் தேவை 330 டி.எம்.சி. இந்த ஆண்டு அக்டோபர் 10ஆம் தேதி மேட்டூர் அணையை மூடும் வரை விடுவிக்கப்பட்ட நீர் 92 டி.எம்.சி. 238 டி.எம்.சி. குறை நீரை நிலத்தடி நீரையும் மழையையும் வைத்தே விவசாயிகள் சமாளிக்க நிர்ப்பந்திக்கப்பட்டார்கள் என்று கொள்ள வேண்டும். இருந்தாலும் வழக்கத்துக்கு முக்கால் பங்காவது சம்பா விளைந்துவிடும் என்று ஒரு நம்பிக்கை. இந்த ஆண்டின் அதிசயம் இது. அணை மூடிக் கிடந்தாலும் இந்த அதிசயம் நிகழும் என்று அரசு சும்மா இருந்தது அவலம்.

பல இன்னல்களோடு விவசாயிகள் இந்தப் பசலியில் சாகுபடியை நிறைவேற்றினார்கள். சில இடங்களில் சம்பா பகுதியைத் தரிசு போட வேண்டியிருந்தது. குறுவை நட்டவர்கள் பலர் தாளடியைக் கைவிட்டார்கள். சிலர் குறைந்த வயதுள்ள நெல்லுக்கு மாறினார்கள். ஒரு முறை தெளித்து, அது தண்ணீரில்லாமல் பழுதாகி, மறுமுறை தெளித்து, அதுவும் அப்படியே பழுதானது. கிரையத்துக்கு நாற்று வாங்கி நட்டார்கள். கார்த்திகை நடுப்பகுதிவரை சம்பா, தாளடி நடவு மழையைக் காணக்காண நடந்தது. டீசல் செலவு செய்து ஆற்றிலிருந்து பல முறை தண்ணீர் இறைத்தார்கள். முளைத்த பயிர் வறட்சியால் வீணாகி டிசம்பர் நடுப்பகுதியில் நாற்று வாங்கி நட்டார்கள்.

தீர்வை எங்கே தேடலாம்?

இப்போது மேட்டூரின் நீர்மட்டம் உதவக்கூடியதாக இருக்கும் போது, டெல்டா விவசாயிகள் அணையைத் திறக்கப் போராட வேண்டியிருப்பது கவலையளிக்கிறது. ஆயக்கட்டின் நீர்த் தேவை ஏன் உரிய காலத்தில் அரசு மட்டத்தில் எதிரொலிப்பதில்லை? இப்போது ஒரு குழு அமைத்து அவசர கதியில் நீர்த் தேவையை ஆய்வு செய்கிறது நம் அரசு.

உள் மாநில காவிரி நீர் பகிர்மானத்துக்குக் கோட்பாடுகள் வேண்டும். அவற்றின் அடிப்படையில் நீர் விடுவிப்பையும், அளவையும் தீர்மானிக்க ஒரு நிரந்தர அமைப்பும் தேவை. இன்றைய சூழலில் இவற்றுக்கு அந்தந்த மாவட்ட நிர்வாகங்களின் பரிந்துரையைச் சார்ந் திருப்பது பொருத்தமானதல்ல. அப்போதைக்கு அப்போது குழுக்கள் அமைப்பதும், முடிவு செய்வதும் தீர்வல்ல. நீர் மேலாண்மை நீர் ஆதிக்கமாகலாமா?

நான் சொல்லும் நிரந்தர அமைப்பிற்கு இன்னொரு நியாயமும் உண்டு. இப்போதைய இன்னல்கள் போன்று முன்பு வந்ததில்லை என்பதற்கு காவிரியில் அப்போது தண்ணீர் வந்தது என்பது மட்டும் காரணமல்ல. பயிர் வகையும் சாகுபடிப் பட்டங்களும் ஆயக் கட்டுகளில் ஏறத்தாழ ஒரே சீராக இருந்தன என்பதும் ஒரு காரணம். இப்போது, சாகுபடிப் பட்டங்கள் பருவ காலம், நீர் வரத்து போன்ற எந்தக் கணக்கையும் ஒட்டி அமைவதில்லை. காவிரியின் ஓட்டத்தை மேட்டூரிலேயே முழுமையான கட்டுப்பாட்டுக்குள் கொண்டுவரும் அரசு டெல்டா முழுமைக்கும் சாகுபடிப் பட்டங்களையும் சீராக நிர்ணயிக்க வேண்டாமா? டெல்டாவின் இவ்வாண்டு சாகுபடிப் பட்டங்கள் வேறு வழியில்லாமல் காலப் பிறப்பாடாகியதையும் அரசு கவனித்திருக்க வேண்டும். பிப்ரவரியில் மேட்டூர் அணையைத் திறக்க தேவை உருவாவதும் அதற்கு டெல்டா விவசாயிகள் போராட வேண்டியிருப்பதும் இப்படி ஒரு அமைப்பின் அவசியத்தைச் சொல் கிறதல்லவா?

(இந்து தமிழ் திசை, 15.02.2024.
தலைப்பு: 'காவிரி: அரசுக்கு அக்கறை இருக்கிறதா?')

14. குறுவைக்குத் திறக்கும் காவிரி நீர் ஏன் வயலுக்கு வருவதில்லை?

கல்லணையிலிருந்து வங்கக் கடல்வரை காவிரிப் படுகையை நான்கு அங்கணமாக்கினால் திருத்துறைப்பூண்டி மூன்றாவது அங்கணத்தில் இருக்கக்கூடும். அங்கே பரப்பாகரம் கிராமத்தில் தண்ணீர் இல்லாமல் கருகும் தன் குறுவைப் பயிரை ஒரு விவசாயி உழுது அழித்ததாகச் செய்தி (இந்து தமிழ் திசை, 23.7.23). மேட்டூர் திறந்து நாற்பத்தொரு நாட்களில் ஒரு முறை வயலுக்குத் தண்ணீர் வந்ததாம். ஒரு கிராமத்தில் நடந்ததை நான் பொதுவான பிரச்சினை யாக்குவதாக நினைக்கக் கூடாது. பரப்பாகரம் போன்ற நேரடி விதைப்புப் பகுதிகளில் தண்ணீர் இல்லாவிட்டால் காலத்தோடு களைக்கொல்லி தெளிக்க முடியாது என்பது பெரும் பிரச்சினை. காவிரி, வெண்ணாறு ஒவ்வொன்றிலும் பத்து நாட்களுக்காவது முறை வைக்காமல் தண்ணீர் விட வேண்டுமென்று விவசாயிகள் கோரு கிறார்கள்.

நிலைத்துவிட்ட சோகம்

இரண்டு சங்கதிகள் தெளிவாகத் தெரிகின்றன: ஆற்றில் வரும் தண்ணீர் பெரும்பாலும் வயலுக்கு எட்டுவதில்லை. ஆற்றின் வயிறு குழிந்து மிகவும் பள்ளமாகிவிட்டது. இது முதல் சங்கதி. முறைப் பாசன ஏற்பாட்டிலும், விடுவிக்கும் தண்ணீரின் அளவிலும் கறாராக இல்லாமல் நிலைமைக்கும் இடத்துக்கும் ஏற்ப அவற்றில் நெகிழ்ச்சி வர வேண்டும். இது இரண்டாவது சங்கதி. ஆனால், அவ்வப்போது இதற்கான தகவல் சேகரிப்பும் முனைப்பான நிர்வாக ஏற்பாடும் எளிதில் பூர்த்தியாகும் தேவைகள் அல்ல.

ஆற்றில் வரத்து அதிகரிக்கும்போதுதான் வாய்க்காலுக்குத் தண்ணீர் ஏறுகிறது என்றால் சிலருக்குப் புரியாது. வாய்க்கால் மட்டத்துக்கும் ஆற்று மட்டத்துக்கும் காலம்காலமாக இருந்த இசைவு கடந்த நாற்பது ஆண்டுகளில் வெகுவாகக் குலைந்துவிட்டது என்று புது மொழியில் சொன்னால் புரியக்கூடும். வாய்க்கால் மட்டத்தைவிட ஆற்று மட்டம் மீட்க முடியாத அளவுக்குக் கீழே சென்றுவிட்டது. காவிரிப் படுகையில் இது நிலைத்துவிட்ட சோகம்.

சென்ற வாரம் சுவாமிமலையிலிருந்து ஒரு செய்தி. நாம் முன்பு கூறிய காவிரிப் படுகையின் நான்கு அங்கணங்களில் சுவாமிமலை இரண்டாவது அங்கணத்தில் இருப்பதாகக் கொள்ளலாம். முன்னூறு மீட்டர் தொலைவில் உள்ள காவிரியிலிருந்து சுவாமிநாத சுவாமி கோயில் தெப்பக்குளத்துக்குத் தானாகவே வரும் தண்ணீர், ஆறு பள்ளமாகிவிட்டதால் இப்போது வருவதில்லை. குழாய்கள் பதித்து மின் மோட்டாரால் குளத்துக்குத் தண்ணீர் இறைக்கிறார்கள் (இந்து தமிழ் திசை, 16.7.23). இத்தனைக்கும், வெண்ணாறு போல் அல்லாமல், காவிரி ஒரு கரை போன்ற மேட்டில் ஓடுவதாகத்தான் புவியிய லாளர்கள் சொல்கிறார்கள். புவியமைப்பு தான் செய்யக்கூடியவற்றைச் செய்ய நாம் அனுமதிப்பதில்லை என்பதைப் பாருங்கள். மனித யத்தனத்தில் நமக்கு அவ்வளவு நம்பிக்கை! இயற்கை கண்மூடித் தனமான முரட்டு சக்தி; அதன் உக்கிரத்தை நாம் தணிக்க வேண்டும்!

நினைத்துப் பார்க்காத நிலைமை

சுவாமிமலை குளம் காவிரியிலிருந்து முன்னூறு மீட்டர் தள்ளி இருப்பதுபோல் கிராமங்களில் வாய்க்கால் தலைப்பு இருக்காது. வயல்வெளியிலிருந்து வாய்க்கால் தலைப்பு இரண்டு, மூன்று கி.மீ. தொலைவில் இருக்கும். அந்த இடத்தில்தான் ஆற்றின் நீர்மட்டம் வாய்க்காலுக்கு எட்டுவதாக அமைந்திருக்கும். இது இயற்கையாக அமைந்தது. இந்தத் தொலைவைக் கடந்து, பின்னர் வயல்வெளி யிலேயே இரண்டு, மூன்று கி.மீ. கடந்து தண்ணீர் கிராமத்தின் கடை மடைக்கு எட்ட வேண்டும். முறைப் பாசனத்தில் ஆறு நாட்கள் பாய்வதும் அடுத்த ஆறு நாட்கள் காய்வதுமாக இருந்தால் தண்ணீர் இந்தத் தொலைவை எப்படிக் கடக்கும்?

சுவாமிமலையில் செய்வதுபோல் அந்தந்தக் கிராமத்துக்கும் மோட்டார் வைத்து தண்ணீர் இறைக்க இயலாது. இயலக்கூடிய மாற்று ஏற்பாடாக, ஆற்றுப் போக்கில், வாய்க்கால் தலைப்புக்கும் சற்றுக் கீழே, சில இடங்களில் படுக்கை அணைகள் உள்ளன. இவை ஆற்றின் நீர்மட்டத்தை உயர்த்தி, தண்ணீரை வாய்க்கால் வாய்க்கு எட்டச் செய்யும்.

இன்றைய நிலைமையில் ஒவ்வொரு கிராமத்தின் வாய்க்கால் தலைப்பிலும் இப்படிப் படுக்கை அணை கட்ட வேண்டியிருக்கலாம். காவிரிக்கு அப்போது புதுத் தோற்றப் பொலிவு வந்துவிடும்! மேல்

பகுதியில் இருக்கும் மாநிலம் ஆற்றின் குறுக்கே அணை கட்டினால் நாம் பாதிக்கப்படுவோம் என்பது தெளிவு. நம்மூர் ஆற்றில் படுக்கை அணை கட்டினால் கீழ்ப்பகுதி பாசனதாரர்களுக்கு அது குந்தகம் என்று ஏன் நமக்குத் தெரிவதில்லை? உள்ளூர்ப் பாசன வாய்க்காலிலேயே மேல்மடைக்காரர் கவணை போட்டுத் தன் வயலுக்குத் தண்ணீர் ஏற்ற அனுமதிக்க மாட்டோம் என்பது தெரியு மல்லவா?

ஆற்றின் நீர்மட்டத்துக்குப் பொருந்தும் இடத்தில் வாய்க்கால் தலைப்பு அமைந்த காலம் கழிந்து, இப்போது அதே இடத்தில் வாய்க் கால் வாய் மட்டத்துக்கு ஆற்றின் நீர்மட்டத்தைச் செயற்கையாக உயர்த்த வேண்டியுள்ளது. ஆக, காவிரியின் கிளைகள் எல்லாமே பள்ளமாகிப் பாசனத் திறனை வேகமாக இழந்துவருகின்றன. கல்லணைக் கால்வாய் பகுதியைக் கழித்துப் பார்த்தால் இரண்டாயிரம் ஆண்டுகளுக்கு மேல், தானாகத் தண்ணீர் வயலுக்குச் செல்லும்படி இருந்த அற்புதமான பாசன அமைப்பு ஒரு நாற்பது ஆண்டுகளுக்குள் குலைந்துவிட்டது.

''ஆறுகள் ஏன் பள்ளமாகின்றன?'' என்று ஒரு செய்தியாளர் கேட்டார். பொருளாதார வளர்ச்சி வேகத்தில், கட்டுமானப் பெருக்கத்தின் மணல் தேவையை அவை பூர்த்திசெய்வதால் என்று குறிப்பாகச் சொன்னேன். காவிரிப் படுகை ஆறுகளின் மணலுக்கும் நாட்டின் பொருளாதார வளர்ச்சிக்கும் இப்படி ஒரு எதிர்மறை உறவு உருவாகும் என்று முன்பு நினைத்ததில்லை. காவிரியின் நீரை மையப்படுத்தித்தான் டெல்டாவின் விவசாயப் பொருளாதாரம் இயங்குகிறது என்று கருதினோம். ஆற்று மணல் இந்தப் பொருளா தரத்துக்குள் நுழைந்து, இவ்வளவு பெரிய சீர்குலைவை உருவாக்கும் என்று அப்போது யாராவது கற்பனை செய்திருக்க இயலுமா?

வயலின் களிப்பிடிப்பை நெகிழ்த்த ஆற்றிலிருந்து விவசாயிகள் மணல் எடுத்தார்கள், கல்யாணப் பந்தலுக்குப் புது மணல் பரப்பு வார்கள். அப்போதெல்லாம் இன்னொரு பயனாளி வந்து, காவிரி மணலைத் துடைத்து அள்ளிக்கொள்வார், ஆற்று வயிறு குழிந்து கட்டாந்தரையாகிவிடும் என்று யார்தான் கண்டார்கள்?

பாசனம் எங்கே துவங்குகிறது?

காவிரிப் படுகையில் எங்கள் கிராமத்தின் பாசனம் எங்கே துவங்குகிறது? காலனிய ஆட்சிக்கு முன்னால் கேட்டிருந்தால் அது

எங்கள் ஊர் வாய்க்கால் தலைப்பில்தான் என்று சொல்லியிருப்பேன். அப்போது ஆற்றில் தண்ணீர் வந்தால் அது தன்னாலேயே வாய்க் காலிலும் வரும். காலனிய ஆட்சிக் காலத்தில் அது கல்லணையில் துவங்கியது என்று சொல்வது சரியாக இருந்திருக்கும். இப்போது அது மேட்டூரில் துவங்குகிறது என்பது பொருத்தமாக இருக்கலாம். இல்லை, எங்கள் கிராமத்தின் பாசனம் கர்நாடக அணைகளில் துவங்குகிறது என்று சொல்வதுகூடப் பொருந்தும் என்பது துயரமே. ஆக, ஒரு கிராமத்தின் காவிரிப் பாசனம் முன்பு இருந்ததுபோல் அந்தக் கிராம விவசாயிகளின் கையில் இப்போது இல்லை. காவிரியின் வரத்துக் குறைவு இந்த நிலைமையை இன்னும் மோசமாக்கியது.

தண்ணீர் ஆபத்தாகப் போகும் வெள்ளக் காலங்களில் வாய்க்கால் தலைப்பை வைக்கோல் கட்டுகளால் அடைத்துவிடுவோம். வைக்கோல் தண்ணீரில் மொதித்துப் பெருத்து, நம் முயற்சி அதிகம் தேவைப் படாமல், வாய்க்காலை நன்றாக அடைத்துக்கொள்ளும். இப்போது கூட மதகுப் பலகை இல்லாத வடிகால்களில் தண்ணீர் வெளியேறாமல் இப்படி அடைப்போம். அறிவுப் போதாமையில் உருவான பூர்வ குடிகளின் வழக்கம் என்று இதைச் சிரித்து ஒதுக்காதீர்கள். ஊரில் நீராணிக்கம் பார்ப்பவருக்கு அண்மைக் காலம்வரை கதிரடிக்கும் போது ('களம் புழக்கும்போது' என்று சொல்வோம்) ஒவ்வொரு நாளும் இரண்டு, மூன்று கோட்டுகள் வைக்கோல் தாள் கொடுப்பது வழக்கம். கிராம மட்டத்தில் பாசனம் இப்படிச் செம்மையாகப் பின்னிய ஏற்பாடாக இருந்தது. இதெல்லாம் மாறுவது இயற்கை என்ற பார்வையில் ஆறுகள் அநியாயத்துக்கு மணலற்றுக் குழிந்து போவதும் இயற்கை என்று அதை நியாயப்படுத்துவோமா? அல்லது, இருப்பதையும் பாழாக்காத நவீன மாற்றத்திற்குச் சிந்திப்போமா?

நீர்த்தேக்கம் என்று வந்த பிறகு அசலான ஆற்றுப் பாசனம் ஏரிப் பாசன மாதிரிக்கு மாறிக்கொண்டது. ஏரியை நிர்வகிப்பதுபோலவே வரத்து நீரைச் சேமித்து, வேண்டும்போது வேண்டிய அளவுக்கு விடுவிக்கிறோம். மறுகால் பாயும் ஏரி போலவே ஒரு அணையிலிருந்து அடுத்த அணைக்குத் தண்ணீர் வருகிறது. இது நம் வளர்ச்சிப் பண் பாட்டின் அங்கம். ஆற்றுப் பாசனத்தின் தன்மை வேறு; காவிரிப் படுகை ஒரு ஏரியின் ஆயக்கட்டு அல்ல. ஆற்றின் இயற்கையான போக்கில் நில அமைப்பு உருவாவதற்கும், மாறுவதற்கும் இது இடம் தருவதில்லை. அது இழப்பா இல்லையா என்பதை வருங்கால வரலாறு

சொல்லும். ஆனால், இப்போதைக்கு அது நன்மைதானே என்ற நிலைமையும் இல்லை என்பதைக் கவனியுங்கள். காவிரியில் அணைகள் வந்து தொன்னூறு ஆண்டுகளிலேயே நாம் பயன்களாகக் காட்டிய வற்றுக்கு ஒரு எதிர்ப் பக்கமும் உள்ளது என்று தெரிந்துவிட்டது.

ஆறு பள்ளமானது நிரந்தர பிரச்சினை என்றால் முறைப் பாசனமும், நீர் விடுவிப்பு அளவும் அதைத் தீவிரப்படுத்துகின்றன. ஆற்று மட்டத்துக்கும், வாய்க்கால் தலைப்புக்கும் முன்பு இருந்த இசைவை இன்று மீட்க இயலாது. காவிரிப் படுகை புவியியல் அமைப்பைக் காவிரியின் இயற்கையான போக்கு தீர்மானித்த காலம் இனி மீளுமா? ஒரு தீர்வாகச் சாகுபடி முறை, பயிர் வகை, பயிரிடும் பருவம், பாசன முறை என்று தெரிந்த வகைகளில் மாற்றத்திற்கு முயன்று, முயற்சியின் எல்லைக்கே வந்துவிட்டோம். இனி நாம் செய்யக்கூடியது காவிரிக்கும் மனிதனுக்கும் உள்ள உறவுபற்றிய சிந்தனைக் கலாச்சாரத்தில் மாற்றம்தான். காவிரி ஓடுகால் அல்ல, ஆறு!

(இந்து தமிழ் திசை, 27.07.2023.
கூடுதல் செய்திகளுடன்.)

15. கோடையிலும் காவிரியைக் கொண்டாடலாம்

நீர் கொண்டுவந்தால் அது நமக்குக் காவிரி என்போம். கோடையில் நாம் கொண்டாட காவிரியில் எதுவுமே இல்லையா? தண்ணீர் காலத்தில் காவிரிக்குச் செல்பவரை ‘‘காவிரிக்குப் போகிறார்’’ என்றார்கள். அவரே கோடையில் அங்கே சென்றால் ‘‘ஆற்றுக்குப் போகிறார்’’ என்பார்கள். தண்ணீர் இல்லாத காவிரி தன் இருப்பையே தொலைத்துக்கொள்வதைச் சொல்கிறது அந்த மொழி வழக்கு.

காவிரியைப் பாடிய கவிகள் எல்லாரும் அதன் நீர்ப் பெருக்கையே பாடினார்கள். கவி பாடுவது என்றாலே அதனதன் லட்சிய நிலையைப் போற்றுவதுதானே! நதிக்கும், நகருக்கும் மங்கலச் சொல் கூறுவது கவி மரபு. இந்த மரபிலிருந்து விலகி கோடைக் காவிரியை யாரும் பாடியதில்லை. சங்க காலத்திலிருந்து பதினெட்டாம் நூற்றாண்டு தியாகராஜர்வரை காவிரியின் நீர் வளமே கவிப் பொருள். புனல் பரப்பிப் பொன்கொழிக்கும் காவிரி அது. நுரைத்துப் பெருகி, துறை மூழ்க ஓடிவரும். தந்தமும், அகிலும் சந்தனமும் சுமந்து நஞ்சைப் பரப்பில் எக்கண்டமாகப் புகுந்துகொள்ளும்.

பிச்சிப்பூ அருச்சனை

பக்தி இலக்கியங்களும் காவிரியின் வழி நடையைக் கணக்கற்ற வினைச்சொற்களால் வர்ணிக்கின்றன. தியாகராஜரின் பாடல் ஒன்று இரு கரைகளிலும் மறையவர்கள் நின்று பிச்சிப்பூவைத் தூவ, காவிரி பவனி வருகிறாள் என்கிறது. வறட்சி என்றாலும் அதைக் காவிரியின் மாறாத கருணைக்குக் காரணமாக்கினார்கள் கவிகள். பருவங்கள் தன்மை இழந்தாலும் காவிரி பெருகி வரும் என்றது ஒரு சங்கப் பாடல். தவித்துத் தன் வழி பார்த்திருக்கும் மக்களுக்கு இரங்கி மேற்குமலைச் சாரலால் காவிரி மழை பெய்விக்கிறாள் என்றார் தியாகராஜர்.

ஆனால், இன்ன பொருள்தான் கவி பாடத் தகுதியானது என்ற வரையைறை ஏதும் இல்லை என்பது இன்றைய இலக்கியக் கோட்பாடு. பாடு பொருளில் உள்ளார்ந்த கவித்துவம் எதுவும் இல்லை; அது

பாடுபவரின் கவித் திறனில் உள்ளது என்போம். இந்தப் புதிய இலக்கிய மரபில் இப்போது நிறைய படைப்புகள். ஆனாலும், கோடைக் காவிரிக்கு இலக்கியம் பிறந்ததாகத் தெரியவில்லை. புது வேகத்தில் வந்த யதார்த்த மரபு மனித உறவுகளைப் பேசுவதோடு நின்றுகொள் கிறது. (அந்தந்தக் காலத்தின் சமூக, பொருளாதார உறவுகளே அப்போதைய இலக்கிய படைப்புகளின் தன்மையை நிர்ணயிக்கின்றன எனும் விசாரணைத் தளத்துக்குள் நான் செல்லவில்லை).

கோடையின் இளம் காலையிலோ, அந்தியிலோ காவிரி மணலில் கால் புதைய நடப்போம். தை மாதக் கடைசி நீர் வரத்து அலை அலையாய் தெள்ளி வைத்த மணலை உடைத்து அடி போடுவோம். வைத்து எடுத்த நம் கால் தடத்தை மணல் சரிந்து மூடிக்கொள்ளும். ஏறு வெயிலின் வேகம் தெரியாமல் காவிரியில் இறங்கிவிட்டால் ஓடிக் கடக்கவும் முடியாது திரும்பி நடக்கவும் இயலாது. தண் புனல் காவிரி அப்படித் தகிக்கும்.

காவிரியின் நீதி

இந்தத் தொன்மக் கதை சிலருக்காவது தெரிந்திருக்கலாம். கொள்ளிடத்தை வடகாவேரி என்பார்கள். கோடையின் ஏறு வெயிலில் கைக்குழந்தையோடு ஒரு பெண் இந்த அகலமான கொள்ளிடத்தில் இறங்கி நடந்தார். வெயில் உறைக்கவும் சுடுமண்ணில் வேகமாக ஓடி மையத்திற்குச் சென்றுவிட்டார். மேலே போகவும் முடியாமல், திரும்பவும் முடியாமல், அதிர்ச்சியில் உறைந்த நிலை. செய்ய வேறு எதுவும் அறியாமல், குழந்தையை மணலில் கிடத்தி அதன் மேல் அவர் நின்றுகொண்டதாகக் கதை. தார்மீக நெறிகள் இப்படி நொறுங்கிச் சரியும்போது வழக்கமாகவே தொன்மங்களின் மாந்தர்கள் கல்லாக உருமாறுவார்கள். அந்தப் பெண்ணும் நின்ற இடத்திலேயே கல்லாகச் சமைந்தார் என்றுதான் இந்தத் தொன்மமும் முடிகிறது.

இப்போது காவிரியில் மணல் இருக்கிறதா என்று கேட்பீர்கள். கிழக்கே போகப்போக நாணலும், நரிச்சியும், விழலுமாக விளைந்து, மூடிக்கிடக்கிறது காவிரியின் ஓடுகால். மாலையில் அப்போதுபோல் நண்பர்களோடு காவிரி மணலில் அமர்ந்து பேச முடியாது. மேலைக் காற்று காவிரியின் தூவாளி மணலைக் கொழித்துப் பட்டுத் துணியாக இப்போதும் பரப்புமா? வட்டாவும் குடமுமாக ஊற்றுக்குச் சென்று வீட்டுக் கதைகள் பேச இன்றைய பெண்களுக்கு வாய்த்திருக்கவில்லை.

காவிரி கண்ட கனவோ?

இந்தத் தலைமுறையினர் நடுச் சாமம்வரை காவிரி மணலில் விளையாடிக் களிப்பதை அறியாதவர்கள். கோடையில் காவிரி மணலில் நாடகம் நடக்கும். மணலையே தலையணையாக்கி, படுத்த படியே விடியவிடிய நாடகம் பார்க்கலாம். விடிந்ததும் அந்த இடத்துக்கு வேறு எப்போதும் காணாத வெறுமை வந்துவிடும். நாடகம் நடந்ததையே நம்ப முடியாது. 'நேற்று இரவு இங்கே கூத்து ஒன்று நடந்ததே; அது காவிரிக்குக் கனவில் வந்த ஊமைச் சம்பவங்களோ?'—இப்படி, ஒரு விசேட திருஷ்டியில் நாம் காவிரியின் கனவைக் கண்டுவிட்டதாகக்கூட நினைத்துக்கொள்வோம்.

பங்குனி மாதம், திருவெள்ளறைப் பெருமாள் ஸ்ரீரங்கம் கொள்ளி டத்தில் அமைந்த பந்தலுக்கு வருவார். தைப்பூசத்தில் கொள்ளிடம் வழியாகவே கண்ணாடிப் பல்லக்கில் வரும் சமயபுரம் மாரியம்ம னுக்குக் காவிரி ரங்கன் சீர்வரிசை தருகிறார். அன்பில், உத்தமர் கோயில்—இரண்டு ஊர்ப் பெருமாளும் வைகாசி விசாகக் கோடையில் கொள்ளிடத்துக்கு வருகிறார்கள். கோடையானாலும் காவிரியில் கோலாகலமே!

எங்கள் ஊர் பெருமாளுக்கு ஆனிப் பவுர்ணமியில் தெப்பத் திருவிழா. "ஐந்து வேலி (முப்பது ஏக்கருக்குமேல்) குளத்துக்கு ஆனியில் தெப்பமா? இவ்வளவு பெரிய குளத்துக்குக் கோடையில் தண்ணீர் ஏது?" என்று இன்றைய நிலவரத்தை நினைத்துக் கேட்போம். உற்சவ நாள் நிர்ணயமான காலத்தில் இன்றைய நீர்ச் சிறைகளான அணைகள் கர்நாடகத்திலோ தமிழகத்திலோ இருந்த தில்லை. மேற்கே மழை பெய்தால் இங்கே காவிரியில் தவங்காமல் தண்ணீர் வரும். எவ்வளவு மாறிப்போனது இந்தக் காவிரி!

தொல் உணர்வு

இந்த ஆண்டு தெப்பத்திற்குப் பெருமாள் வந்தவுடன் மேலைக் காற்றில், குளிரக்குளிரச் சாரலும் வந்தது. காவிரியில் நீரும் காற்றில் சாரலும், நாச்சியார்களுடன் பெருமாளும், முழு நிலவும், மெல்லிய இசையுமாக—தெப்பம் சிருங்காரத்தின் பூரணம்! எத்தனை வடிவங் களில் இந்தக் காட்சி நம் திரைப்படங்களில் விரிந்திருக்கிறது! அதே மரபு, அதே நிகழ்வு. ஆனாலும், புதுப் பூச்சில் மிளிரும் தொல் உணர்வு இது; மனிதர்களுக்குச் சலிக்காது.

மெலட்டூருக்குச் சென்றுகொண்டிருந்தேன். ஒரு திருப்பத்தில், தரையில் இறங்கிய மின்னல்போல் வெட்டாறு என்ற பழங்காவிரி நெளிந்து கிடந்தது. கண்ணைப் பெயர்த்து வேறு எதைப் பார்க்க? நீர் அற்ற கோடையாகத் தெரியவில்லை. இடம் நிரக்க இருந்தவர் எழுந்து போனாலும் இருந்த இடம் அவரால் நிரம்பியே இருக்கும்; அங்கே வெறுமை நுழையாது. காவிரியில் ஓட்டம் இல்லை; ஆனால், அங்கே நீர்ச் சலனத்தின் நிரந்தரம் மனத்துக்குத் தட்டியது. தெய்வங்கள் அவற்றின் பாதங்களாகி, அந்தப் பாதங்கள் பதிந்த தடங்களை நாம் வணங்குவதில்லையா? பழங்காவிரியின் பாதச் சுவடுகளைக் கையெடுத்துக் கும்பிட்டபடியே நகர்ந்தேன்.

(இந்து தமிழ் திசை, 12.07.2024.
தலைப்பு: 'கோடையிலும் கொண்டாடலாம் காவிரியை!')

16. காவிரிப் படுகை மறந்த நாற்று நடவு

நாற்றுப்பறியும் நடவும் காவிரிப் படுகைக்குக் கிட்டத்தட்ட மறந்துவிட்டது. புழுதியாக உழுது விதையைத் தெளித்துவிடும் இன்றைய சாகுபடி முறை நாற்பதே ஆண்டுகளில் வந்த மாற்றம். இந்தப் புனல்நாடு இரண்டாயிரம் ஆண்டுகளாகவே நடவைத் தவிர வேறு முறையை அறியாது. இப்போது நடவை மறந்து மானாவாரி வழக்கமான தெளிப்புக்கு மாறியது! புரட்சிகளின் தன்மையே இது தான்; அவை சொல்லிக்கொள்ளாமல் வந்துவிடும்.

மிகைப் பேச்சின் கவர்ச்சிக்காக நான் இப்படிச் சொல்லவில்லை. வடகோடி வீராணம் ஆயக்கட்டிலிருந்து காவிரிப் படுகையின் தெற்கு எல்லையான கல்லணைக் கால்வாய்வரை இப்போது தெளிப்பு முறைதான். இதற்கு 'தெளி' என்று ஒரு பெயர்ச்சொல்லும் மொழியில் சேர்ந்துகொண்டது. ஏற்கனவே 'பறி' என்ற சொல் பெயர்ச் சொல்லாகப் புழங்கியது. 'நாற்றுப்பறி', பறி கடினமாக இருக்கிறது என்று 'பறி'யைப் பெயர்ச்சொல்லாக்கிப் பேசுவது உண்டு. திட்டுத் திட்டாக மட்டுமே மயிலாடுதுறை, கும்பகோணம், திருவையாறு பகுதிகளில் இன்னும் நடவு இருக்கலாம். குறுவைக்கும் கோடைச் சாகுபடிக்கும் சேற்று உழவு செய்கிறார்கள். அங்கேயும் நேராகத் தெளித்துவிடும் சேற்று விதைப்புதான். மானியம் கொடுத்து அரசாங்கம் இந்த முறை மாற்றத்தை ஊக்குவிக்கவில்லை. இது விவசாயிகள் தாங்களாகவே கண்ட வழி. காவிரிக் கரையின் கலாச்சார வலுவைத் தான் இதற்குக் காரணமாகக் கூற வேண்டும்.

காவிரியின் நீரோட்ட ஓசையும், உழவர்கள் ஏரோட்டும் ஓசையும் சிலப்பதிகார நாயகன் கோவலனின் பாட்டில் ஒலிச் சித்திரமாக வருகின்றன. கோபாலகிருஷ்ண பாரதியின் நந்தனார் சரித்திரத்தில் ஓர் அந்தணர் காவிரிக் கரை விவசாய வேலைகளை வரிசைப்படுத்துகிறார்: ''உழுது, சேறுபண்ணி, பரம்படித்து, விரை தெளித்து, நாத்துப் பறித்து, நடவு நட்டு... பதத்தில் அறுத்து, கட்டியடித்து'' இதில் எதுவுமே

இப்போது காவிரிப் படுகையில் நடப்பதில்லை என்பது உங்களுக்கு ஆச்சரியம் தரலாம். சேற்று உழவு இப்போது கிடையாது. நாற்றங்கால் இல்லை; நாற்றுப்பறியும் இல்லை. நடவு என்பது பழங்கதை. அறுப்பதும், கதிரடிப்பதும் அறவே இல்லை. இத்தனையும் கடந்த நாற்பது ஆண்டுகளுக்குள் முற்றாக மறைந்தன.

நடவோடு நாற்றங்காலும் மறைந்தது

நடவு என்பது காவிரி விவசாயத்தை அடையாளப்படுத்தும் முகம். ஏட்டில் எழுதினாலும், திரையில் காட்டினாலும், பாட்டாகப் பாடினாலும் நடவைச் சொல்லிவிட்டால் விவசாயத்தின் முழுச் சித்திரமும் சமைந்துவிடும். அந்த ஒற்றை நடவடிக்கைக்கு அப்படி ஒரு குறியீட்டு மகத்துவம்! நடவுக்குச் சேற்று உழவு செய்து வயலைத் தயாரிப்பதற்காகவே இங்கு உம்பளச்சேரி வகை மாடு இருந்தது. மற்ற இன மாடுகள் சேற்றில் இறங்காது. உம்பளச்சேரி பசு காளைக் கன்று ஈன்றால் அது நாளைய உழவுக்கு ஊட்டமாக வளர வேண்டும். தாய்ப் பசுவின் மடியில் அதற்காகவே மூன்று காம்புகளைக் கறக்காமல் விட்டுவிடுவார்கள். மனிதனையும் மாட்டையும் நடவு இப்படிப் பிணைத்திருந்தது. நிலம் வாங்குபவர்கள் அதற்கான நாற்றங்காலோடு சேர்த்துத்தான் வாங்குவார்கள். ஆனால், நடவோடு நாற்றங்காலும் இப்போது மறைந்தது. பட்டுக்கோட்டையாரின் அன்றைய பாட்டில் வருவதுபோல் இப்போது 'சம்பா பயிரைப் பறிச்சு நட்டு' விவசாயம் செய்வதில்லை.

முன்னேறிய தொழில்நுட்பங்களான பத்தி நடவும், ஒற்றை நாற்று நடவும் நடவை மையமிட்டன. புராணங்களுக்குள்ளும் நடவு அருகாக வேரோடியது. 'நாற்பது வேலி பூமி நடவு நட்டாகவில்லை' என்று சொல்லும் வேதியர் சிதம்பரம் செல்ல நந்தனாருக்கு அனுமதி மறுக்கிறார். சிதம்பரநாதனின் பூதகணங்கள் ஒரே இரவில் நாற்பது வேலியையும் நட்டுவிடுகின்றன. நடவு என்ற விவசாய வேலை சாதாரண மனித முயற்சியின் எல்லையில் நிற்கும் அசாத்தியம். அது நடந்துவிட்டாலோ பூதங்களின் ஒத்தாசையாக வைத்துதான் நாம் அதை விளங்கிக்கொள்ளலாம். திருக்குவளைக்கு அருகே, குண்டையூர்க் கிழார் சுந்தரமூர்த்தி நாயனாருக்கு அளித்த நெல் பொதியை சிவனின் பூத கணங்கள்தான் திருவாரூருக்குக் கொண்டு வந்து சேர்த்தன.

நட்டது போதுமே

திருநாட்டியத்தான்குடி என்ற ஊரில் ஆண்டுதோறும் நடவுத் திருவிழா நடக்கும். ஆடி மாதம் கேட்டை நட்சத்திரத்தில் சிவனும் பார்வதியுமாக அங்கே நடவு செய்ததாகத் தல புராணம். அன்றைய தினம் தோளில் கலப்பையோடு சிவனும், நாற்றுமுடியோடு பார்வதியும் சேற்றில் இறங்குகிறார்கள். சிவனும் பார்வதியுமாக வேடமிட்ட இரண்டு சிறுவர்கள் 'முதல்' ஊன்றி நடவைத் துவக்க, ஊர் மக்கள் வயலை நட்டு முடிக்கிறார்கள். 'முதல்' என்பது சேற்றில் விரலால் ஊன்றும் மூன்று, நான்கு நாற்றுகள். விவசாயத்தில் பணமாகச் செலவிடும் முதலுக்கும் இதற்கும் இவ்வளவு பத ஒற்றுமை! ஒரு காலத்தில் முதலீடே நாற்றுச் செலவாகத்தான் இருந் திருக்கும். பார்வதி நடும் அந்த ஒரு வயலில்தான் இப்போது நடவு; மற்ற இடம் எல்லாமே தெளி.

அன்றாட நிஜத்தை அந்த நாடகம் அர்த்தப்படுத்தியது. நிஜமும் நாடகமும் ஒன்றுக்குள் ஒன்றாக இருந்தன. நிஜம் என்ற தன் நிலையிலிருந்து நகர்ந்துகொண்ட நடவு இப்போது வெறும் நாடகிய அடையாளமாகத் தங்கிக்கொண்டது. நடவுப் புராணம் இனி அன்றாட நிஜத்தில் பங்கேற்க வழியில்லை. பிட்டுக்கு மண் சுமந்ததைப் போல் இதுவும் புராண நிலையிலேயே இருந்துவிடும். நிஜத்துக்கும் நாடகத்துக்கும் வந்த இந்த உறவுச் சிக்கல் semiotics மாணவர்களுக்கு சுவாரசியமான ஆய்வுப்புலம்! 'நட்டதுபோதும்; கரையேறி வாரும், நாட்டியத்தான்குடி நம்பி!' என்று சுந்தரர் இறை வனைக் கோயிலுக்கு அழைத்துக்கொண்டதாக அங்கு ஒரு பாட்டு நிலவுகிறது. குறை நடவை நாளை நடலாம் என்று இறைவனும் கறையேறிவிட்டார். அந்த 'நாளை' இனி எப்போதும் 'இன்று' என்று ஆகப்போவதில்லை. 'நட்டது போதும்' என்று காவிரிப் படுகையே இப்போது கரையேறிவிட்டதைப் பார்க்க அதிர்ச்சிதான்.

அவசரத் தீர்வு நிரந்தரமானது

கடைமடையான திருத்துறைப்பூண்டிப் பகுதியில் இந்தத் தெளி நாற்பது ஆண்டுகளுக்கு முன் துவங்கியது. காவிரியில் வரத்து தாமதம், அதன் நிச்சயமின்மை, போதாமைக்கு அப்பகுதி விவ சாயிகள் தெளியைத் தீர்வாகக் கண்டார்கள். அங்கேயே அது மூன்று தசாப்தங்கள் சுற்றி, கொஞ்சம் கொஞ்சமாகப் பரவியது. பிறகு, ஒரே மூச்சில் காவிரிப் படுகை முழுதுமாகப் பரந்துகொண்டது.

சில நேரம் நாற்றங்காலைப் புழுதி உழவு செய்து அதில் ஊற வைக்காத விதையைத் தெளித்துத் தண்ணீர் கட்டுவது உண்டு. இதை 'வெள் விதைப்பு' என்பார்கள். இந்த நாற்றங்கால் வழக்கமான சேற்றுப்பிடி நாற்றங்காலுக்கு மாற்று. இன்று புரட்சியாக வெடித் திருக்கும் 'தெளி'க்கான சூட்சுமத்தை காவிரி விவசாயிகள் அந்த இடத்தில் கண்டிருக்க வேண்டும். மிகப் பெரிய மாற்றங்கள் இப்படிக் கடுகத்தனைக் காரியத்திலிருந்து கிளைப்பது வழக்கம்!

அன்றைய அவசரத் தீர்வாக வந்தது பெரும் புரட்சி ஒன்றைத் தனக்குள் வித்தாக வைத்துக்கொண்டிருக்கும் என்று யார் கண்டது? 'நடவா? தெளியா?' என்ற ஊசலாட்டக் கட்டம் கழிந்துவிட்டது. எல்லாமே இப்போது தெளிதான். நடவு பழகியதாயிற்றே என்று விட்டுவிட இயலாமல் யாரும் தயங்கவில்லை; தெளி நாம் அறியாத புதிது என்ற அச்சமும் இல்லை. இந்த நிச்சய புத்தியைத்தான் காவிரிக் கரையின் கலாச்சார வலு என்று சொன்னேன்.

காவிரிப் படுகைக்கு நடவு மீண்டுகொள்ளும் வாய்ப்பு இல்லை. காவிரிப் படுகையின் வயல்வெளி அமைப்பு இயந்திர நடவுக்கு விரைவில் இடம் தராது. நாகரிக முதிர்ச்சியில் சமுதாயம் புராதன தெளியை விட்டு நடவுக்கு முன்னேறியது ஒரு வரலாற்றுக் கட்டம். அங்கேயே பல நூற்றாண்டுகள் நிலைத்து, மீண்டும் அது தெளிக்குத் திரும்பியிருப்பதைச் சரியாகப் புரிந்துகொள்ள வேண்டும். ''மேம்போக்காகத் தெரிவதெல்லாம் ஞானமல்ல; அதை ஆழத்தில் தான் தேட வேண்டும்'' என்று நாம் நம்ப வேண்டாம். ஆனால், தண்ணீர்த் தட்டுப்பாடுதான் காரணம் என்பது இதை எளிமைப் படுத்திப் புரிந்துகொள்வதாகும். நீர்ச் சிக்கனம் என்று நினைத்துக் கொண்டால் அதுவும் ஒரு வகை அசட்டு திருப்தியே. நாற்றுப்பறி, நடவு, ஆள் பற்றாக்குறை போன்ற அல்லல் வேண்டாம், செலவும் மிச்சம் என்ற வழக்கமான சிந்தனைகள் ஒரு காரணமாகலாம். 'போதும் இந்தத் தீவிர விவசாயம்' என்று காவிரிப் படுகை மனம் சளைப்பதும் காரணமாகலாம். எனக்கு அப்படித்தான் தோன்றுகிறது. சிக்கனம், கூடுதல் வருமானம், என்ற பொருளாதாரக் காராணிகளால் மட்டுமா காவிரி விவசாயம் நகர்கிறது?

(இந்து தமிழ் திசை, 23.09.2024.
சில திருத்தங்களுடன்.)

17. தொன்மையோடு இசைந்த இளமை: தி. ஜானகிராமனின் 'நடந்தாய்; வாழி, காவேரி!'

கோவலனும் மாதவியும் காவிரியின் நடையழகில் மயங்கியவர்கள். அந்த நடையழகு நிலைத்திருக்க 'வாழி' என்று ஒருவரை விஞ்சி ஒருவர் காவிரிக்கு மங்களச் சொல் கூறினார்கள். ஆயிரத்து ஐந்நூறு ஆண்டுகளுக்குப் பின் வந்தும், அவர்களைப் போலவே மயங்கிய சிட்டியும், தி. ஜானகிராமனும் 'நடந்தாய்; வாழி, காவேரி!' என்ற பயண நூல் எழுதினார்கள். அப்போதும், இப்போதும் வாழ்த்துவோர் வெறும் மனிதர்களே. அவர்கள் வாழ்த்தும் அழகோ தெய்வீகம். இருந்தாலும், கண்கொள்ளா அழகின் முன் நிற்கும் போது மனித நிலையின் தாழ்ச்சியை மறந்து நாம் தன்னிச்சையாக வாழ்த்துக் கூறுவது மரபு என்று சொல்கிறார்கள். மங்களாசாசன மரபின் மற்றொரு வடிவம் இந்த நூல்.

நடையழகு, தமிழர் அழகியலின் அங்கம். திருவிழா காண சிம்மம் போல் வெளியே வரும் காவிரிக் கரை ஸ்ரீரங்கத்துப் பெருமாள், தன் இருப்பிடம் திரும்பும்போது, சர்ப்பம்போல் ஊர்ந்து காட்டுவார். 'நடந்தாய்; வாழி, காவேரி!' நூலில் காவிரியின் நடையை மட்டுமல்ல, அந்த நதியின் அசைவு, ஓட்டம், சீற்றம், துள்ளல் போன்ற நடைபேதங்களையும் காணலாம். கூடவே காவிரியின் முறுவலையும், சிரிப்பையும், கோபத்தையும், பாசத்தையும் ரசபேதங்களாகக்கூடக் காணலாம். கோவலனும் மாதவியும் கண்டதாகப் பாடும் காவிரியின் நடையழகு, காவியப் பாத்திரங்கள் பல நூறு ஆண்டுகளுக்கு முன் பாடிக் காட்டிய ஒரு கற்பனைச் சித்திரம். காலமெல்லாம் காத்திருந்ததுபோல் அந்தக் கற்பனைச் சித்திரம், சிட்டியும் தி. ஜானகிராமனும் கண்ணுக்கு நேரே கண்ட காவிரியாக விரிந்து, தனக்கு நிறைவைத் தேடிக்கொண்டது. பயண நூல் என்ற யதார்த்தத்தில் தன் விரிவைக் கண்டு, தன் நிறைவையும் கண்டுகொண்டது ஒரு காப்பியக் கற்பனை. யதார்த்தம் கற்பனையில் தன் நிறைவைக் காண்பதுதானே வழக்கம்? 'நடந்தாய்; வாழி, காவேரி!'யில் கற்பனை தன் நிறைவை யதார்த்தத்தில் கண்டுகொண்டது.

நடையழகுக் காட்சி என்று நான் சொல்வதை உருவம், தோற்றம் என்று கண்ணுக்கு எட்டுவதாக மட்டுமே அதைக் குறுக்கக் கூடாது. காவிரியின் நடைவழியில் மடை பொழியும் நீர் ஓசை எப்போதும் உண்டு. அங்கங்கே, மதகுக் கண் வழியே நீர்வடம்போல் சீறி வரும் காவிரி உடைந்து உடைந்து, பரவி விழும் ஓசையும் ஓயாது. ஏரின் கொழுமுனையும், மாட்டின் குளம்பும் வயலின் நீர்ப்பரப்பில் லயத்தோடு ஒலித்துக்கொண்டே இருக்கும். புரண்டு வரும் புதுப் புனலில் குதித்தும், குடைந்தும் அலற நீராடுவார்கள் கரையோர மக்கள். காதுக்கு எட்டும் ஓசைகளைக் கொண்டே காவிரியை இப்படி ஒலிச் சித்திரமாகவும் வரைந்து காட்டுகிறான் கோவலன். கண்களை மூடிக்கொண்டு அந்தச் சித்திரத்தைப் பார்க்கலாம். நூற்றாண்டுகளைக் கடந்து ஒலிக்கும் அதே சந்தங்களைக்கொண்டு 'நடந்தாய்; வாழி, காவேரி!' நூலும் இந்த ஒலிச் சித்திரத்தை உரைநடைக் காவிய மாகச் செய்திருக்கிறது. சிலப்பதிகாரம் என்ற காப்பியத்தின் ஒரே யொரு இழையைச் சித்திரத் திரைச் சீலையாக்கி, காவிரியைக் கொண்டாடியிருக்கிறது இந்த நூல்.

நூலைப் பற்றி இரண்டு சங்கதிகளைச் சொல்லிவைக்க வேண்டும்: நூலின் சமகாலம், அதற்குச் சற்று முந்தைய காலம், இன்னும் வெகு தொலைவு பின்னால் சென்று காப்பியக் காலமான பழங்காலம் ஆகிய மூன்றையுமே சரடாகக் கோர்த்து வருகிறது காவிரி. இது முதலாவது சங்கதி. இரண்டாவது, தன் பொருளான காவிரியை விவரிப்பதோடு நின்றுகொள்ளாமல், தன்னைப் பற்றிய, தன் விவரிப்புப்பற்றிய சுய விமர்சனத்தோடும் நூல் வளர்கிறது. நூலின் சுயஎள்ளல் அபூர்வ ரசனையில் பிறக்கும் நகைச்சுவை. காவிரி என்ற மகத்துவம் எப்போ தாவது எழுத்தில் அகப்பட்டுக்கொள்ளும். அப்போது இந்த நகைச் சுவை விலகி, சொற்களும் வழிவிட்டு விலகி, திளைப்பும், திகைப்பும், மௌனமும் படைப்பாளரை நிறைத்துத் ததும்புகிறது.

மாயவரம் நகரின் பூம்புகார் கைகாட்டியில் துவங்குகிறது நூல். கைகாட்டியிலிருந்து வாசகர்கள் காலத்திற்குள்ளும் முன்னும் பின்னும் நடக்கலாம். காவிரியின் வடகரையோடு பூம்புகாருக்கு ஒரு சாலை உண்டு. சில ஆண்டுகளுக்கு முன் பாரவண்டிகள் செல்லும் மண் சாலையாகவும், அதுவே முற்காலத்தில் மரக்கலங்களில் பூம்புகார் வந்து இறங்கும் சரக்குகள் மேற்கே சோழர் தலைநகரம் உறையூருக்குச் செல்லும் சாலையாகவும் இருந்ததாம். பூம்புகாரிலிருந்து கோவலனும், கண்ணகியும் மதுரைக்குச் சென்ற சாலை இது. இந்தப் பெருஞ்சாலை

இன்று தன் வாழ்வு பழங்கதையாகிவிட்ட ஒதுக்குபுறச் சாலை. இப்படிக் காலங்களின் ஊடாக காவிரியைக் காட்டும் ஆசிரியர்கள், அது காலத்தைக் கடந்து நிற்கும் நிலையையும் காட்டிச் செல்கிறார்கள். அவர்களுக்கு இது 'பொய்யா இளமை பொங்கும் தொன்மையான காவேரி'. தொன்மையோடு இசைந்த இளமை!

தொன்மையின் வசீகரத்தை எழுதுபவர்கள் அப்படி எழுதுவதைத் தன் வாசகர்களுக்கு நியாயப்படுத்திக் காட்ட வேண்டியுள்ளது. 'ஆகா! அந்தக் காலம்' என்று வியப்பவர்களைப் பழமைவாதிகளாகக் கேலி செய்யப் பழகிவிட்ட புது யுகத்துக்கு ஆசிரியர்கள் பதில் சொல்கிறார்கள். "தானாகத் தோன்றும் வியப்பை எப்படித்தான் தடுக்க முடியும்?" என்று கேட்டுவிட்டு, "காவேரி... தொன்மை சுமந்திருப்பதைக் கண்டு வியப்பதும் மகிழ்வதும் கௌரவக் குறைவாக எங்களுக்குப் படவில்லை" என்பதோடு தாங்கள் துவக்கிய வாதத்தை முடித்துக்கொள்கிறார்கள்.

காவிரியின் வடகரையோடு செல்லும் ஆசிரியர்கள், திருச்சிராப் பள்ளியில் ஆற்றைக் கடந்து, அதன் தென்கரைக்கு மாறுகிறார்கள். கடக்கும் இடத்தில் நிற்கும் திரிசிர கிரி மலை (திருச்சி மலைக் கோட்டை) "யுகாந்த காலமாக அங்கு நின்ற வண்ணம் ...எத்தனை வரலாற்றுச் சம்பவங்களையும், இதிகாச சாதனைகளையும் பார்த் திருக்கும்?" என்று வியந்துபோகிறார்கள். அங்கே அவர்கள் காண்பதும் கேட்பதும் "ஒரே கணத்தில் பல காலகட்டங்களை வாழ்ந்துவிடும் ஒரு தனி உணர்வை ஊட்டுகின்றன. காலம் நின்றுவிட்டதுபோல் ஒரு மயக்கம். அதே சமயம் ஒரு நொடியில் பல காலங்கள் திணிந்துவிடும் மயக்கம்".

'ஆறிரண்டும் காவேரி, அதன் நடுவே சீரங்கம்' என்ற நாட்டுப் புற பாடலைப் பயணக் குழுவில் ஒருவர் பாடுகிறார். சதாசிவப் பிரம்மேந்திரரின் 'மானச சஞ்சரரே' பாடலையும் பாடுகிறார். சிலம்பி லிருந்தும் பல வரிகளைப் பாடுகிறார். ஒரே கணத்தில் பல காலகட்டங் களை வாழ்ந்துவிடுவது இதுதான். காவிரியைக் காண்பவர்கள் இந்தக் கால மயக்கத்துக்கு இன்றைக்கும் அடிமைதான்.

தி. ஜானகிராமனின் காவிரிப் பயணத்திலிருந்து இப்போது அரை நூற்றாண்டு கழிந்துவிட்டது. காவிரிக்கு குடமுருட்டி என்று வளம் குன்றாத கிளை ஆறு ஒன்று. கருப்பூர் (தி. ஜானகிராமன் வாழ்ந்த விடயல் கருப்பூர்) என்ற கிராமத்தில் அதுவே புத்தாறு என்றும், சோழ

சூடாமணி என்றும் இரண்டாகப் பிரிகிறது. இந்த இடத்தில் இரண்டு மதகுகள். மதகின் மேல், ஒட்டுப்பாலத்தில் இருசக்கர வாகனங்கள் செல்லும். மதகு முனைகளில் கால் நீட்டி அமர்ந்து கைப்பேசிகளில் இளைஞர்கள் ஏதோ படம் பார்த்துக்கொண்டிருக்கிறார்கள். அளவாகத் தூக்கிவிட்ட மதகுப் பலகைகளின் கீழாக காவிரி சீறிப் பாய்ந்து, முன்னால் உள்ள தடைகளில் உடைந்து பரவுகிறது. காவிரிப் படுகை முழுதும் இப்படிக் காவிரியைப் பிரித்து, பிரித்ததை மீண்டும் பிரித்து அனுப்பும் நூற்றுக்கணக்கான கவட்டைகள். நீங்கள் எந்த மதகில் நின்று ஆற்றுப்போக்கைப் பார்த்தாலும் சிலப்பதிகாரம் சொல்லும் காவிரியின் மதகு ஒதையும், உடை நீர் ஓதையும் உங்களுக்குக் கேட்கும். கூடவே சிலம்பில் வராத இருசக்கர வாகனங்களின் ஓசையும் கேட்கும். கைப்பேசியில் மூழ்கிய புதுயுக இளைஞர்களையும் காணலாம். காவிரிக் கரையில் காலங்கள் இப்படி ஒன்றோடு ஒன்று பின்னிக் கொண்டு மயங்கிவிடும்.

கால மயக்கம், தன்னிலிருந்து விலகி நின்று தன்னைப் பார்த்துக் கொள்ளும் சுயஎள்ளல், 'பேச்சுப் பிடிக்காமல் உள்ளம் அடங்கிக் கிடந்த' மௌனம் - கரும்பச்சையும், கருஞ்சிவப்பும், கப்பான மஞ்சளு மாக பெருமாளுக்குச் சாத்தும் பட்டு நூல் பவித்திரம்போல் இந்த உணர்வு இழைகளை நூல் முழுதும் காணலாம். ஆராதிப்பதும், அதைச் செய்யும்போது தன்னைப் பார்த்தே நகைத்துக்கொள்வதும் ஒன்றையொன்று அடித்துவிடும் பகை உணர்வுகள். பகை உணர்வு களை இசைவித்துக் காட்டுவது உன்னதமான கலை நயம். காவிரியின் ஆராதனை அசட்டு ஆராதனை என்று ஆகாமல் அதற்குள்ளேயே ஒரு ரசநுட்பத்தைக் கலந்திருக்கிறார் தி. ஜானகிராமன்.

இந்த வகை ரசநுட்பம் காவிரிக் கரை மக்களுக்குக் கைவந்த கலை. சொல்லும் சொல் ஒவ்வொன்றிலும் இதைக் கலந்துவிடும் நபர்கள் இங்கே உண்டு. பேசுவது எல்லாமே எள்ளல் பொடிவைத்து ஊதிய சொல்லாக இருக்கும். அந்தத் தரத்திலிருந்து கொஞ்சம் மேலே எழும்பினால் அதுவே கலைப் படைப்பு. காவிரிக் கரை மைந்தர் தி. ஜானகிராமன் காவிரியைப் பற்றி எழுதினால் இந்த ரசநுட்பம் மலிந்து கிடப்பதற்குக் காரணமா வேண்டும்?

பயணக் குழுவில் ஓர் ஓவியர், ஓர் இசைப் பிரியர், ஒரு வரலாற்று ஆராய்ச்சிப் பிரியர். அவரவர்க்கு வாய்த்த அவரவர் துறைப் பெருமையும், தொழில் ஆர்வமும், அவை ஒவ்வொன்றும் மற்றவர் களுக்குத் திகட்டும் அதீதத்திற்கு நீள்வதுமாக இந்த காவிரிப் பயணம்

சுவாரசியமாகிறது. கல்லணையை கரிகாலன்தான் கட்டினானா என்று அவர்களுக்குள் ஒரு சர்ச்சை. ''அவன் கட்டவில்லை என்று சாதித்து என்ன வந்துவிடப்போகிறது? கட்டினான் என்பதற்குச் சான்று கிடைக்காமலிருக்கலாம். கட்டவில்லை என்பதற்குத்தான் என்ன சான்று இருக்கிறது?'' என்று ஆராய்ச்சியாளர் தர்க்கத்தின் உச்சத்தைத் தொட்ட பெருமிதத்தில் ஒரு கேள்வியை முனுமுனுக்கிறார். இல்லை என்பதற்கு எதிர்மறைச் சான்று கோரும் இதற்கு இணையான எள்ளலை நாம் பார்க்க இயலாது. ஆராய்ச்சி நண்பருடன் விவாதம் தொடரும் தெம்பு இல்லை என்று ஒதுங்கிக்கொள்கிறார் ஆசிரியர்: ''ஆராய்ச்சியே! கோபித்துக்கொள்ளாதே! நீதான் புதுயுக சேதனத்திற்கு தூண், அடிவாரம் எல்லாம். மூன்றும் மூன்றும் ஆறு என்று கண்டுபிடிப்பவர்களும் உன்னுடைய பக்தர்கள்தான்...'' காவிரி தூண்டும் வியப்பில் தன்னைத் தொலைத்துக்கொண்டு, விமர்சனப் பார்வையைத் தொலைத்துவிடாமல் இப்படி நுட்பமான பண் பாட்டுத் தளத்திலேயே நகர்கிறது இந்த நூல்.

பயணக் குழு பவானிக்குச் செல்கிறது. காவேரியோடு பவானி சங்கமிக்கும் இடம். அதற்கு ஒரு புராணம் உண்டு: ''இரண்டு நதிகள் சங்கமமானால் நம்முடைய ஸ்தலபுராணக்காரர்களுக்கு திருப்தி வருவதில்லை. இங்கும் காவேரியோடு அமுதா என்ற இன்னொரு நதி அந்தர்வாஹினியாகக் கலக்கிறது என்று சொல்லி அதற்கும் ஒரு கதையும் சொல்கிறார்கள்.'' எள்ளல்தான். ஆனால், நீங்கள் இதைச் சராசரி எள்ளலாக எடுத்துக்கொண்டால் ஏமாந்துபோவீர்கள். கட்டுக் கதைகளாகத் தோன்றுபவற்றுக்குப் பின்னால் என்ன இருக்கிறது என்ற தத்துவத் தேடலில் பிறக்கிறது இந்த எள்ளல்: ''ஊரும் சுற்றுப்புறமும் மலையும் நீருமாக அழகு பொங்கினால், உள்ளமும் பொங்கி மூல தத்துவ அழகில் சிக்கிவிடுகிறது...''

பயணக் குழுவில் ஒருவர் காவிரியின் போக்கில் எத்தனை அகத்தியர் கோயில்கள், புராணங்கள் என்று சந்தேகச் சலிப்பில் ஒரு கேள்வி கேட்கிறார். மைசூர் ராமநாதபுரத்தில் காவிரிக்கு நடுவே ஒரு அகஸ்தீச்வரர் ஆலயம். திருஈங்கோய்மலையில் ஒரு அகஸ்தியர் கதை. திருக்கோடிக்காவலில் ஒன்று—இப்படி அவர் அடுக்கிச் சொல்கிறார். நூலில் வராத இன்னொன்றையும் நாம் இங்கே சொல்ல வேண்டும். காவிரியின் கிளையான முள்ளியாறு கடலில் கலக்கும் இடத்திற்கு அருகில், வேதரணியத்திற்கும் தெற்கில் ஒரு அகத்தியம்பள்ளி உண்டு. பார்வதி திருமணத்தின்போது விருந்தினர் கூட்டச் சுமையால் வடக்கு

தாழ்ந்துவிட்டது. பூமியைச் சமநிலைக்குக் கொண்டுவர அகத்தியர் விந்திய மலையைக் கடந்து வேதாரணியம் வந்ததாகத் தலபுராணம். ‘போகும் இடமெல்லாம் அகத்தியரின் அடிதொழ அருள வேண்டும்’ என்று காவிரி கேட்டுக்கொண்ட புராணத்தையும் ‘நடந்தாய்; வாழி, காவேரி!’ கூறிவிட்டு, ‘‘...புராணப் போர்வைகளை நீக்கிவிட்டுப் பார்த்தால் அந்த ரிஷிகள் பெரும்பெரும் ஆராய்ச்சிக்காரர்களாகவும் புது நிலம் தேடி காடழித்து நாடாக்கிய புவியியல் அறிஞர்களாகவும் இருந்திருக்க வேண்டும்... அகத்தியர் புது நிலம் காண முனைந்தவர்’’ என்று தன் புரிதலைத் தருகிறது. காவிரியும் அகத்தியர் கமண்ட லத்திலிருந்து விடுபட்டு புது நிலம் கண்டவள்தான். இருவர் விழைவு களின் இசைவேதான் காவிரிப் படுகை.

சிவசமுத்திரம் தீவின் ரங்கநாதர் ஆலயத்தைப் பார்த்த பயணக் குழு, மேலும் இரண்டு இடங்களில் ரங்கநாதர் பள்ளிகொண்டிருப் பதைக் கூறுகிறது: ‘‘காவேரியின் நடைபாதையில் மூன்று இடங்களில் ரங்கநாதர் பள்ளிகொண்ட கோலத்துடன் காட்சி அளிக்கிறார். இந்த மூன்று க்ஷேத்திரங்களில் ஸ்ரீரங்கபட்டணம் ஆதிரங்கம் என்றும், ஸ்ரீரங்கம் அந்திய ரங்கம் என்றும் வர்ணிக்கப்படுகிறது.’’ புராணங் களுக்கு ஒரு விசித்திர கவர்ச்சி உண்டு. அவை தோற்றத்திற்கு எதிர் எதிரானவற்றையும் இணைத்துப்பார்க்கும் அபூர்வ ஞானத்தில் பிறப்பவை. காவிரியின் மேல்மடைப் பகுதி கர்நாடகத்தில் இருக்கும் ஸ்ரீரங்கபட்டணம் ஆதிரங்கம் என்றால் நமக்கு அது ஏன் ஆதிரங்கம் என்று புரிகிறது. காவிரியின் கடைமடையில், முள்ளியாற்றுக் கரையில் அரவணையில்லாமல், ஸ்தல சயனமாக உள்ள ரங்கநாதரும் உண்டு. இந்தக் கடைமடை தலத்தையும் ஆதிரங்கம் என்பார்கள். காவிரி கிளை பிரிந்து, மீண்டும் கூடி, இடையில் விடும் இடங்களெல்லாம் அரங்கம்போலிருக்கிறது.

புராணங்கள் போலவே இராமாயண இதிகாசமும் முடிந்த இடங்களில் எல்லாம் தன்னைக் காவிரியோடு இணைத்துக்கொள் வதைப் பற்றியும், ‘நடந்தாய்; வாழி, காவேரி!’ தன் பாணியில் பேசு கிறது. ஜடாயுவை ராமனும் லக்ஷ்மணனும் நாசிக்குக்கு அருகில் உள்ள பஞ்சவடியில் தகனம் செய்தார்கள் என்பது ராமாயணம். இதைச் சொல்லிவிட்டு, திருவையாற்றுக்கு அருகில் உள்ள ‘‘உமையாள் புரத்தில் ஜடாயுக் கழுகை எரித்து ராமன் கரையேற்றியதாக ஒரு ஐதீகம்’’ என்பதையும் நூல் குறிப்பிடுகிறது. ‘‘உமையாள்புரம் எங்கே

வந்தது என்று தெரியவில்லை. பஞ்சவடிதான் உமையாள்புரத்திற் கருகில் இருந்ததா?'' என்று நூலில் ஒரு கேள்வி. மற்ற இடங்களின் இராமாயண உறவு பற்றியும் 'நடந்தாய்; வாழி...' பேசுகிறது: ''மைசூர் மாநிலத்தில் உள்ள ராமநாதபுரத்தில் இராமன், ராவணனைக் கொன்ற பாபத்தைப் போக்கிக்கொண்டான் என்று ஒரு கதை''. காவிரிக் கரை ஊர்களின் இராமயண உறவுப் போட்டிக்கு முடிவே இல்லை. காவிரியின் கிளை வெண்ணாறு. அதற்கும் மற்றொரு கிளையான கோரையாற்றிலிருந்து பிரியும் அரிச்சந்திர நதிக்கும் இடையில், மன்னார்குடிக்கும் கிழக்கே, திருராமேசுவரம் என்று ஒரு ஊர். அங்கேயும் இராமன், ராவணனைக் கொன்ற பாபத்தை சிவலிங்க பூஜை செய்து போக்கிக்கொண்டான் என்று தல புராணம். கோடியக் கரையை தனுஷ்கோடிக்கு மேலாக வைத்து ஆதி சேது என்பார்கள்.

நாமெல்லாம் காவிரி நதியை விவரங்களின் அடிப்படியில் புரிந்து கொண்டிருக்கலாம். ஆனால், 'நடந்தாய்; வாழி...' நூலைப் போல் அதை உணர்ந்திருக்க இயலாது. மெர்காரா செல்லும்போது, குழுவில் உள்ள ஓவியர் ஒரு மூங்கில் புதரை வரைந்திருக்கிறார். ஏதோ தற்செயலாக நடந்ததாக நாம் இதை நினைக்கக் கூடாது; திட்டப்படி செய்ததாகவும் கொள்ள முடியாது. அங்கே துவங்கி, காவிரி கடலில் சங்கமிக்கும் இடம்வரை இரு கரைகளிலும் மூங்கில் காடுகளைக் காணலாம். காவிரியின் உப நதியான கபினி தோன்றும் வேநாடு என்ற வயநாடும் மூங்கில் மலிந்த இடம்தான். வேய் என்றால் மூங்கில். கோடையின் கடுமையில் பட்டுப்போகவிருந்த சீர்காழி மூங்கில் காட்டுக்கு (வேணுவனம்) உயிர் கொடுக்கத்தன் காவிரி அகஸ்தியரின் கமண்டலத்திலிருந்து பொங்கி ஓடிவந்தாள் என்பது புராணம். காவிரிக் கரை விளைச்சலான நெல்லும் மூங்கில் குடும்பத்தைச் சேர்ந்ததுதான். இவை இரண்டும் காவிரியை வியந்து பார்ப்பவர்கள் பிரக்ஞைக்குள், ஒன்றைப் பிடித்துக்கொண்டு ஒன்றாக, அவர்கள் அறியாமல் நுழைந்துவிடுவது வழக்கம். காவிரியின் மேல் வரும் நிஜமான பிரேமையால் இப்படி இறுக்கி ஒட்டிக்கொள்பவற்றில் ஒன்றைக் கழித்து ஒன்றைப் பற்ற முடியுமா?

தி. ஜானகிராமனும் சிட்டியும் 'நடந்தாய்; வாழி...' எழுதி ஏறத் தாழ அரை நூற்றாண்டு கழிந்துவிட்டது. ஹொகெனக்கலில் ஆடிப் பதினெட்டில் அமோகமாக கூடும் கூட்டத்தைப் பற்றி அவர்கள் ஆசையாகப் பேசுகிறார்கள். அவ்வாறே கடைமடை வரை, துறை

கண்ட இடத்தில் எல்லாம் ஆடிப் பதினெட்டில் காவிரி வெள்ளம் போலவே சுமங்கலிப் பெண்களின் கோலாகல கூட்டமும் பொங்கிக் கொண்டிருக்கும். கரோனா தொற்று பயத்தால் இந்த ஆண்டு காவிரித் துறைகளுக்குப் போகத் தடை விதிக்கப்பட்டிருந்தது. ஆடிப் பதினெட்டு கழிந்து இன்று மூன்றாவது நாள். காவிரியின் கிளைகளில் கணுக்கால் அளவுதான் தண்ணீர். மணலைப் பார்க்கும் ஆசையில் அதைத் தேடினால் அங்கே சேறுதான் தெரிகிறது. காவிரிப் பாசனப் பகுதியில் பாதி அளவுக்கு மழையை நம்பி நெல் விதைக்கிறார்கள். இங்கெல்லாம் நாற்று நடவு என்பது பழங்கதையாகிவிட்டது. மேட்டூர் நீர் ஆற்றில் வந்தாலும், நெல் விதைப்பதற்குப் புழுதி உழவைக் காப்பாற்றிக்கொள்ள வேண்டும் என்று அதை விவசாயிகள் கிராமத்திற்குள் விடுவதில்லை. நிலத்தடி நீர் கிடைக்கும் இடங்களில் பருத்தி பயிராகி, அது ஆடி கடைசிவரை வயலில் நிற்கிறது.

ஐம்பது ஆண்டுகளில் எத்தனையோ மாற்றங்கள், முன்னேற்றங்கள், அழிமானங்கள். ‘நடந்தாய்; வாழி...’ காலத்திற்கு முன்பிருந்தே துவங்கி விட்டது காவிரியின் சீரழிவு: ‘‘முன்பெல்லாம் சாலையின் வலது ஓரத்தில் சரிவான காவேரிக்கரையின் அரன் போன்ற தோற்றம் பெரிய மரங்களின் நிழலுடன் எழில் தந்துகொண்டிருந்தது. இப்பொழுது மைல் மைலாகச் சென்றாலும் குடியிருப்புகளின் வரிசை கரை இருப் பதையே மூடி மறைத்திருந்தது’’ என்று சொல்கிறது நூல்.

தி. ஜானகிராமன் எழுதியபோது இந்த நிலைமை கவலைப்பட வேண்டிய அளவுக்கு இருக்கவில்லை. அநேக இடங்களில் அப்போது தெரிந்த காவிரியின் அழகில் சொக்கிப்போனதை அவர் விவரிக் கிறார்: ‘‘தொட்டியம், மகேந்திரபுரம் ஆகிய ஊர்களைக் கடந்து திருஈங்கோய் மலையை அடைந்தபொழுது வெயில் சாய்ந்து காவேரி, சாலை, சோலை எல்லாம் மஞ்சள் பூசிக்கொண்டிருந்தன. ...குளிர்ந்த காற்று, அடிவானம், பக்கத்தில் மலைத்தொடர்கள், எதிரே ரத்னகிரீசர் மலை, இப்பால் மலைக்கோட்டை, ஆங்காங்கு நெடுங்குன்றுகள், காவேரி ஆற்றைக் கடக்கும் கிண்ணப்பரிசல்கள், நிலத்திற்கு மாலை யிடும் தோற்றம், பசும் வயல், வாழைத் தோட்டங்கள், கீழேயிருந்து அவ்வப்போது கேட்கும் ஓசைகள்—எல்லாம் பூமியில் தொட்டும் தொடாமலும் வாழும் ஒரு பிரமையை ஏற்படுத்தின.’’

இதைப் படிக்கும்போது பார்க்கக் கண் படைத்திருந்தவர்கள் கண்டார்கள் என்று நாம் அலுத்துக்கொள்ளக் கூடாது. அசைப்பில்

அதே அழகின் மற்றொரு அம்சத்தை இன்றும் காணலாம். மனித முயற்சியிலும் அழகு விளையும் ஆச்சரியத்தைக் காட்டிக்கொண்டு காவிரியின் அக்கரையில் தேக்கு மர வரிசை! மரங்களின் இலைகளை நீக்கி வரும் இறங்கு வெயில். மறைந்தும் மறையாத வெளிச்சத்தை விட்டுப் பிடித்து விளையாடும் காவிரியின் சிலிர்ப்புத் தண்ணீர். நாணல் புதர்களாக இருக்கும் கரை வாய். அலை அரித்து பழுப்புச் சர்க்கரையாகச் சரிந்து விழும் படுகைப் பார். விட்டுவிட்டு நிற்கும் மூங்கில் குத்துகளில் ஏகாந்தக் கரிச்சான். இக்கரையில் கோடை உழவால் மலர்ந்து கிடக்கும் வயல்வெளி. இருள் கவியக்கவிய காவிரி நீர் வாங்கிகொள்ளும் கருமை. அந்திக் குளிர்.

ஐம்பது ஆண்டுகள் அடியோடு அழித்துத் துடைத்துவிடாத அழகு தான் என்றாலும் இன்று 'நடந்தாய்; வாழி...' படித்தால் நமக்குள்ளே சோகம் கிளராமல் இருக்காது. 'எப்படி இருந்திருக்கிறாள் இந்தக் காவிரி!' என்று வருந்துவோம். அந்த ஓவியத்தைத் தான் குறை வைத்துத் தீட்டிவிட்டதாகத்தான் தி. ஜானகிராமன் எழுதுகிறார்: ''ஆனால் எதைப் பார்த்தோம்? சில கோவில்கள், சில பாலங்கள், சில கிளை நதிகள், சில மனிதர்கள், சில கல்லறைகள், சில ஆலைகள், சில பழமைச் சின்னங்கள்...''

பயணம் முடிந்துவிட்டதே என்ற சோகம் ஒரு புறம். எதையுமே பார்க்கவில்லையே என்ற ஏக்கம் இன்னொரு புறம். எல்லாவற்றையும் பார்க்க வேண்டும் என்ற ஆசைக்குத் தன்னையே கேலி செய்து கொள்வதும் ஒரு புறம்: ''ஒவ்வொரு கிளை நதியோடும் போய்ப் பார்க்க வேண்டும் என்றால் நாயன்மாராக வேண்டும், ஆழ்வாராக வேண்டும்—குறைந்தது பண்டாரம் அல்லது 'ஹிப்பி'யாகவாவது இருக்க வேண்டும்.''

மன்னர்கள், அணைகள், அவற்றின் வரலாறு, துணை நதிகள், பாசனப் பரப்பு, கிளை நதிகள், விளைபெருட்கள், கோயில்கள், சிற்பங்கள், தெய்வங்கள், புராணங்கள், மகான்கள், கதைகள், காவிரிக் கரை இசை, கீர்த்தன கர்த்தாக்கள், இலக்கிய கர்த்தாக்கள், இசை மேதைகள், விழாக்கள் என்று ஏராளமான விவரங்கள். இவ்வளவு விவரச் செறிவு இருந்தும் நூல் ஒரு ஆவணமாக மாறிவிடாமல் உன்னதமான இலக்கியப் படைப்பாகவே உருவாகியிருக்கிறது. குழு உறுப்பினர்களும் அவர்கள் பயணத்தில் சந்தித்த மனிதர்கள் ஒவ்வொருவரும் தகவல் மூலங்களாக அல்லாமல் கதாபாத்திரங்களாகவே

வந்துபோகிறார்கள். காவிரி பொருளாதரம்பற்றியும் இந்த நூல் பேசுகிறது. ஆனால், காவிரியைப் பொருளாதாரக் காரணியாகக் குறுக்கிக்கொள்ளாத மரபு ஒன்றையும் சொல்கிறது. தலைக்காவிரியில் துலா மாத காவிரித் திருவிழா நடப்பதைச் சொல்லிவிட்டு, அதே மூச்சில் மாயவரத்தில் நடக்கும் ஐப்பசி கடைமுகத்தையும் சொல்கிறார் தி. ஜானகிராமன். காவிரி, தன் போக்கில் இருக்கும் மக்களை ஏதோ ஒரு வழியில் ஒரே குடும்பமாக ஒருங்கிணைக்கும் பண்பாட்டுக் கூறு.

இயற்கையை வர்ணிக்கும்போது மனித உணர்வுகளை அதற்கு ஏற்றிச் சொல்வது ஒரு இலக்கிய யுக்தி. "காவேரி தன்னை கண்ணம் பாடியில் அணை கட்டித் தடுத்ததைக் கண்டு, கோபங்கொண்டு, திமிறிக்கொண்டு தமிழகம் நோக்கி ஓடி வருவதுபோலவே தோன்று கிறது." இதற்கும் மேலே சென்று இன்னொரு இடத்தில் தி. ஜானகி ராமன், "அணைக்கட்டின் மீதுள்ள பாதையில் நடந்து சென்று சாகரத்தின் நீர்ப் பரப்பைக் காணும்போது, காவேரி, தன்னை அடக்கி ஆள முயலும் மனிதனைத் துச்சமாக எண்ணும் பிரமை தோன்றுகிறது" என்று கூறுகிறார். இன்றைய சூழலியல் ஆர்வலர்கள் தங்கள் நிலைப் பாடு இலக்கிய வடிவம் பெற்றதாக இதை வாரிக்கொள்வார்கள். நூலில் இருப்பது வெறும் இலக்கிய யுக்தி அல்ல; சூழலியல் நிலைப்பாட்டின் இலக்கிய வடிவம் அல்ல. அது நதிகளைப் பற்றிய நம் அணுகுமுறை. ஒரு தத்துவ மரபு. மனிதனை மையப்படுத்தி மற்றவற்றை விளிம்பில் வைத்துக்கொள்ளாத மரபு. இயற்கைக்கு ஒரு சுதந்திரம் உண்டு. நாம் விலகி நின்று அதன் போக்கில் அதைப் போகவிட வேண்டும் என்ற உயர்வான நாகரிகம். 'வாழி' என்று காவிரியை வாழ்த்துவதும் அதை முற்றாக நமக்குப் பயன் படுத்திக்கொள்ள நினைப்பதும் வெவ்வேறு பண்பாடுகள். நூல், "காவேரியை வாழ்த்த இன்னும் எத்தனையோ காவிய கர்த்தாக்கள் தோன்றுவார்கள்" என்று சொல்லி முற்றுப் பெறுகிறது. அது நதி பற்றிய நம் உன்னதமான பண்பாடு நிலைபெறும் என்ற நம்பிக்கை.

('ஜானகிராமம்' - தி. ஜானகிராமன் பற்றிய கட்டுரைகள்.
தொகுப்பாசிரியர் கல்யாணராமன்.
காலச்சுவடு பதிப்பகம், 2021.
தொகுப்பில் இடம்பெற்ற கட்டுரை.)

கலாச்சாரம்

1. 'இப்போது வந்துவிடாதீர்கள் விருந்தாளிகளே!' - எப்போது கற்றோம் இப்படிச் சொல்ல?

அப்போதெல்லாம் மழைக்காக ஐயனார் கோயில் குதிரை காலில் சீட்டு எழுதிக் கட்டுவார்கள். வெளிர் மேகத்தையும் கருமேக மாகக் குளிர்வித்து மழையைப் பிழிய வல்ல நம் தலைமுறைக்கும், ஐயனாருக்கு விண்ணப்பித்த தலைமுறைக்கும் ஒரு வேறுபாடு. பூமியின் இருப்பான நீரை நுகர்ந்து தீர்த்துவிடும் தலைமுறை நாம். அவர்களோ நல்ல நிர்வாகிகளைப் போல் இருப்பைத் தொடாமல், அவ்வப்போது வரும் வரவை மட்டும் செலவழித்து, அதிலும் மிச்சம் கண்டவர்கள். ஆழ்துளைக் கிணறுகள் பூமியின் இருப்பான நீரை நுகர்ந்து தீர்க்க நமக்கு வாய்த்த சாதனம். விவசாயத்துக்கானாலும், குடிநீருக்கென்றாலும், இன்று நாம் பயன்படுத்தும் நீர் பூமியின் நீண்டகால இருப்புச் செலவு. குளிக்கும்போது, துணி துவைக்கும் போது, கையலம்பும்போது, தாகத்தைத் தணித்துக்கொள்ளும்போது கூட பூமி என்ற இந்தக் கோளின் பழங்கால இருப்பிலிருந்து நீரைச் செலவு செய்கிறோம்!

ஏரி இடம்பெயருமா?

சிறிய கிராமமே என்றாலும் காவிரிக் கரை ஊர்களில் ஏழெட்டு குளங்களும் குட்டைகளும் இருந்தன. நீராதாரத்தோடு சேர்ந்தே உருவானவை இந்தக் கிராமங்கள். இன்றைய நகர விரிவாக்கமும், பெரு நகர வளர்ச்சியும் கிராமங்களைப் போல் அதற்கான நீரா தாரத்தோடு வருபவையல்ல. திருவாரூரில் நானூறு ஏக்கர் பரப்பில் பெருந்திட்ட வளாகம் ஒன்று. ஆழ்துளைக் கிணறு அல்லது வெளி யிலிருந்து குழாய் வழியாக வரும் தண்ணீர்தான் அதற்கு நீராதாரம். புது நகர்கள் உருவாகும்போது அங்கே விளையாட்டு மைதானம்,

பூங்கா, பொதுவெளிகள் வேண்டும் என்று கேட்கிறோம். நீராதாரங் களான குளங்கள் அங்கே வேண்டுமென்று ஏன் நாம் வற்புறுத்துவ தில்லை? எங்கிருந்தாவது நமக்கு நீர் வழங்கப்படுவதற்கு நாம் பழகி விட்டோம். இருக்கும் இடத்திலேயே நீராதாரத்தை உருவாக்கிக் கொள்ளும் அன்றைய சிந்தனை இப்போது கைவருவதில்லை. பெர்னம் காடு (Birnam Wood) இடம்பெயர்ந்து டன்சினன் (Dunsinane) கோட்டைக்கு வரும் என்று ஷேக்ஸ்பியரின் மக்பெத் (Macbeth) நாடகத்தில் படிக்கும்போது, 'என்ன விசித்திரம் இது!' என்று நினைத் தோம். இன்று ஏரிகளும், அணைகளும் குழாய்வழியே நகரங்களுக்கு இடம்பெயர்வது நமக்கு விசித்திரமாகத் தெரிவதில்லை.

அடிப்படைத் தேவையான நீருக்கு ஆதாரமில்லாமல் ஒரு ஊர் உருவாவதைச் சாத்தியமாக்குவது மைய நீர் விநியோகத் திட்டங்கள். மேல்நிலை நீர்த்தொட்டி, ஆழ்துளைக் கிணறு என்று, ஒரு மையத் திலிருந்து நீர் விநியோகமாவது மக்களுக்கு வசதிதானே என்று நினைக்கக் கூடாது. அந்தப் புள்ளியில்தான் இன்னொருவர் உங்கள் மீது அதிகாரம் வரித்துக்கொள்ளும் வாய்ப்பு உருவாகிறது. காலிக் குடங்களோடு நீருக்குப் போராடும் மக்கள் விநியோகத் திட்டங்களின் சிந்தனை மூலத்தோடு போராடுகிறார்கள்; அரசாங்கத்தோடு அல்ல!

சமுதாய அக்கறை

ஊரில் தலையாரிக் குளம் என்று ஒன்று. அதன் மீன் குத்தகை வருமானம் தலையாரிக் காவல் பணிக்காகக் கிராமம் அவருக்குத் தரும் ஊதியத்தின் பகுதி. இன்னொரு ஊரில் நாகசுர கலைஞருக்குக் கோயில் ஊதியத்தோடு அதன் குளம் ஒன்றின் மீன் குத்தகை வருமானமும் சேர்த்தி. கோயில் பூசாரிக்குக் கோயில் குளத்து மீன் களில் பங்கு உண்டு. மீன் குத்தகையைப் பாசிக் குத்தகை என்போம். ஊர்க் குளத்தின் பாசிக் குத்தகை வருமானத்தில் அந்த ஊர்க் கோயில் திருவிழா நடக்கும். பெருமாள் கோயில், சிவன் கோயில், பிடாரி கோயில், காளியம்மன் கோயில் குளங்களில் அந்த ஊர் மக்களுக்கு அக்கறை வருவதற்கான சமுதாய ஏற்பாடு இது.

வீட்டுக்கு வீடு கேணி, வீட்டு முற்றத்திலும் ஒரு கேணி, தெரு முனையில் கேணி. ஊரின் பொதுக் கேணி என்று கோடையிலும் வற்றாத கேணிகள் இருந்தன. ஆயிரக்கணக்கான லிட்டர் கொள்ள வுள்ள மேல்நிலை நீர்த்தொட்டிகள் வந்ததும், எல்லாக் கேணிகளும்

வற்றி, புழக்கம் ஒழிந்தன. கெடுத்தவரின் வருத்தமோ, கெட்டவரின் துயரமோ தொனிக்காத மூன்றாமவரின் ஆய்வு மொழியில், 'நீர் மட்டம் கீழிறங்கியது' என்று இதைச் சொல்லிவிடுவார்கள். முன்பே இருந்த நீராதாரங்களை விநியோகத் திட்டங்கள் ஒருங்கிணைத்துக் கொள்வதில்லை. ஒரு பக்கம் ஊர்க் குளங்களுக்கு வரத்து வழி அடைபட்டு தூர்ந்துகொண்டிருக்கும்; மறுபக்கம் நாம் குளிப்பதற்குக் குழாய்வழியாகத் தண்ணீர் விநியோகமாகும். உள்ளூர் நீராதாரங் களைக் கழித்து ஒதுக்கிவிட்டுத் தன்னைத் தானே நிரந்தரமாக்கிக் கொண்டன நீர் விநியோகத் திட்டங்கள்.

உள்ளூர் நீராதாரங்கள்

நீர்ச் சிக்கனம், மழைநீர் அறுவடையைத் தீர்வுகளாக வற்புறுத்து கிறோம். பெய்யும் மழையெல்லாம் பூமியில்தான் இறங்குகிறது. அதை பூமிக்குள் செலுத்துவதற்குத் தனியான ஏற்பாடு எதற்கு? வர வேண்டிய வயலுக்கு நீர் வராமல் வாய்க்கால் தூர்ந்துவிட்டால் எங்கிருந்து வரும் நீரை நாம் சிக்கனம் செய்வது? மற்ற இடங்களில் பெய்யும் மழையும் குளத்துக்கு வந்துசேர்ந்தால் அது மழைநீர் அறுவடை. அப்படி வருவதற்கான வழியே அற்றுவிட்டால் குளத்துப் பரப்பின் மேல் பெய்யும் மழை மட்டும் நீர் அறுவடையாகுமா? பூமியில் இறங்கும் மழைநீர் தங்குவது மணல் படிவத்தில். மணலே கொள்ளைபோன பிறகு நிலத்தடி நீரை எப்படிச் செறிவூட்டுவது? குளத்து நீரை மீன்களும் தாமரையும் சுத்தம் செய்யச்செய்ய, அன்று ஊரே அதில் அன்றாடம் குளித்தால், அது இன்று நாம் கண்டுபிடித்த மறுசுழற்சி முறைதானே!

''ஊரணியில் தேங்கிய மழை, தேவை போக மிச்சமானால் அடுத்த ஆண்டு குடிநீருக்கும் அதைக் காவல் போட்டுப் பாதுகாத்துக் கொள்வோம்'' என்றார் நாகலாபுரத்து நண்பர் ஒருவர். ''தண்ணீர் தீர்ந்துவிட்டால் என்ன செய்வீர்கள்?'' என்று கேட்டதற்கு, ''ஊருணிக் குள்ளேயே ஊற்று தோண்டிக்கொள்ளலாம்'' என்றார். ''ஊற்று வட்டாவும், குடமுமாகச் சென்றால் தண்ணீர்ப் பஞ்சம் தீர்ந்து விடுமா?'' என்று நீங்கள் கேட்கலாம். தங்களிடமே இருக்கும் நீர் ஆதாரம் வறட்சி வந்தாலும் உதவும் வகையில் பராமரித்துக்கொண் டார்கள் நாகலாபுரத்து மக்கள் என்பதைத்தான் நாம் பார்க்க வேண்டும்.

தண்ணீர் நிரப்பிய மரப் பீப்பாயோடு எங்கள் ஊரில் ஒற்றை மாட்டு வண்டி உணவகங்களுக்கு வரும். வில் கழியின் முனைகளில் தொங்கும் டின்களில் பீப்பாயிலிருந்து தண்ணீரைப் பிடித்துக் கொள்வார் வண்டிக்காரர். தூக்குத் தூக்கிபோல தோளில் சுமந்து அதைக் கடைகளுக்கு விநியோகிப்பார். நான் பள்ளியில் படிக்கும்போது மாணவர்களை வரிசையாக நிற்கச்செய்து ஆளுக்கு ஒரு தம்ளர் தண்ணீர் வழங்குவார் வகுப்புச் சட்டாம்பிள்ளை. 1960களில் குழாய் வழியாகத் தண்ணீர் வரத் துவங்கிய பிறகு எல்லாருக்கும் "அப்பாடா!" என்றிருந்தது. ஆனால், "இப்போது வந்துவிடாதீர்கள். இங்கே தண்ணீர் இல்லை" என்று விருந்தாளிகளை எச்சரிக்கும் நிலைக்கு எப்படி இவ்வளவு விரைவாக வந்துசேர்ந்தோம்?

(இந்து தமிழ் திசை, 24.06.2019.)

2. ஐயனார் ஊடுருவிய தமிழ் அடையாளம்

கொட்டு முழக்கோடு நம் ஐயனார் குடியரசு நாள் அணி வகுப்பின் தமிழக ஊர்தியாக டெல்லியில் பவனி வந்ததை எல்லாரும் பார்த்திருப்பார்கள். அந்த ஐயனார் தமிழ் அடையாளத் துக்குள்ளும் சுவடு படாமல் நுழைந்தது சிலர் கண்களுக்காவது பட்டிருக்கும்.

கையில் சிலம்போடு வரும் கண்ணகியும், திருவள்ளுவரும், பொங்கல் விழாவும் அழுத்தமான தமிழ் அடையாளங்கள். கற்றவர்கள் கை நோவ எழுதி அவை தமிழ் அடையாளங்களாகத் திரண்டன. ஜல்லிக்கட்டும் அண்மையில் இந்த அடையாள வரிசையில் தானாகவே சேர்ந்துகொண்டது. தமிழர் என்ற தன்னுணர்வு இப்போது ஐயனாரையும் தன் அடையாளமாக்கிக்கொண்டு வெளிப்பட்டது என்றுதான் சொல்ல வேண்டும்.

அடையாள வரிசையில் சலசலப்பு

தானும் தமிழ் அடையாள வரிசையில் சேர்ந்துகொள்ள ஐயனாருக்கு இயன்றது எப்படி? ஐயனார் தமிழ் அடையாளம்பற்றி நமக்கு என்ன சொல்கிறார்? சமயம், சடங்கு போன்றவற்றைக் கழித்து வந்தவை மரபான தமிழ் அடையாளங்கள். கற்றவர்கள் உலகம் இப்படி வருபவற்றைத்தான் மரபான தமிழ் அடையாளங்களாகக் கட்டமைத்தது. தைப்பொங்கல் அதன் சடங்குச் சாயலிலிருந்து விடுபட்ட வடிவில்தான் தமிழ் அடையாளமானது. இப்போது கல்லூரிகளிலும், பல்கலைக்கழகங்களிலும், சுற்றுலாத் துறை நிகழ்ச்சி களிலும் தை முதல் நாளுக்கு முன்போ பின்போ பொங்கல் வைப்பது, பொங்கல் தன் சடங்கு அடையாளத்தைக் கழித்துக்கொண்டதன் அறிகுறியே.

ஆனால் பட்டைபட்டையாக நெற்றி நிறைந்த விபூதியோடு வந்த ஐயனாரையும் இந்தத் தமிழ் அடையாள வரிசைக்குள் வைத்து மக்கள் ஆர்ப்பரித்து வரவேற்றார்கள். கூடவே வந்த ஒருவர் நம்மைவிட்டு ஒரு அடி விலகி நடந்தால் எப்படி இருக்குமோ அப்படி ஆகிவிட்டது நமக்கு! அறுபது ஆண்டுகளுக்கு முன்பு தமிழ் அடையாள வரிசைக்கு ஐயனார் தேர்வாகியிருப்பாரா என்பது சந்தேகம். இந்தக் குடியரசு நாளில் (2020) அவர் வராமலிருந்திருந்தால் இனியும் அவர் வராம லிருப்பாரா என்பதும் சந்தேகமே. அவரை வெளியே நிறுத்திவைப்பது இனி இயலாது என்று தோன்றுகிறது. தமிழ் அடையாளத்தின் வடிவங்கள் எல்லாக் காலத்திலும் அரசியல் சிந்தனையின் வரம்புக்குள் தங்களை ஒடுக்கிக்கொள்ளாது. கலாச்சாரமும், தமிழ் அடையாளமும் தங்கள் போக்கில் பயணிப்பது இயற்கை. அவற்றுக்குத் தன்னியக்கம் உண்டு. அரசியல் போன்ற புறக் காரணங்களில் இருந்து விடுபட்ட சுயேச்சைகள் அவை.

நடு வகிடு எடுத்த ஐயனாரின் தலைமுடி, சடைசடையாக, இடமும் வலமும் அவர் தோளுக்கு வழியும். வலது கையில் குதிரை விரட்டும் சாட்டையல்ல, செண்டாயுதம் இருக்கும். காஞ்சிபுரம் காமாட்சி கோயிலில் இருக்கும் ஐயனாரிடம் செண்டாயுதத்தைப் பெற்றுக்கொண்டுதான் கரிகாலன் இமயத்தை வென்றான் என்பது ஒரு பழைய கதை. இடது காலைக் குத்துக்காலிட்டு, இடது கையை அதன் மீது யானை துதிக்கைபோல (டோல ஹஸ்தம்) தொங்க விட்டிருப்பார் ஐயனார். அவருக்கு யானையும் ஒரு வாகனம். அவர் ஊர்வலம் செல்வதாக ஒரு சிலை இருந்தால் அது யானைமீது அமர்ந்து செல்வதாக இருக்கும். யானைமீது புறப்பாடு செய்யும் ஐயனாரைக் கல் விக்கிரகமாகவும், செப்புப் படிமமாகவும் சில ஊர்க் கோயில் களில் பார்த்திருக்கிறேன். கல்லால் ஆன யானை வாகனமாக இருக்கும் ஐயனார் கோயில்கள் நிறைய உண்டு. எவ்வாறோ குதிரை அவருக்கு இன்னும் நெருக்கமான வாகனமாகிவிட்டது. தமிழகத்தில் பரவலாகத் தெரிந்த இந்த உருவத்தில் வந்திருந்தால் ஐயனாருக்கு டெல்லி ஊர்வலம் இவ்வளவு எளிதாக வாய்த்திருக்காது.

கதம்பக் கடவுள்

குடியரசு தினத்தில் ஊர்வலம் வந்த ஐயனார் ஜடாமுடியல்ல, கரண்ட மகுடம் தரித்திருந்தார். இருப்பதைவிட மேலும் அதை

எடுப்பாக்கிக்கொண்டு அதற்குப் பின்னால் கதகளி ஆட்டக்காரர் களுக்கு இருப்பது போன்ற பிரபை ஒன்று. வெட்டரிவாள் மீசை; உக்கிரம் காட்டும் உருட்டு விழிகள். வலது பின் கையில் அரிவாள். இடது கைகளில் உடுக்கையும் சூலமும். 'அஞ்ச வேண்டாம்' என்ற அபய முத்திரையில் வலது முன் கை. ஐயனாரிடம், 'உன் அடைக் கலம்' என்று தேவேந்திரன் இந்திராணியை ஒப்படைத்திருந்ததாக ஒரு கதை. அந்த ஐயனார் சீர்காழியில் இருக்கிறார். நான்கு கைகளோடு சுகாசனத்தில் வந்த ஐயனார் கதம்பக் கடவுளாகத் தோன்றினாலும் அவர் அபயம் காப்பதை முதன்மைபடுத்தியது டெல்லியில் வந்த சிலை. உடுக்கு, சூலம் போன்ற ஆயுதங்கள் வழக்கமாகக் காளியம்மனோடு தொடர்புள்ளவை. சிவனும் அவற்றைத் தரிப்பார். நம் குடியரசு தின ஐயனார் கதம்பக் கடவுள் என்பதில் என்ன சந்தேகம்!

கிராமமும், கிராம தெய்வங்களும், கிராமியக் கலைகளும் அந்தந்த மண்ணுக்கு உரியவை. ஐயனாரும் மண்ணின் தெய்வமாகத்தான் தமிழ் அடையாளம் பெறுகிறார். இந்த அடையாளங்களை அழுத்திப் பதித்து ஐயனாரை அழைத்துவந்தது குடியரசு தின அணிவகுப்பு. மேளம் முழங்கியது, நாகசுரம் ஒரு சுரக் கோவைத் துணுக்கை இழைத்தது. மற்றொரு பக்கம் உறுமி மேளம் ஒலித்தது. பறையில் சாமிக்கொட்டு அதிர்ந்தது. கொம்பு எக்காளமிட்டது. கரகாட்டம், கோலாட்டத் தோடு அமர்க்களமாக அன்று ஐயனார் வந்தார். இப்படி வந்தவருக்கு தமிழ் அடையாளம் பாயாக இருந்தாலும் அதற்குக் கீழே புகுந்து கொள்ள முடியும்; தடுக்காக இருந்தாலும் புகுந்துகொள்ள முடியும். தமிழ் அடையாளக் கட்டுமானத்தில் இருந்த இறுக்கம் அன்று தளர்ந்தது. சிவனையும், பெருமாளையும் பெருந்தெய்வங்களாகக் கொண்டு கிராம தெய்வங்களைச் சிறு தெய்வங்களாக்கும் தரக் கட்டு மானம் உண்டு. அந்தக் கட்டுமானத்தைப் பிரித்து, பெருந்தெய்வத் துக்குக் கீழ் இருந்த ஐயனாருக்கு முதன்மை கொடுத்ததால் அவரும் எளிதாகத் தமிழ் அடையாளமானார்.

ஐயனார் என்று பெயரைச் சொல்லாமல், ஊர்வலம் வந்தது என்ன தெய்வம் என்று கேட்டால் எனக்குச் சொல்லத் தெரிந்திருக்காது. அநேகமாகப் பத்துக்கு ஏழு பேர் என் நிலைமையில் இருந்திருப்பார்கள். நான் ஐயனார் கையில் அரிவாளைப் பார்த்ததில்லை. முன்னடியான், வீரன், சாம்பான், பெத்தான் போன்ற ஐயனாரின் பரிவார தெய்வங் களின் கைகளில் அரிவாளைப் பார்த்திருக்கிறேன். அன்றைக்கு

ஐயனாரிடம் தணிய வேண்டிய அம்சங்கள் தணிந்து, முதன்மைப்பட வேண்டியவை முன்னால் வந்திருக்கின்றன. தமிழ் அடையாளமும் அவற்றின் பொருளும் உயிர்ப்போடு மாறிக்கொண்டிருப்பவைதான். கலாச்சார அடையாளங்கள் மாறாமலிருப்பதில்லை. 'மாறவில்லை, அது சிதைந்துகொண்டிருக்கிறது' என்றும் மரபுவாதிகளிடம் ஒரு விமர்சனம் இருக்கக்கூடும். தமிழ் மரபுக்கு மட்டும் இறுக்கமும் தளர்வும் இல்லாமலிருக்குமா?

போலி இருமை

ஐயனார், கிராம தெய்வம் போன்றவற்றின் நம் மன பிம்பமும், இப்போது கோயில்களில் இருப்பவையும் ஒத்துப்போவதில்லை. திரைப்படங்களில் ஐயனாராக வருபவற்றுக்கும் நம் கிராமத்தி லிருக்கும் ஐயனாருக்கும் சம்பந்தமே இருக்காது. க்ரியாவின் தற்காலத் தமிழ் அகராதி 'ஐயனார்' என்ற சொல்லுக்கு விளக்கம் எழுதியபோது தான் இதுபற்றி ஒரு பெரிய சிக்கல் இருப்பதையும், அப்படி ஒரு சிக்கலை பொதுக் கற்பனை உருவாக்கிக்கொண்டதையும் உணர்ந் தோம். தமிழ்க் கலாச்சார கூறுகள் பல இப்படியான சிக்கலில் இருக்கலாம். அவற்றின் உண்மை நிலைகளுக்கும், பொதுக் கற்பனை அவற்றுக்கு அளித்த வடிவங்களுக்கும் இடைவெளி இருக்கும். ஐயனார் எப்படி இருப்பார் என்று நம் குழந்தைகளைக் கேட்டுப் பாருங்கள். அரிவாளும் கையுமாக மீசையோடு வரும் ஒரு முரட்டுத் தெய்வமாகத்தான் அவர்களுக்கு ஐயனாரைத் தெரியும். ஐயனார் கிடாவெட்டு கேட்பதில்லை; அவர் 'சைவம்' என்பதையும் பலர் அறிந்திருக்க மாட்டார்கள்.

காலனிய காலத்து ஆர்வலர்கள், ஆய்வாளர்கள் இவைபற்றி என்ன சொன்னார்களோ அதிலிருந்து நாம் இன்னமும் விடுபடவில்லை என்பதுதான் இதற்குக் காரணம். கிராமம், நகரம் என்ற இருமையின் அமைப்பிலேயே கிராம தெய்வம் என்று இவற்றைக் கற்பித்துக் கொண்டால், இந்த இருமையின் மறுமுனையான 'நகர தெய்வம்' என்று ஏதேனும் உண்டா? இது ஒரு போலியான இருமை. 'நகரக் கோயில்' என்று எதையாவது சொல்வோமா?

குலதெய்வம் என்று ஐயனார், மாரியம்மன் கோயில்களில் குழந்தைகளுக்கு முதல் முடி இறக்குகிறோம். பிறகு இவை எப்படிச் சிறு தெய்வங்களாகும்? ஐயனாரும் பிடாரியும் கிராம தெய்வங்கள் என்றால் அவை கிராமத்தை உருவாக்கும் தெய்வங்கள்; கிராமத்தில் இருக்கும் தெய்வங்கள் என்பதல்ல அதன் பொருள். ஐயனாரும்

பிடாரியும் இருக்கிறார்கள் என்றால் அது ஒரு தனிக் கிராமம். காவிரிக் கரை கிராமங்கள் அவைகளோடுதான் இருப்புக்குள் வந்தன; அவைகளோடுதான் தங்கள் இருப்பையும் பெற்றன.

சோழர்கள் ஆண்ட இடங்களில் எல்லாம் ஐயனாரையும் பிடாரியையும் பார்க்கலாம். சில கிராமங்களில் பிடாரிக்கு மாற்றாக செல்லியம்மன் இருக்கும். மன்னார்குடி நகரத்தில் மூன்று ஐயனார் கோயில்கள் உண்டு. மூன்று கிராமங்கள் இழைந்து அந்த நகரம் விரிவடைந்தது என்று தெரிந்துகொள்ளலாம். அங்கு செல்லியம்மனுக்கும் ஐயனாருக்கும் திருவிழா நடந்த பிறகே ராஜகோபால சுவாமிக்கு பிரம்மோத்ஸவம் நடக்கும். திருவாரூர் தியாகேசருக்கு அந்த ஊர் பிடாரிக்கும், ஐயனாருக்கும் திருவிழா நடந்த பிறகு தான் பிரம்மோத்ஸவம் நடக்கும். திருவண்ணாமலை அண்ணா மலையாரும் தன் கோயிலுக்குள் இருக்கும் பிடாரியம்மன் உற்சவம் கண்ட பிறகுதான் தனக்கு பிரம்மோத்ஸவம் நடத்திக்கொள்வார். அந்தந்த ஊர்களின் ஐயனார், பிடாரி கோயில்களில் கொடியேறி உற்சவம் நடக்காமல் இந்தப் பெரிய கோயில்களின் பிரம்மோத்ஸவத் திற்குக் கொடியேறுவதில்லை.

ஊர், பெயர் போன்ற பரிமாணங்கள் இல்லாமல் வெற்றுக் கருத்தாக ஐயனார் இருப்பதில்லை. நகரங்கள் விரிவடைந்து புது நகரங்கள் உருவானால் அங்கு சிவனுக்கும், பெருமாளுக்கும் கோயில் வரலாம். புதிய நகரங்களில் ஐயனாருக்கும் பிடாரிக்கும் கோயில் கட்டிப் பார்த்திருக்கிறீர்களா? புது ஐயனார் கோயிலோ, புதுப் பிடாரி கோயிலோ உருவாகாது. அவற்றின் ஆட்சிக்குப் புதுப் புவிப் பரப்பை, புது கிராமங்களை நம்மால் உருவாக்கித் தர முடியா தல்லவா! புது நகரங்கள் உருவானாலும் அவை பழைய ஐயனாரின் ஆட்சிக்குள் வந்துவிடும். இந்தத் தெய்வங்கள் அதனதன் கிராமங் களிலிருந்து பிரிந்து வராதவை. அவை கருத்தளவிலான தெய்வங்கள் மட்டுமே என்றால் உருவம் கொடுத்து நாம் எங்கே வேண்டு மானாலும் இருத்திவைக்கலாமே! ஆக, குடியரசு தினத்தில் ஊர்வலம் வந்த ஐயனார் ஏதாவது ஒரு கிராம ஐயனாராகத்தான் இருக்க வேண்டும். அவர் எந்தக் கிராம ஐயனார்?

(இந்து தமிழ் திசை, 03.03.2020.
தலைப்பு: டெல்லிக்குச் சென்றது எந்த ஊர் அய்யனார்?
கூடுதலான செய்திகள், திருத்தங்களுடன்.)

3. கரோனா காலத்தில் எனக்கு வயது எழுபது

'நான் இருக்கிறேன்' என்பது இந்த கரோனா காலத்தில்தான் எனக்கு முழுமையாக உறைக்கிறது. இதற்கு முன்பு என் நினைவில் நான் அதிகம் இருந்ததில்லை; செய்யும் வேலைதான் நினைவாக நிற்கும். நண்பர்கள் நலம் விசாரிக்கிறார்கள். வெளியே போகாதீர்கள் என்று உறவினர்கள் எச்சரிக்கிறார்கள். அவற்றைக் காதில் வாங்கிக் கொள்கிறேன். ''சரி, சரி'' என்று பதில் சொல்கிறேன். நான் அறியாம லிருந்த என்னை இப்படி ஒரு போக்குவரத்து மூலமாகத் திரண்டு உருவாகுமாறு செய்துவிட்டார்கள். எப்படியோ எனக்குத் தற்சுரணை கிட்டிவிட்டது. இருக்கிறேன் என்ற நினைவே எடை கூடி, இப்படித் தடித்துபோய் இதற்கு முன்பு வந்ததில்லை.

விலகாமல் எட்ட நிற்பது

என்னைப் போன்ற முதியவர்களை எப்படிச் சமாளிப்பது என்பதில் உலகத்துக்கு ஏகப்பட்ட பிரச்சினைகள். இவற்றில் மருத்துவப் பிரச் சினைகள், பொதுச் சுகாதாரப் பிரச்சினைகளெல்லாம் சொற்பம். என்னைச் சந்திக்க வேண்டுமென்றால் நீங்கள் கைகளைச் சுத்தமாக்கிக் கொள்ள வேண்டும்; கொஞ்சம் எட்டவும் நிற்க வேண்டும். நான் கரோனா தொற்றுக்கு இலகுவான இலக்கு; தொற்று கடத்துநராகவும் ஆகிவிடக்கூடும். நான் எச்சரிக்கையாக இருக்கும் அந்தச் சிறிய காரியம் உலகத்துக்குப் பெரிய பாதுகாப்பு. இப்படியான உணர்வுக் கலப்பில்லாத, விழுமியங்கள் கலப்பில்லாத, சுயமான பொதுச் சுகா தாரத் தகவல்களோடு மக்களால் நின்றுகொள்ள முடியாதா? ஒரு சொல் சாதுரியம் செய்து, உருவ வழக்காக, 'வயதானவர்களை விட்டு 'விலகி' நிற்காதீர்கள். உங்கள் பாசத்தைக் காட்ட இதுதான் தருணம்' என்று சொல்கிறார்கள். அதீதமாகப் பீத்திக்கொள்ளும் விளம்பரங் களைப் பார்த்தால் சிரிப்பு வருமே அப்படிச் சிரிப்பு வருகிறது.

நோய்த் தொற்று காலங்களில் நாமாகச் சமூகத்திலிருந்து விலகுவது புதிதல்ல. பூஜை அறை என்று இப்போது சொல்வதை நான் சிறுவனாக இருந்தபோது 'சாமி வீடு' என்பார்கள். எங்கள் வீட்டில் அதை 'கோவிந்தன் வீடு' என்போம். அதுவன்னியில், 'மகமாயி வீடு' என்று இன்னொரு அறையும் இருந்தது. அங்கேயும் நாள்தோறும் விளக்கேற்றுவோம். அப்போதெல்லாம் அடிக்கடி வைசூரி வரும். அம்மை போட்டிருந்தால் அந்த மகமாயி வீட்டுக்குள்ளேயே முடங்கிக்கொள்வோம். வேளாவேளைக்குச் சோறும் தண்ணீரும் கொண்டுவந்து அங்கே வைத்துவிடுவார்கள். வீட்டிலிருக்கும் மற்றவர்கள் அதிகம் வெளியே செல்ல மாட்டார்கள். வெளிநபர்களும் வீட்டுக்கு வர மாட்டார்கள். எச்சரிக்கையின் அடையாளமாக வீட்டுக் கூரையில் வேப்பிலை செருகிவிடுவார்கள். பிச்சை கேட்பவர்கள்கூட அந்த வீட்டை ஒதுக்கித் தெருவோடு போய்விடுவார்கள்.

யாருக்கும், எதையும் வீட்டிலிருந்து கொடுக்க மாட்டோம். குறிப்பாக நெல் போன்ற தானியங்களைத் தரவே மாட்டோம். நெல்லை முத்து என்பார்கள். மாரியம்மனுக்கு நெல் தண்ட வருபவர்கள் "அம்மாவுக்கு முத்து போடுங்கள்" என்று வீட்டு வாசலில் நின்று கேட்பது வழக்கம். வைசூரி வார்த்தால் "அம்மா முத்து போட்டிருக்கிறாள்" என்று சொல்வார்கள். வைசூரி வார்த்திருக்கும் வீட்டுக்கு அவசரக் காரியமாக உறவினர்கள் வந்துவிட்டால் இராத் தங்கல் என்ற இரவுத் தங்குதலுக்குத் தடை. உறவுமுறையார்கள் விஷயத்தில் இந்தக் கெடுபிடி அதிகம். நம் மகமாயி பங்காளிகளை விட உறவுமுறையார்களை விரைவாகத் தொற்றிக்கொள்வாள். இந்தக் கட்டுரையைப் படித்துவிட்டு என் நாகப்பட்டினம் நண்பர் ராமநாதன் (தற்போது மதுரை புதுநத்தம் சாலைக்குக் குடிபெயர்ந்து விட்டார்) "அம்மைபோட்ட வீட்டிலிருந்து யாருக்கும் அஞ்சல் அட்டைகூட எழுத மாட்டோம், நினைவிருக்கிறதா?" என்று கேட்டார். இன்றைய கைப்பேசியில் செய்தி சொன்னால் அதோடு எதுவும் ஒட்டிக்கொண்டு சென்றுவிடாது என்று நினைக்கிறேன். தகவல் தொடர்பில் வந்த புரட்சியில் இப்படியும் ஒரு அம்சம் ஒளிந்துகொண்டிருக்கிறது!

ஒருமுறை எங்கள் குடும்பம் அடங்கலும் வைசூரி வார்த்து, மகமாயி வீட்டிலேயே முடங்கிக் கிடந்தோம். அடுத்த வீட்டுக்காரர் பெரிய தூக்குவாளி ஒன்றில் சாதமும், இன்னொன்றில் காரமில்லாத

குழம்பும் கொண்டுவந்து திண்ணையில் வைத்து, கதவைத் தட்டி விட்டுச் செல்வார். இரவில் அவர் வேறு இரண்டு வாளிகளில் உணவைக் கொண்டுவந்து, வழக்கம்போல் கதவைத் தட்டிவிட்டு ஓடிவிடுவார். பத்து நாட்கள்வரை நாங்களும் அவரும் முகம்கூட பார்த்துக்கொண்டதில்லை. இந்த முழுச் சமூக விலகலைச் சொல்லி பிற்காலத்தில் அவரை நாங்கள் கேலி செய்தாலும் அந்த நேரத்தில் அதற்கு நல்ல பலன் இருந்தது. நடேச வேளார் என்ற அந்த அடுத்த வீட்டுக்காரர் பிற்காலத்தில் காலரா கண்டு மாண்டுபோனார். மாரி யம்மன் வந்திருந்த காலத்தில் எங்களுக்கு உதவியவரை காளியம்மன் எளிதாக வாரிச் சுருட்டிக்கொண்டாள். நினைத்துக்கொள்ளும்போது கையில் இரண்டு வாளியோடுதான் அவர் எனக்குத் தோன்றுகிறார். "காளியம்மா வந்திருக்கிறாள்" என்று கையைப் பிசைந்துகொண்டு நின்றார்களே தவிர யாரும் அவருக்கு வைத்தியம் செய்யவில்லை. விளையாட்டம்மை என்று ஒன்று இருந்தாலும் காலரா போன்றவை காளியம்மனின் விளையாட்டாக வருவதில்லை.

காளியம்மன், மாரியம்மன் போன்ற தெய்வங்களோடு சமுதாயத்தின் பேரம் படியும் விதம் அநேகம். காலராவில் மனிதர்கள் கொத்துக் கொத்தாக மாண்டுபோவதை 'போக்கு' என்பார்கள். இரு நூறு ஆண்டுகளுக்கு முன்பு ஒரு முறை போக்கு உச்சமாகி மக்கள் அச்சத்தில் உறைந்துபோனார்கள். அப்போது எங்கள் குடும்பத்துச் சிறுவயதுப் பெண் ஒருவர் யாரையோ துரத்திக்கொண்டு ஓடுவது போல் கூக்குரலிட்டுக்கொண்டே ஆவேசமாக ஓடினார். அருகிலிருந்த குளத்தில் பாய்ந்த அவர் வெகு நேரம் கரையேறவில்லை. பத்துப் பதினைந்து ஆட்கள் தேடியும் அந்தப் பெண் அகப்படவில்லை. பிறகு ஒரு பிடி மண்ணோடு குளத்திலிருந்து கரையேறி வந்த அவர், "இதைக் கும்பிடுங்கள், காளி இனி இங்கே வர மாட்டாள்" என்று சொன் னாராம். இரண்டு நாட்களில் காளியம்மா அவரை வாரிக்கொண்டாள்.

"தன்னைக் கொடுத்துக் காளியம்மனின் வேகத்தைத் தணித்தாள்" என்றார் என் அப்பாயி. அவர் மண் பிடித்து வைத்த இடத்தில் காளியம்மனுக்கு ஒரு கோயில் கட்டிக் கும்பிட்டு வந்திருக்கிறார்கள். சில தலைமுறைகள் கழிந்து எங்கள் குடும்பம் தற்போது உள்ள ஊருக்குக் குடிபெயர்ந்தது. அப்போது அங்கிருந்து பிடிமண் எடுத்து வந்து காளியம்மனுக்கு இங்கே கோயில் கட்டினார்கள். விளக்கு மாடமாகவும் இல்லாமல், கோயிலாகவும் இல்லாமல், சுடுமண்ணால்

ஆன விமானத்தோடும் காளியம்மன் சிலையோடும் வெகு காலம் இருந்தது அந்த அமைப்பு. 1977 நவம்பர் புயலில் அது சேதமாகி விட்டது. இப்போது காளியம்மனுக்கு அங்கேயே ஒரு கோயில் கட்டி வழிபட்டு வருகிறோம். கரோனாவைத் தன் புரிதலுக்குள் கொண்டு வந்து வசப்படுத்த இன்றைய சமுதாயம் எப்படி முயன்றது என்று தெரியவில்லை. வெற்றிகொள்ள முடியாதவைகளோடு ஒரு சமனத்துக் வர உதவிய அன்றைய கற்பனை வளத்தை இன்று நாம் இழந்து வறியவர்களாகியிருக்கலாம்.

தார்மீகப் பிரச்சினையாகுமோ?

பொதுச் சுகாதாரப் பிரச்சினை என்ற அளவில் நின்றுகொள்ளும் சங்கதியல்ல கரோனா. எத்தனை வயது ஆகியிருந்தால் ஒருவர் முதியவராவார் என்பது உலகளாவிய விவாதமாகும்போலிருக்கிறது. ஆண்டுகளை எண்ணுவதோ, கூட்டலோ கழித்தலோ அல்ல பிரச் சினை. இது மனித வர்க்கம் எளிதில் தீர்க்க இயலாத தார்மீகப் பிரச் சினையாகும் என்று இதற்குமுன் நமக்குத் தெரிந்திருக்காது. பத்து நபர்களுக்கு மட்டும் சிகிச்சை செய்ய வசதியுள்ள இடத்தில், ஒரு முதியவரையும் சேர்த்து பதினோரு நபர்கள் வந்துவிட்டால் என்ன செய்வது? அல்லது பத்தாவதாக அறுபது வயதில் ஒருவரும், பதினொன்றாக எழுபது வயதில் ஒருவரும் வந்தால் கையைப் பிசைந்துகொண்டு நிற்போமா?

ஆயிரக்கணக்கில் தொற்றுக்கு ஆளாகும்போது இப்படி ஒரு நிலைமை உருவாகக்கூடியதுதான். மூப்பின் அளவை வைத்து இவர் களில் யாருக்குச் சிகிச்சை தருவது என்று தீர்மானிக்க வேண்டி யிருக்கும். யார் முதியவர் என்பதற்கெல்லாம் அகராதி விளக்கத்தை நம்ப முடியுமா? கறாரான அரசு விதிகள் தேவையாயிருக்கும். விதிகள் வந்தால் அவை வழக்கம்போல் நம் தார்மீக விமர்சனத்திலிருந்து தப்பாது. உலக நாடுகள் இதை எப்படிச் சமாளிக்கின்றன என்பது வரலாற்றில் பெரிய தகவலாகப் பதிவாகும்போலிருக்கிறது.

யாராக மீள்வோம்?

''என்னைப் பற்றிக் கவலைப்படாதீர்கள். நீங்கள் எல்லாம் கரோனா காலத்தில் ஜாக்கிரதையாக இருங்கள்'' என்று சொல்லத் தோன்றுகிறது. எனக்குச் சாதாரணமாகத்தான் அப்படித் தோன்று கிறது. என் பெருந்தன்மைக்காக ஒரு ரகசிய பூரிப்பு எனக்குள் வந்து

இந்தச் சாதாரண தன்மை கெட்டுவிடாமலிருக்க நான் என்ன செய்ய வேண்டும்? சொல்லில் எப்படியும் அசத்தியம் கலந்து விடுவதால் வாய்விட்டு எதையும் இப்போது சொல்ல இயலாது. மனிதனுக்கு இது நிரந்தர சங்கடம் என்று நினைக்கிறேன்.

ஆயுள் அநியாயத்துக்கு நீண்டுவிட்டது. உயிரியல் ரீதியாக உடம்புக்கு ஆன ஆயுளைச் சொல்லவில்லை; அது வெளிப்படை. சிக்கு விழுந்த சம்பவ நூல்களாக அனுபவத்தில் ஆயிரத்தெட்டு முடிச்சுகள். நினைவில் பின்னோக்கிச் செல்ல பயம். இந்தப் பயணத்தில் செல்லப் பிராணியாக என்னைப் பின்தொடரும் தத்துவ விசாரத்தைப் பற்றிப் பயம். பயந்துகொண்டே எவ்வளவு தூரம் நினைவில் பயணிப்பது? இந்த வகை ஆயுள் நீட்சியைத்தான் சொன்னேன்.

கரோனாவைத் தாண்டிவிட்டால் அப்படி இருக்கலாம், இப்படி இருக்கலாம் என்றெல்லாம் பதைப்பு இல்லை. இன்னும் ஒரு வாரம்; இன்னும் பத்தே நாட்கள் என்றுகூடப் பதைக்கவில்லை. கிரேக்க நாட்டு இலக்கியங்களில் சாதனையாளர்களின் முகத்தைப் பாருங்கள். அவர்களின் சாதனைகளை இப்படி ஒரு மலினமான உணர்வு தூண்டியதுபோல் தெரியாது. எனக்குத் தெரிந்த பாஞ்சாலை என்ற மூதாட்டி ஒருவர், தள்ளாத காலத்தில், வீட்டுக்கு முன்னால் இருந்த மர நிழலிலேயே படுத்திருப்பார். ஒரு நாள் அவருக்கு ஏதோ தோன்றியிருக்கிறது. வீட்டில் இருந்தவர்களைக் கூப்பிட்டுச் சீக்கிரம் சாப்பிட்டுவிடுங்கள் என்று சொன்னாராம். எல்லாரும் சாப்பிட்ட சிறிது நேரத்தில் அவர் காலமாகிவிட்டார். இப்போது சாப்பிட தாமதித்தால் நாளைக்கு அவர் காவிரிக் கரைக்குப் போய்ச் சேரும் வரை எல்லாரும் பட்டினி கிடக்க வேண்டியிருக்குமே என்று நினைத்திருப்பார். மனிதன் மரணத்தை வெல்ல முடியுமென்றால் அன்று ஒரு முறை அது மிகச் சாதாரணமாக நடந்திருக்கிறது. நம்மைக் கெட்டியாகப் பிடித்துக்கொண்டு சராசரி மனிதனாகவே கரோனாவிலிருந்து மீளலாம். நம்மை விட்டுவிட்டு காவிய நாயகனாகவும் அதிலிருந்து மீளலாம். நாம்தானே நம்மை உருவாக்கிக் கொள்ள வேண்டும்!

(இந்து தமிழ் திசை, 09.04.2020.
கூடுதலான சங்கதிகளுடன்.)

4. வானத்தின் நிறம் இப்போது நீலம்

ஆதியிலும் வானம் நீலமாகத்தான் இருந்தது. அண்மையில் வாகனங்களின் புகையும் தொழிற்சாலைகளின் புகையும் இந்த நிறத்தைத் திரித்துவிட்டதால் வானத்துக்கு ஒரு புரிபடாத நிறம். கரோனா காலத்து ஊரடங்கில் வானம் நீல வானமாக மீண்டு கொண்டது. உதயத்துக்குப் பிறகு மேலை வானத்தில் இதுவரை பார்க்காத நீலம் ஒன்று படர்ந்துகொண்டே, மெல்ல அடர்வதையும் பார்க்கலாம். இன்ன நிறம் என்று சொல்ல இயலாத பின்புலவெளி ஒன்றில் நேற்றுவரை கட்டடங்கள் அமுங்கிக் கிடந்தன. இந்தக் கட்டடக் கலை பரிதாபங்களும் இன்று அடர் மஞ்சள், கருஞ்சிவப்பு, வெளிர் பச்சை என்ற வண்ணங்கள் மினுக்க, வானத்தின் நீலத்திரையில் எடுப்போடு நிற்கின்றன. வெள்ளை மேகங்களின் வெண்மை கூடி யிருக்கிறது. உயிர்ப்பைப் பச்சை நிறத்தோடு சேர்த்துப் பார்ப்பது நமக்குப் பழக்கம். மண்ணுலகின் இன்றைய உயிர்ப்புக்கு விண் வெளியின் நீலம் அடையாளமாயிற்று. உயிர்ப்புக்கும் நீலத்துக்கு மான உறவு விசித்திரம் நம் மனப் பரப்பில் சிலிர்ப்பாக ஊரும்.

கங்கை எங்கே குளித்தது?

கோடிகோடியாகச் செலவழித்தும் தூய்மை அடையாத கங்கை இருபது நாட்களில் பாதிக்குப் பாதி தெளிந்துவிட்டது என்கிறார்கள். யமுனையும் எப்போதும்போல் நுரைத்து ஓடாமல் தன் பழைய நீலத்தில் பொலிகிறதாம். கபினி, ஹேமாவதி, ஹரங்கி, போன்ற காவிரியின் துணை நதிகளிலும் இதுவரை காணாத தெளிவு. டெல்லி நகரின் காற்று கடந்த ஐந்து ஆண்டுகளில் காண முடியாத தூய்மையை மூன்றே வாரங்களில் எட்டியிருக்கிறது. நகரங்களிலும் குருவிகளின் ‘கீசுகீசு’ என்ற ஓசைப் பெருக்கு. ஆதியில் வானமும், பூமியும், ஆறுகளும் இப்படித்தான் அழகாகப் படைக்கப்பட்டிருக்கும்.

திருவிழாவில் இறைவனின் வீதிவலம் இல்லை. பல்லக்கு, வாகன சேவையெல்லாம் கோயில் பிரகாரத்திலேயேதான் நடக்கின்றன. விடையாற்றி என்ற ஆரவாரக் கோலாகலங்களோ, கூத்தாட்டங்களோ இல்லை. புனிதவெள்ளியிலும், ஈஸ்டர் திருநாளிலும், பராத்

இரவிலும் அவரவர் வீட்டிலேயே வழிபாடு. சென்ற மாசி மாதம் தீர்த்தவாரி நடந்தது. எரிந்த காமதேவன் இளவேனிலில் உயிர் பெறும் காமண்டி நடந்தது. அத்தோடு கிராமங்களிலும் திருவிழாக்கள் நின்றுபோயின. பத்தே விருந்தினர்களுடன் வீட்டுக்கு மட்டாகத் திருமணங்கள். ஊரடங்கில் இறைவனும் வீடடங்கி இருந்துவிட்டார். பூமியின்மீது நமக்கு இருந்த ஆதிக்கத்தை இந்தச் சுயவிலகலில் துறந்தோம்.

வசத்துக்கு வராத முரண்

உலகத்துக்குச் சோதனையாக வந்த கரோனா காலத்தில் பூமி தனக்குச் சம்பாதித்துக்கொள்ளும் இந்தப் புதுச் சோபையை விபரீத வரவு என்று சொல்ல முடியுமா? மொழி நடையில் ரசனைக் குறை யில்லை என்றால் இப்படியும் சொல்லலாம்: 'மனிதர்களுக்கு நோய்த் தொற்று வந்தபோது பூமி தன்னைக் குணப்படுத்திக்கொண்டது'. சிக்கறுத்து, சொல்லில் வைத்து அடுத்தவருக்குக் கடத்த முடியாத முரண் உணர்வு. வாய்ச் சொல்லாக வராது; எழுத்துக்குள் நுழையாது.

சுற்றுச்சூழல் நெருக்கடியிலிருந்து பூமிக்கு ஒரு தற்காலிக மீட்சி. தன் பங்களிப்பாக மனிதன் துரும்பைக்கூட எடுத்துப் போடவில்லை. மனித செயல்பாட்டின் ஒடுக்கமே பூமியின் மீட்சிக்குப் போதுமான தாயிற்று.

ஆலைகள், உற்பத்தி, வணிகம், போக்குவரத்து போன்ற மனித நடவடிக்கைகள் குறையக்குறைய பூமியின் மீட்சிக்கான அடை யாளங்கள் கூடின. ஆனால், ஊரடங்கு முடிந்தபின் நாம் பழைய உலகத்துக்கே திரும்பியிருப்போம். மனித நடவடிக்கைகள் பெரும் ஆரவாரத்தோடு மீண்டும் வந்துவிடும். இன்றைய நீல வானம் நிலைக் காது. கங்கையின் தூய்மைமையும் காவிரியின் தெளிவும் கனவாகக் கலையும்.

சாயப்பட்டறைகளையும், தோல் பதனிடும் தொழிற்சாலை களையும் மூடி ஆற்றைத் தூய்மையாக வைத்துவிட்டால் நம் காலுக்குச் செருப்பும், மேலுக்குத் துணியும் வந்துவிடுமா என்று கேட்பார்கள். பொருளாதார சிந்தனை ஆற்று நீரின் தூய்மையைக் கணக்கில் எடுத்துக் கொள்ளாது. வளர்ச்சியே நோக்கம், வானமே அதன் எல்லை என்ற சிந்தனையில் சுற்றுச்சூழல்பற்றிய அக்கறை இருக்க முடியுமா? பொருள் நுகர்வு பெருகிக்கொண்டே இருப்பதில்தான் இன்றைய பொருளாதாரத்தின் நகர்வே இருக்கிறது. சுற்றுச்சூழல் பிரச்சினைக்கு

இந்தச் சிந்தனைக்கு உள்ளேயே தீர்வு வராது. தீர்வு இந்தச் சிந்தனைக்கு வெளியில் இருந்து வர வேண்டும்.

உணர்வுத் துரும்பு

மாற்றுப் பொருளாதார சிந்தனை இருக்கும். ஆனால், அதை நம்ப மாட்டோம். நம்பிக்கைக்கு ஒப்புக்கொடுக்க நமக்கு ஆன்ம பலம் போதாது. பெரும் மூலதனம், ஆலைகள், அசுரத் தொழில்நுட்பம் வேண்டாம்; மனித உழைப்பும், அவரவர் வீடும், கைத்திறனும் போதும் என்றால் உலக நாடுகளோடு எப்படிப் போட்டியிடுவது என்று கேட்போம். ஆனால், அகிலத் தொற்றால் வந்த ஊரடங்கில் மனித உழைப்பைச் சார்ந்த விவசாயமும், கைத்திறனை நம்பும் குடிசைத் தொழில்களும் முடங்கவில்லை. ஆலையிலிருந்து நூல் வந்தால் இப்போதும் கைத்தறி இயங்கும். கையில் திறன் இருக்கும் வரை கைத்தொழில்கள் அவைகளாகவே முடங்காது.

எப்படியோ கங்கையின் மாசும், காற்று மாசும் ஊரடங்குக் காலத்தில் மீண்டும் தீவிர விவாதத்துக்கு வந்துவிட்டன. வானத்தின் நீலத்துக்கு இப்படியும் ஒரு அழகு இருந்திருக்கிறதே என்று கண்களால் கண்டுவிட்டோம். அந்த அழகு மறைவதற்கு முன், பூமிக்குக் கனக்காமல் மென்மையாக வாழ்வது எப்படி என்று அது நமக்குக் காட்டித் தந்திருக்கும். நம் இருப்பு, பூமிக்குக் கனக்கும்போது நமக்கும் அது உள்ளுணர்வாக உறுத்தும்.

ஊரடங்கில் ஓசை அடங்கிய காலைப் பொழுது. அமைதியைத் துலக்கிக்கொண்டு அவ்வப்போது வரும் குருவிகளின் பேச்சரவம். வாசல் கோலங்களை உழுதால் எப்படி இருக்குமோ அப்படி இருசக்கர வண்டி ஒன்று அமைதியைக் கீறிக்கொண்டு விரைந்தது. ஊரடங்கில் நாம் அமைதியின் அழகைப் பார்த்துவிட்டோம். வானத்தின் நீல வசீகரத்தைக் கண்டுகொண்டோம். வாகன ஒலி நமக்கு இனிமேல் இந்த வகை அனுபவமாகத்தான் வலிக்கும். அமைதியின் உடம்பை ஏன் இப்படி இரக்கமில்லாமல் கீறுகிறார்கள்? வானத்தின் நீல மேனியைக் கரும்புகையால் மெழுகவும் மனம் வந்ததே! இப்படி நமக்கு ஆதங்கம் வந்தால் அதுவே ஆறுதல்தான். இந்த ஆதங்கம் ஒரு துரும்பு. ஊரடங்கு மனிதனைக் கட்டும். இந்த உணர்வுச் சிறு தாம்பாலும் மனிதன் கட்டுண்டுபோகும் மாயம் நிகழலாம்.

(இந்து தமிழ் திசை, 22.04.2020.
தலைப்பு: 'வானம் தனது நீல நிறத்தை மீட்டுக்கொண்டது'.)

5. கிராமங்களும் கரோனாவும்

உலகத்தை உலுக்கிக் கதிகலக்கியிருக்கும் கரோனா கிராமங்களில் வெறும் இலையை உசுப்பும் சலனமாக நகர்கிறது. கரோனாவுக்குக் கிராம மக்கள் அச்சப்பட்டதாகத் தெரியவில்லை. அமெரிக்காவில் வசிக்கும் நண்பர் ஒருவர் கரோனாவைப் பற்றி கிராம மக்கள் என்ன நினைக்கிறார்கள் என்று என்னைக் கேட்டார். ஆண்டவன் விதித்த தண்டனை என்று நினைக்கிறார்களா? நம்மால் எதுவும் செய்ய முடியாது என்ற விரக்தியில் சோர்ந்து ஒடுங்கிவிட்டார்களா? அல்லது, புது வேகத்தோடு எதிர்த்துப் போராடுகிறார்களா? என்று அறிய அவருக்கு ஆவல்.

வேலையில் துவங்கும் வாழ்க்கை

கிராமத்தில் இருப்பவர்களின் வாழ்க்கை தத்துவ விசாரணையில் துவங்கி, தர்க்கக் கச்சிதமாக ஒரு தத்துவக் கோட்பாட்டில் முடிவதில்லை. கரோனா காலத்தில் கோயிலுக்குள் செல்ல முடியாவிட்டாலும் வெளியே நின்று தாலிகட்டிக்கொள்கிறார்கள். திருமணத்தில் கூட்டமாகக் கலந்துகொள்ளாவிட்டாலும் இருபது, முப்பது உறவினர்களாவது நிகழ்ச்சிக்கு வந்துவிடுகிறார்கள். வீடுகட்டி முடித்தவர்கள் குடிபோகிறார்கள். இறந்த அன்றைக்கே துக்கத்துக்குச் செல்லவில்லை என்றாலும் அடுத்தடுத்த நாட்களில் சென்று விசாரித்து வருகிறார்கள்.

பருத்திச் சாகுபடியும், நெல் சாகுபடியும் வழக்கம்போல் நடக்கிறது. வயலில் உளுந்து எடுக்கிறார்கள்; வீட்டில் பயறு உடைக்கிறார்கள். நெல் கொள்முதல் நிலையங்களில் விவசாயிகளிடம் பணம் வசூலிக்கிறார்களே என்று குறைபடுகிறார்கள். சென்ற ஆண்டு கிலோ ஐம்பத்தைந்து ரூபாய் விற்ற பருத்தி இந்த ஆண்டு முப்பது ரூபாய்கூட விலைபோகவில்லையே என்று கவலைப்படுகிறார்கள். நூறு நாள் வேலைக்குக் கூட்டம்கூட்டமாகச் சென்றுவருகிறார்கள். வயல் வெளியில் மாட்டுக்குப் புல் அறுக்கிறார்கள்; மாட்டுத் தரகும் ஆட்டுத்

தரகும் மும்முரப்படுகிறது. கந்துவட்டிக் கடனுக்கு அன்றாடம் தவணை கட்டுகிறார்கள். அடகில் இருக்கும் நகைக்கு வட்டியாவது கட்டிவைக்கிறார்கள்.

வீட்டுக்குக் கீற்று போடுகிறார்கள்; ஓடு மாற்றுகிறார்கள். வேலி கட்டுகிறார்கள். அந்தி சாயும் நேரத்தில் மேய்ந்துகொண்டிருக்கும் ஆடு, மாடுகளைப் பறந்துபறந்து ஓட்டிவந்து கொட்டிலில் கட்டு கிறார்கள். கறந்த பாலை வீடு வீடாகச் சென்று கொடுத்துவருகிறார்கள். வீட்டுக்கு விருந்தாளிகள் வருகிறார்கள்; இவர்களும் விருந்தாளி போகிறார்கள். எந்த வேலையும் தள்ளிப்போகவில்லை; எதுவும் நின்று போகவுமில்லை. கூட்டம் அதிகமாகத் தெரியும் இடங்களை மட்டும் தவிர்க்கிறார்கள். குறையும், வருத்தமும், கொண்டாட்டமும், துக்கமும், கவலையும், இழப்பும், ஆதயமும் எப்போதும்போல் கிராமங்களில் வாழ்க்கையை நிரப்பிக்கொண்டே இருக்கின்றன.

ஆற்றில் தண்ணீர் வந்துவிட்டது. இப்போது அடுத்த சாகுபடிக்குத் தயாராக வேண்டும். அதற்கு முதல் தேட வேண்டுமே என்ற அடுத்த கவலை. விதைத்தது முளைக்க வேண்டும்; முளைத்த நாற்றைக் காலம் தவறாமல் நட்டுவிட வேண்டும். நட்டது பயிராகி அறுவடையாக வேண்டும். இப்படி வேலை என்ற புள்ளிதான் வாழ்க்கையைத் துவக்கி அந்தப் புள்ளியே வாழ்க்கையின் நிறைவாகவும் இருந்துவிடுகிறது. அதைப் பார்த்து நாம்தான் ஒரு தத்துவத்தை வரைந்துகொள்ள வேண்டும்.

வாழ்க்கையே தற்காப்புத்தானா?

‘‘உங்களுக்கு பயம் இல்லையா’’ என்று கேட்டால், ‘‘எனக்கெல் லாம் கரோனா வராது’’ என்பார்கள். சிலர், ‘‘வந்தால் வந்துவிட்டுப் போகட்டும்’’ என்பார்கள். மற்றவர்கள், ‘‘எனக்குத் தனியாகவா வரப் போகிறது? எல்லாருக்கும் வருவதுதானே எனக்கும் வரும்?’’ என்று எதிர்க் கேள்வி கேட்பார்கள். அறியாமை என்றோ அலட்சியம் என்றோ இதைப் பார்க்கக் கூடாது. கரோனாவிலிருந்து தற்காத்துக் கொள்வதே அவர்களுக்கு வாழ்க்கையாக இன்னும் மாறவில்லையே என்று நாம் நிம்மதிகொள்ளலாம். வாழ்க்கையை அன்றாடம் முழுமை யாக எதிர்கொள்பவர்களுக்கு கரோனாவோ, மற்ற தொற்றுகளோ வாழ்க்கையில் ஓர் அங்கம்தான். அதை அந்த நிலையிலேயே குறுக்கி வைத்துக்கொள்ளும் ஒரு மனப்பாங்குக்குக் கிராம மக்கள் தாங்கள் அறியாமலேயே பழகிக்கொண்டார்கள்.

அரசாங்கம் என்ன செய்கிறது, எதைச் செய்யத் தவறியது என்ப தெல்லாம் அவர்களுக்குச் சிந்திக்க வேண்டிய பிரச்சினைகள் அல்ல. தொற்றைக் கொண்டுவந்தது யார், தொற்றுக்கு மதம் உண்டா, சாதி உண்டா என்றெல்லாம் அவர்களுக்குத் தீவிரமாக விசாரிக்கத் தோன்றுவதில்லை. ''அடுத்த வீட்டுக்காரார் பெங்களூரிலிருந்து நேற்று இரவு வந்திருக்கிறார். அவரை அழைத்துச் செல்லுங்கள்'' என்று பொது சுகாதரத் துறைக்கு ரகசியமாகத் தகவல் கொடுப்பது அங்கொன்றும் இங்கொன்றுமாக நடக்கிறது. ஆனால் அதையெல்லம் சமூக சேவை என்று யாரும் வெளிப்படையாக அங்கீகரிப்பதில்லை. சென்னையி லிருந்து ஒருவர் வந்து இறங்கிவிட்டால் அவரிடம் ''வீட்டுக்குள்ளேயே சில நாட்கள் இருங்கள்'' என்று சொல்வதைக்கூடத் தாங்கள் செய்ய வேண்டிய சேவையை முறையாகச் செய்துவிட்டதாக யாரும் நினைத்துக்கொள்வதில்லை. சமூக சேவைக்கு வாய்ப்பு லபித்திருக் கிறது என்று யாரும் அதை லாவிக்கொள்வதில்லை; அவரவர்களுக்கும் ஏதாவது வேலை இருந்துகொண்டிருக்கும்.

பெரிய நெருக்கடிகளில் அரசும், நகரங்களும் தங்கள் சிந்தனையைக் கிராமங்களில் செலாவணியாக்கத் தீவிரமாக முயற்சிக்க வேண்டி யிருப்பது ஆச்சரியமல்ல. தங்கள் சிந்தனையைக் கிராமங்கள் அப்படியே தழுவிக்கொள்ள வேண்டும், அப்படியே உள்வாங்க வேண்டும் என்றும் அவை எதிர்பார்க்கின்றன. அரசும் மக்களும், கிராமமும் நகரமும் வெவ்வேறு சிந்தனைத் தளங்களில், தனித்தனியாக இயங்கும் சாத்தியம் உண்டு என்று நமக்குத் தோன்றுவதில்லை. வெவ்வேறு என்றால் எதிரெதிரானவை என்று நினைத்துவிடக் கூடாது. ஒருவரின் தலைக்கு ஒரு நெல் மூட்டையை நான் தூக்கி விடும்போதும், அதை அவர் தன் தலையிலிருந்து இன்னொருவர் தலைக்கு மாற்றி விடும்போதும் சமூக இடைவெளிபற்றி சிந்திக்க முடியுமா? வரிசையாக வரப்பில் நடந்துபோகிறவர்கள் எதிரே வரும் வரிசைக்குச் சமூக இடைவெளி விதிப்படி விலக முடியுமா?

சமூக இடைவெளி என்ற விதியை ஏற்றுக்கொள்வதும், அதைப் பின்பற்றுவதும் வெவ்வேறு விஷயங்கள். சமூக இடைவெளி என்று இப்போது நாம் பேசுவது போன்ற கருத்தே சிந்தனையில் முளை காண கிராமங்களில் வாய்ப்பில்லை.

கிராமங்கள் சாதித்த எளிமை

இப்படி நான் சொன்னால் கிராமங்களில் எல்லாருமே, எப்போதுமே கரோனா தொற்று என்ற பேராபத்தில் இருக்கிறார்கள் என்று நமக்கு எண்ணத் தோன்றும். ஆனால், கிராமங்களில் இது போன்ற நினைப்பு கொஞ்சமும் கிடையாது. நாற்றுப் பறிப்பவர்களும், நடவு நடுபவர்களும் சமூக இடைவெளியை ஒரு பாதுகாப்பாக எப்படி மதிப்பிட்டுக்கொள்வார்கள் என்று நாம் கற்பனை செய்ய வேண்டும். விவசாயிகளுக்கு அந்தப் பாதுகாப்பு விதிகளிலிருந்து விலக்கு என்று அரசாங்கம் அறிவித்தால் அதை எப்படியெல்லாம் அர்த்தப்படுத்திக்கொள்ள முடியும் என்றும் பார்க்க வேண்டும். ''நீங்கள் எக்கேடுகெட்டாவது உணவு உற்பத்தி செய்து கொடுங்கள்; நாங்கள் பத்திரமாக இருந்துகொள்கிறோம்'' என்பதுதான் இந்த விதிக்கும் அதன் விலக்குக்கும் அர்த்தமென்று சூழலை எளிதாகக் கொச்சைப்படுத்திக் காட்டலாம். உற்பத்தி நோக்கம் நிறவேறிய பின்பு கிராமங்களுக்குக் கரோனா வந்துவிட்டால் அங்குள்ளவர்கள் பொறுப்பில்லாமல் நடந்துகொண்டார்கள் என்றும் நாம் வெகு எளிதாகக் குறைசொல்லிவிடலாம். கிராமங்கள் இப்படியான சிந்தனை சிக்கல்களையெல்லாம் தேடிப்பிடித்து மலைத்து நிற்கவில்லை. அவை எப்போதும்போல் சிந்தனையில் நமக்கெல்லாம் எட்டாத எளிமையைச் சாதித்துக்கொண்டன. அங்கு உற்பத்தி நடவடிக்கைகள் நின்றுபோகவில்லை. அது ஒன்றுதானே இப்போது நாட்டின் ஜீவனுக்கு அடையாளம்!

(இந்து தமிழ் திசை, 14.07.2020.
தலைப்பு: 'கிராமங்கள் எப்படி கரோனாவை எதிர்கொள்கின்றன?'.)

6. பொதுப் பண்பாட்டுக்கு எது அடையாளம்? - காவிரிக் கரை ஐயனார்

'இதுதான் தமிழ்ப் பண்பாடு' என்று ஒரு குழுவோ, ஒரு மையமோ அடையாளம் சொல்வதை நாம் ஏற்க மாட்டோம். பண்பாட்டுக்குள்ளேயும் எத்தனையோ 'உள் பண்பாடுகள்' உண்டு. பொதுப் பண்பாடாக ஒன்றைக் கட்டிச் சோடித்துவிட்டால் மற்றவை உள் பண்பாடுகளாகி தாங்களாகவே தணிந்து பின்னுக்குச் செல் கின்றன. நம் ஆய்வுப் பார்வை ஒரே பண்பாடு என்ற ஓர்மையில் நிலைக்கும்போது அதற்குள் வராமல்போகும் சங்கதிகள் அநேகம்!

திமிறிக்கொண்டிருக்கும் இரண்டு குதிரைகளை இடமும் வலமு மாகப் பிடித்தபடி, கம்பீரமாக வரும் ரோமாபுரி வீரனை நினைவு படுத்திக்கொண்டு ஐயனார் கோயிலில் ஒரு தெய்வம். சாளுவன் என்று பெயர். கிட்டத்தட்ட இரண்டு ஆள் உயரத்துக்கு மண்ணாலான இந்தச் சிலை ஐயனாருக்கு முன்பாக நிற்கிறது. காலில் சிலம்பு, அதற்கு மேல் வீரகண்டையம், மார்பில் மணிகள் கோத்த ஆரம். சரப் பதக்கங்க ளோடு உட்கழுத்துச் சரடு. திரட்சியான உதடுகள், வாளிப்பில் பூரித்துப் படர்ந்த முகம். வெட்டரிவாள் மீசை. புடை பரந்த கண்கள். மதர்ப்பு தெறிக்கும் வில் வளைவான புருவங்கள். இடப்பக்கம் திரும்பிய நாயக்கர் காலத்து சாய் கொண்டை. வலது கையில் அரிவாள். வெண் ணாறு என்றும், கோரையாறு என்றும் கிளை பிரிந்த காவிரியைத் தன் கிழக்கிலும், மேற்கிலும் வைத்துக்கொண்டு, பதின்மூன்று அடி நீளத்தில் கரவாரம் தரிக்கும் இந்த மண் சிலை வெட்டவெளியில் நூறு ஆண்டுகளைக் கடந்து நிற்கிறது. அது நிற்கும் வாக்கோட்டை என்ற கிராமம் திருவாரூர் மாவட்டம் மன்னார்குடிக்கு அருகே கூத்தாநல்லூருக்குத் தெற்கில்.

மண் சிலை சேதமாகிவிட்டதால் அதன் இடத்தில் கட்டுச்சிலை யாக இப்படி ஒரு சாளுவனும் குதிரைகளும் இந்தக் கிராமத்திற்கும் தெற்கில் உள்ள கோட்டகச்சேரி ஐயனார் கோயிலில் நிற்கின்றன. வாக்கோட்டை, கோட்டகச்சேரி தவிர காவிரிப் படுகையில் வேறெங்கும் இந்தச் சிலையை நான் பார்த்ததில்லை.

பெரும்பாலும் தலித் மக்கள் குழந்தைப் பேறு. திருமணம் போன்றவற்றுக்கு நேர்த்திக்கடனாக இந்தச் சாளுவனுக்குக் கிடா வெட்டுகிறார்கள். மற்ற சமூகத்தினரும் எப்போதாவது இப்படி நேர்த்திக்கடன் செலுத்துவது உண்டு. வெள்ளி, செவ்வாய்க் கிழமை களில் வெண்பொங்கலும், திருவிழாவின்போது பால் பள்ளயமும் இதற்குப் படையல். இது பெண்கள் மிகவும் அச்சப்படும் தெய்வம். முன்பெல்லாம் அவர்கள் கோயிலுக்குள் வராமல் சாலையில் நின்று பார்த்தவாறே சாளுவனைக் கும்பிட்டுச் செல்வார்கள். இப்போது இந்தப் பால் பாகுபாடு குறைந்து வருவதாகச் சொல்கிறார் பூசாரி ராஜேந்திரன்.

வரலாற்றுப் புதிராகும் சாளுவன்

'சாளுவன்' என்றவுடன் பத ஒற்றுமையால் விஜயநகரப் பேரரசின் சாளுவ மன்னர் வம்சம் நினைவுக்கு வரும். பதினைந்தாம் நூற்றாண்டில் சில காலம் காவிரியின் தஞ்சைப் பகுதியிலும் சாளுவ மன்னர்களின் ஆட்சிதான். மேலைக் கடற்கரையில் இருந்த துறை முகங்களைத் தன் சங்கம வம்சத்தினர் காலத்தில் விஜயநகரப் பேரரசு இழந்திருந்தது. அதன் விளைவாகப் படைகளுக்குத் தேவை யான குதிரைகளை அரபு நாட்டு வணிகர்களிடமிருந்து வாங்க இயலாமல்போகவே, முன்னர் மும்முரமாக நடந்த குதிரை வணிகம் நின்றுபோனது. சாளுவ நரசிம்மன் என்ற விஜயநகரப் பேரரசர் இந்தத் துறைமுகங்களையும் குதிரை வணிகத்தையும் மீட்டுக்கொண்டார் என்பது வரலாறு (Nilakanda Sastri, K.A. (1975), A History of South India, New Delhi: Oxford University Press, p.248).

குதிரைகளோடு வருவதுபோல் ஐயனார் முன் நிற்கும் சாளுவனை இந்த வரலாற்றில் பொருத்திப் பார்ப்பது சுவாரசியம்தான். தற் செயலாக வந்த பத ஒற்றுமை ஒரு வகை ஆராய்ச்சியைத் தூண்டி யிருப்பதாக நான் இதை நினைக்கவில்லை. வழக்கமாகவே ஐயனார் கோயில் மண் குதிரைகளின் வயிற்றுக்குக் கீழே, ஒரு கையில் புகைக்கும் ஹுக்காவையும், மற்றொன்றில் குதிரையின் கடிவளத் தையும் பிடித்தபடி ஒரு அரபு நாட்டவர் உருவத்தைக் காணலாம். அரபு நாடுகளிலிருந்து மேலைக் கடற்கரை துறைமுகங்களில் குதிரைகள் இறக்கு மதியானதன் குறியீடு இது.

நம் ஐயனார் குதிரைகளின் உற்பத்தி இடம் ஏன் அரபு நாடாக இருந்தது என்பதை ஆராய வேண்டும். இப்போது நமக்கு உள்நாட்டுக்

குதிரைகள் நிறைய இருக்கின்றன. ஆனாலும், இன்றைக்கும் நாம் ஒரு மண் குதிரை செய்து ஐயனாருக்கு விடுவதானால் அது சந்தேக மில்லாமல் அரபு நாட்டுக் குதிரையாகத்தான் இருக்கும்! மண் குதிரை வேண்டாமென்று கட்டுக் குதிரையை (சிமெண்டில் செய்தது) அங்கே நிறுத்தினால் அது அரபுக் குதிரையாக இருப்பதில்லை என்பதை நீங்களே கோயில்களில் சோதித்துப் பார்த்துக்கொள்ளலாம். யதார்த்தத் தோற்றத்தைப் போர்த்திக்கொள்ளும் கட்டுக் குதிரைகள் வரலாற்றை அழித்துவிடுகின்றன. நம் யதார்த்தப் பித்துக்கு இப்படியும் ஒரு விளைவு!

ஐயனாருக்குக் குதிரையை வாகனமாகக் காட்டும் சிலையை நான் பார்த்ததில்லை. ஐயனார் சன்னிதிக்குப் போகிறவர்களைப் பார்த்துக் கனைத்தவாறு, வழியின் இடமும் வலமும், குதிரைகள் வரிசையாக நிற்கும். யானையை வாகனமாக்கி அதில் ஆரோகனித்த ஐயனாரைப் பார்த்திருக்கிறேன். மண்ணாலான யானைச் சிலைகளையும் புதுக் கோட்டை மாவட்ட கிராமங்களில் கண்டுள்ளேன். காவிரிக் கரையில் இருப்பதுபோல் அல்லாமல் வைகைக் கரையில் இந்தக் குதிரைகள் ஐயனார் சன்னிதி பார்த்திருக்கும் திக்கைப் பார்த்தே, கோயில் வாசலின் இருபுறமும் வரிசைகட்டி நிற்கின்றன.

இந்திய வரலாற்றில் குதிரைகள் எப்போதுமே ஏகமாக விவாதிக்கப் படும் சங்கதி. கி.மு. 1800க்குப் பின்புதான் மத்திய ஆசியாவிலிருந்து குதிரைகள் இந்தியாவுக்குள் வந்தன என்பது ஒரு சாராரின் ஆய்வு முடிவு (தொல்லியலாளர் வசந்த் ஷிண்டேவை மேற்கோள் காட்டி இந்து ஆங்கில நாளிதழ் செய்தி, 02-5-2024, பக்.9). குதிரைகள், அப்போது வந்த வேத ஆரியர்களோடு இங்கே வந்தன என்றும் சிலர் சொல்கிறார்கள். இந்த விவாதம் பல தசாப்தங்களாக நடக்கிறது. நம் ஐயனார் கோயில் குதிரைகள் இன்றைக்கும் ஆய்வுச் சிக்கலில் அகப்படாத அரபு நாட்டுக் குதிரைகளே!

ஐயனாருக்கு அரபுக் குதிரைகள் கொண்டுவரும் சாக்கில்தான் சாளுவப் பேரரசன் சோழ மண்டலத்துக்குள் நுழைய முடிந் திருக்குமோ? மக்கள் தங்களை ஏற்றுக்கொள்வதற்காகப் புறச் சீமை அரசர்கள் உள்ளூர் கலாச்சாரக் கூறுகளையும் வசப்படுத்திக்கொள்வது ஒரு சாணக்கியம். சாளுவப் பேரரசன் நம் ஐயனாருக்குச் செலுத்திய நேர்த்திக் கடனாகவும் இந்தச் சிலைகள் இருக்கக்கூடும். நாம் வெறும் குதிரைகளை ஐயனார் கோயிலில் வைக்கிறோம். சாளுவ மகாராஜா மதலைச் சிலை வைப்பதுபோல் தன்னையும் குதிரைகளோடு சேர்த்து

அங்கே நிறுத்திக்கொண்டார். ஒரு பொருள் கிடைப்பது அரிதாகி விட்டால் அது கிடைக்க வேண்டும் என்று வேண்டிக்கொண்டு அதையே இறைவனுக்குப் படைப்பது வழக்கம். மண் குதிரைகளை ஏகமாகச் செய்து ஐயனாரிடம் நிறுத்தியதும் அரபுக் குதிரைகளின் வரத்து மீள வேண்டும் என்பதற்காக இருக்கலாம். மாணிக்கவாசகர் தன் மன்னனுக்குக் குதிரைகள் வாங்கத்தானே மதுரையிலிருந்து சோழ நாட்டின் தெற்கு எல்லைக்கு வந்தார்!

சில கிராமங்களில் ஐயனாருக்கு முன்பு ஓங்கிய அரிவாளோடும், இடது கை சுக்குமத்தடியின் தண்டுக்கு அணைவாகவும் நிற்கும் மற்றொரு தெய்வத்துக்குப் பெத்தான் என்று பெயர். இது கட்டுச் சிலையாக மன்னார்குடிக்குக் கிழக்கே தென்கோவனூர் ஐயனார் கோயிலில் நிற்கிறது. கட்டுச் சிலை வருவதற்கு முன்பு மண் சிலை யாகவே இது இருந்திருக்கும். இதற்கு அருகிலேயே ஏழுதலை பெத்தான் என்று ஒரு விளக்கு மாடத்தின் புடையைச் சுற்றி மீசையோடு ஏழு சிரசுகளாக இருக்கும் மற்றொரு தெய்வம். நாலு தலை பிரம்மாவையும், ஐந்து தலை சிவனையும், ஆறு முகத்தோடு இருக்கும் முருகனையும், பத்து தலை இதிகாசப் பாத்திரமான இராவணனையும்தானே நமக்குத் தெரியும்! ஐயனார் கோயில் களில் தூண்டில் வீரன் உண்டு. வீரனும் சூரனும் உண்டு. முத்தாளு ராவுத்தர் உண்டு. சாம்பான் என்று கையில் அரிவாளோடு ஐயனாருக்கு அருகில் தனிக்கோயில் கொண்டிருக்கும் இன்னொரு தெய்வமும் உண்டு.

போட்டிப் பொலிவு

சமுதாயப் பிரிவுகள் ஒவ்வொன்றும் தங்கள் கலாச்சார அடை யாளங்களை இப்போது அழுத்தமாக்கிக்கொள்கின்றன. கிராமக் கோயில்களில் தங்கள் தெய்வங்களாக இருப்பவற்றைத் தலித்துகள் முன்பைவிட விமரிசையாகக் கொண்டாடுவது இன்றைய அடை யாள அரசியலின் அங்கமாகலாம். ஒடுக்கப்படும் உணர்வு வெளிப் படும் ஒரு வடிவம். ஐயனார் கோயில் திருப்பணி நடந்தால் இந்தத் தெய்வங்கள் எல்லாம் அவரவர்கள் இடங்களில் போட்டிப் பொலி வோடு இன்று மிளிரத் தொடங்கியிருப்பது இயற்கைதானே! ஒன்றை மற்றொன்று தனக்குள் இழுத்துச் செரித்துக்கொள்ளவில்லை. ஐயனார் கோயில் என்ற கலாச்சாரப் பரப்பு எவற்றையெல்லாம் தனக்குள் வைத்துக்கொள்ள விரிவானது என்று பார்க்க வேண்டும்.

வீரன், சாளுவன், சாம்பான், பெத்தான் ஆகிய தெய்வங்களை எல்லாரும் வணங்குகிறார்கள். ஆனாலும், தலித்துகளில் இரண்டு பெரும் பிரிவுகள் இவர்களைத் தங்கள் தெய்வங்களாகவே வைத்துப் படையலிடுகிறார்கள். காவிரிக் கரை கிராமங்கள் சிலவற்றில் வீரனுக்கும், சாம்பானுக்கும் தலித்துகளே பரம்பரை பூசாரிகள். குழந்தைகளுக்குக் காதுகுத்தும்போதும், வேண்டுதலுக்காகவும் சமுதாயத்தின் பல பிரிவினர் வீரனுக்குக் கிடா வெட்டுவார்கள்.

வெட்டிய ஆடுகளைச் சமைத்து, படையலிட்டு அங்கேயே உண்பது வழக்கம். இந்த விசேடங்களுக்கு உறவினர்களை அழைப்பதையும், ஐயனார் கோயில் பெரும்பாலும் ஊருக்கு வெளியே ஒரு குட்டிக் காட்டில் இருப்பதையும் நீங்கள் சேர்த்து நினைத்துக்கொள்ள வேண்டும். ஆள் அரவம் இல்லாத இடத்தை மேலும் அமானுஷ்யமாக்கி, கரைகளில் மரங்கள் அடர்ந்து மூடிக்கொண்ட குளமோ குட்டையோ இருக்கும். ஒரு சுள்ளியைக்கூட யாரும் அங்கிருந்து எடுத்துச் செல்ல மாட்டார்கள். மனிதர்கள் வாழும் மண்ணுக்கு அப்பாற்பட்டதை வேறு எங்கே வைத்து அதன் தன்மையை அனுபவிக்க முடியும்? கிராமக் கோயில்களின் தொன்மைக்கும் வேறு அடையாளங்கள் சொல்ல வேண்டாம்.

சிவன், பெருமாள் போன்ற பெருந் தெய்வங்களின் கோயில்களை மையத்தில் வைத்து, ஊர் அவற்றைச் சுற்றி அமைந்திருப்பதையும் நாம் இதனோடு ஒப்பிட்டுக்கொள்ள வேண்டும். அக்கிரகாரங்களில் தெருவின் கீழ்க்கோடியில் சிவன் கோயிலும் மேல்கோடியில் பெருமாள் கோயிலும் அமைந்திருக்கும். ஐயனார் கோயில் மட்டும் ஏன் ஊருக்கு வெளியே இருக்கிறது என்று கேட்டால், ‘‘ஐயனாருக்கு உரல், உலக்கை சப்தம் ஆகாது’’ என்று சொல்வார்கள். வின்ஸென்ட் ஸ்மித் (Vincent Arthur Smith), நடுவில் கோயிலும், சுற்றிலும் மட வளாகங்களும், அவற்றுக்குப் புறத்தே ரத வீதிகளுமாக, ஒன்றுக்குள் ஒன்று அடுக்கியிருக்கும் சதுரங்களைத் திராவிட நகரம் என்று சொல்லி, தன் நூலில் அதற்குத் திருவாரூரை மாதிரியாகக் காட்டுவார். ஐயனார் கோயிலை ஊருக்கு வெளியே வைத்திருக்கும் காவிரிக் கரை கிராமங்களை எப்படிப் புரிந்துகொள்வது?

கிடா வெட்டும்போது ஐயனார் பார்க்காதவாறு அவருக்கு முன் ஒரு திரையை விரித்துப் பிடித்துக்கொள்வார்கள். காவிரிக் கரையில் ஐயனாரை, ‘பிராமணத் தெய்வம்’ என்று சொல்வது வழக்கம். கிடா வெட்டுக்கு மறுநாள் அந்த இடத்தில் மஞ்சள் நீர் தெளித்து வீரனுக்குத்

தயிர் சாதம் படைப்பார்கள். இதற்கு ‘உதிரவாய் துடைத்தல்’ என்று பெயர். இது கிடாவெட்டோடு இணைந்தே இருக்கும் வழிபாட்டுக் கூறு. உண்ட வாயை உதிரம்போகத் துடைத்துவிட வேண்டும். அவர்தான் உண்டார் என்பதை வேறு எப்படி உறுதிப்படுத்துவது? நிகழ்வின் எச்சமாக ஒன்றைக் கட்டமைத்து அந்த நிகழ்வை உறுதி செய்யலாம். இது கலாச்சார வழக்கங்களின் தர்க்க நுட்பம்.

எத்தனையோ பிராமணக் குடும்பங்களுக்கும் ஐயனார் குல தெய்வம். குழந்தைகளுக்கு அந்தந்தக் குடும்பங்களின் குலதெய்வமாக இருக்கும் ஐயனார் கோயிலில்தான் முதல் முடி எடுப்பார்கள். ‘‘இரண்டாவது முடி திருப்பதி ஏழுமலையான் கோயிலில்’’ என்று முடிகொண்டான் ஆற்றங்கரை நன்னிலம் அருகே உள்ள தூத்துக்குடி அக்கிரகாரத்து நண்பர் ஜானகிராமன் கூறினார். ஏழுமலையானே ஆனாலும் உள்ளூர் ஐயனாருக்கு அடுத்த இடம்தான் அவருக்கு.

இரண்டாவது முடி அவரவர் இஷ்ட தெய்வங்களுக்கு. இதை முற்றிலுமாகப் பொதுமைப்படுத்த முடியாது. திருவாரூர் பிராமண நண்பர் ஒருவர் தங்கள் வீட்டுக் குழந்தைகளுக்கு முதல் முடி நாகூர் தர்க்காவில்தான் என்றார். ஆனால் அவருக்குக் குலதெய்வம் இன் னொரு கிராமத்திலிருக்கும் பெரியாச்சி என்றும் சொன்னார். இன்னொரு நண்பர் கணிசமான பிராமணக் குடும்பங்களில் முதல் முடி வைதீஸ்வரன் கோயிலில் எடுப்பார்கள் என்றார். திருவாரூருக்கு வடக்கில் உள்ள சொரக்குடி கண்ணாயிரமூர்த்தி ஐயனார் பல பிராமணக் குடும்பங்களுக்குக் குலதெய்வம் என்று கேள்விப் பட்டுள்ளேன்.

ஐயனார் எப்படிக் கிடாவெட்டிப் பூசைபோடும் தெய்வங்களைப் பரிவாரமாகக்கொண்டு ஒரே கோயிலில் சேர்ந்து இருக்கிறார் என்ப தற்கு வரலாற்றுப் பூர்வமாக விளக்கம் இருக்கக்கூடும். இது சமுதாயத்தின் சாதியப் படிநிலைகளை அழுத்தமாக்கிக்கொள்ளவே வந்த ஏற்பாடு என்று விமர்சன ரீதியிலான புரிதலும் இருக்கலாம். கீழ்நிலையில் வைத்திருந்தாலும் சில சமூகங்கள் விலகிச் சென்று விடாமலிருப்பதற்காக மற்றவர்கள் செய்த தந்திரம் என்றுகூட ஒரு கருத்து இருக்கலாம். நான் விவரங்களை மட்டுமே சொல்லிவைத்தேன். பல சமூகக் குழுக்களின் கலாச்சார வழக்கங்கள் ஒரே இடத்தில் அப்படி அப்படியே தரித்திருக்கும் விநோதக் களமாகிறது ஐயனார் கோயில். ‘விநோதக் களம்’ என்று சொன்னால் நம் கிராமங்களில்

மானுடவியலாளர்கள் காணும் தீராக் கவர்ச்சிக்குக் காரணம் காட்டு கிறேன் என்பதாகாது. நாம் பழமைக்குள் புகுந்து பார்ப்பவற்றை இன்றைய சமூக நிலவரங்களையொட்டி புதிதாக அர்த்தப்படுத்திக் கொள்கிறோம். இது எல்லாக் காலங்களிலும் நடப்பதுதான்.

கன்னிமார் பொங்கலும் ஐயனாரும்

கோட்டகச்சேரி ஐயனார் கோயிலில், காவிரிக் கரையின் சில முதலியார் குடும்பங்கள் ஆண்டுதோறும் நிகழ்த்தும் கன்னிமார் பொங்கலிலும் வரலாற்றுச் சாயலைக் காணலாம். வடபாதிமங்கலம், நெடும்பலம், கோமாளப்பேட்டை, காட்டூர், தென்கோவனூர், மன்னார்குடி, திருத்துறைப்பூண்டி-பாமனி முதலிய ஊர்களிலிருந்து இவர்கள் வருகிறார்கள். இந்தக் குடும்பங்களில் சில, முன்பு கீழத் தஞ்சையின் ஆகப் பெரிய மிராசுதாரர்கள். பெரும்பாலும் ஆடி வெள்ளியில் நடக்கும் இந்தப் பொங்கல், ஆடித் திங்கட்கிழமை அல்லது தை வெள்ளியிலும் நடப்பது உண்டு.

கன்னிமார் பொங்கல் ஐயனார் கோயில் கருவறைக்குப் பின் புறம் நடக்கிறது. முதல் நாளே ஐந்து சுமங்கலிகள் பதின்மூன்று மரக்கால் நெல்லைக் காயவைத்து, உரலில் குத்திப் புடைத்து அரிசி யாக்கிக் கொள்வார்கள். மறுநாள், புடைவரை வறட்டி அடுக்கிய இரண்டு புது மண் பானைகளில், தலா மூன்று மரக்கால் அரிசி இட்டு, உப்புப் போடாத பொங்கல் பொங்கும். இதற்கான அகப்பையை, அன்றைக்குப் பிள்ளையார் கும்பிடும்போது உடைத்த தேங்காயி லிருந்து ஆசாரி செய்து தருகிறார். இப்படி விறகு இல்லாமல், சுற்றி அடுக்கிய வறட்டியின் தணலைக்கொண்டே பொங்குவதைக் காஞ்சி புரம் பகுதியில் பார்த்திருக்கிறேன். இப்பகுதியின் முதலியார் குடும் பங்கள் சிலர் தங்களைக் காஞ்சிபுரம் சைவ முதலியார்கள் என்று குறிப்பிடுகிறார்கள். அது காவிரிக் கரை சமூக வரலாற்றுப் பின்னலில் ஒரு சுவாரசியமான கண்ணி.

பல்லவ மன்னன் காஞ்சிபுரம் முதலியார் குடும்பத்தில் தன் திருமணத்துக்குப் பெண் கேட்டான். பெண்ணுக்குப் பதிலாக ஒரு நாயை அலங்கரித்து வீட்டில் வைத்துப் பூட்டிவிட்டு, குடும்பங்கள் இரவோடு இரவாக காஞ்சிபுரத்தை விட்டுச் சோழ மண்டலத்திற்கு வந்துவிட்டதாக ஒரு தொன்மக் கதை. இப்படி வந்தவர்கள், கோட்ட கச்சேரி வேளார் (குயவர்) வீட்டில் தங்கி, பின்னர் காவிரிக் கரையின் பல ஊர்களில் நிலைத்துச் செழித்ததார்கள். கதையை, எனக்குக்

கோமாளப்பேட்டை பாலசுப்ரமணிய முதலியார் சொல்லியிருக்கிறார். ''நானும் கேட்டிருக்கிறேன்'' என்றார் நான் பொங்கலைப் பார்க்கச் சென்றபோது அங்கு வழிபட வந்திருந்த தட்டாங்கோயில் சொக்கலிங்கம். இந்தக் கதையோடு தொடர்புடையது ஐயனார் கோயில் 'கன்னிமார் பொங்கல்'.

தப்பித்து வருபவர்கள் வேளார் ஒருவர் வீட்டில் தங்குவது பல தொன்மங்களில் உண்டு. தாயாதியரிடமிருந்து தப்பித்த கரிகால் பெருவளத்தான், திருவாரூருக்கு வடகிழக்கிலிருக்கும் திருப்பனையூர் என்ற தன் தாய்மாமன் ஊரில் ஒரு வேளார் வீட்டில் வளர்ந்தான் என்பதாகக் கதை உண்டு.

சோழப் பேரரசன் கரிகாலன் இமயமலைவரை படையெடுத்துச் சென்றான். காஞ்சிபுரம் காமாட்சியம்மன் கோயில் மேற்குப் பிரகாரத்தில் உள்ள ஐயனாரிடம் அவன் செண்டாயுதம் பெற்று, வடக்கே சென்று வெற்றி கண்டான். ஊர் திரும்பும்போது பாலாற்றங்கரையில் ஒரு புரச வனத்தைக் கண்ட அவன் படைகள் அதில் மனம் லயித்து, அங்கேயே தங்கிவிட்டார்கள் என்றும் பாலசுப்ரமணிய முதலியார் சொல்லியுள்ளார். சோழர்களுக்கு காஞ்சிபுரம் இரண்டாம் தலை நகர் என்ற நிர்வாக ஏற்பாட்டைத் தாண்டிய போக்குவரத்து இது.

மன்னர்கள் சில சமுதாயக் குழுக்களைப் பகைத்துக் குடிகிளப்புவதும், குடிகள் அவர்களுக்கு அஞ்சிப் புலம்பெயர்வதும் தமிழக வரலாற்றில் நிறையவே உண்டு. மயிலாடுதுறை கூறைநாட்டுச் சாலிய சமூகத்தினர் அரசனால் தங்களுக்கு வந்த இன்னல் காரணமாக காஞ்சிபுரத்திலிருந்து காவிரிக் கரைக்குப் புலம்பெயர்ந்தார்கள் என்று சொல்கிறார்கள்.

கன்னிமார் பொங்கலில், ஐயனார் கருவறைக்குப் பின்புறச் சுவரை ஒட்டி, ஒரு மண் கலசத்தில் நீர் நிரப்பி, பச்சை, சிவப்பில் துணி உடுத்தி, தேங்காய் வைத்து, சந்தனம் குங்குமம் இட்டு, கும்பமாக நிறுத்துகிறார்கள். இது ஒரு பெண் தெய்வத்தின் அடையாளமாக இருக்கலாம். அதன் வலமும் இடமும், பக்கத்துக்கு ஒன்றாக இரண்டு அரிவாள்கள், இரண்டு சுக்குமத்தடிகள். கூடவே, பதின்மூன்று கண்ணாடி வளையல்கள், ரவிக்கைத் துண்டுகள், காதோலை, கருக மணி. மூன்று மண் பாத்திரங்களில் காப்பரிசி, துள்ளு மாவு, பானகம். இதற்கு முன்புறம் ஈர மணலால் நான்கு வாசல் வைத்துச் சதுரமான வீடு கட்டுகிறார்கள். ''ஆடிப்பெருக்கில் மணல் வீடு கட்டுவோமே,

அதைப் போல் கட்டுவார்கள்" என்றார் உள்ளூர் பூசாரி. ஆடிப் பெருக்கில் கட்டும் மணல் வீட்டுக்கு ஒரு வாசல் வைப்பது வழக்கம்.

இந்த மணல் வீட்டுக்கு உள்ளே தன்தரையில் வெட்டிய ஒரு பால் குழி. அதைச் சுற்றிலும் நான்கு வாசல் வைத்துச் சிறிய மணல் வீடு. வெளிச் சுற்றில் இருக்கும் மணல் வீட்டு உள்வாய் ஓட்டம் முழுதும், ஈர மணலில் பிடித்துச் சந்தனம், குங்குமம் சாத்திய நூற்றுக்கணக்கான பிள்ளையார்கள். இந்தப் பிள்ளையார்களை இடம்-வலமாக வைத்து ஓடும் நெளிக் கோலம் போல் மஞ்சள் தோய்த்த நூல் சரடு. பால் குழியின் உள்வாயில் முழு வாழை இலைகளை வைத்து அதில் ஆண்கள் மட்டுமே நின்று பசும்பால் ஊற்றி, கற்கண்டு, ஏலக்காய், குங்குமப்பூ போடுகிறார்கள். குழியில் ஊற்றும் பால் சுவறிப் போகாமல் அதன் உள்வாயில் வைக்கும் தலைவாழை இலைகள் காத்துக்கொள்ளும்.

எட்டு வாசல்களின் இருபுறமும் சீவிய இளநீர், வாழைப்பழம், பலாப்பழம், மாம்பழம், வெற்றிலைபாக்கு. மையத்தில் முப்பத்து மூன்றுக்குக் குறையாத தலைவாழை இலைகளில், பானையிலிருந்து வேளார் அகப்பையால் எடுத்துத் தரும் பொங்கலை வைத்து, நெய் விட்டு, கூடவே வாழைப்பழம், தேங்காய்க் கீற்று, அச்சு வெல்லம், மாம்பழம், பம்பளிமாஸ் சுளைகள் வைக்கிறார்கள். சாம்பிராணிப் புகையும் தூபக்கால், தீபாராதனைத் தட்டுடன் இருவர் பின்தொடர, ஒருவர் கெண்டியில் நீர் விட்டுக்கொண்டே இவற்றை மூன்று முறை சுற்றிவருகிறார். பிறகு தென்மேற்கிலிருந்து வடகிழக்குப் பார்த்து கீழே விழுந்து கும்பிடுகிறார்கள்.

தென்கோவனூர் வெங்கடாசல முதலியார் குடும்பம் பூஜை போடும் நாளில் நான் அங்கு சென்றிருந்தேன். மணல் வீட்டுப் பரப்பு அடைய நாற்பத்து மூன்று தலைவாழை இலைகளில் நிவேதனம் வைத்தார்கள். பந்தல் கூடாது என்பதால், மொட்டை வெயிலில், மஞ்சள் தோய்த்த ஈரத்துணியோடு, அந்தக் குடும்பத்து ஆண்கள் மட்டும் இந்த ஏற்பாடுகளை நான்கு மணி நேரம் செய்து முடித்தார்கள். "தீபாராதனையின் போதுதான் பெண்கள் இதைப் பார்க்கலாம். என்பது விதி. ஆனால், இப்போதெல்லாம் அவர்கள் இங்கே வந்து முதலிலிருந்தே வீடியோ எடுத்துக்கொள்கிறார்கள்" என்று சிரித்துக் கொண்டே சொன்னார் மன்னார்குடி வைத்தியநாதன்.

பதின்மூன்று மரக்கால் நெல்லை உரலில் குத்திப் பெறும் அரிசியில் தலா ஒன்றேகால் படி ஆசாரிக்கும் வேளாருக்கும் செல்கிறது.

தீபாராதனைக்குப் பிறகு பால் குழியில் இருக்கும் பால், துள்ளு மாவு, காப்பரிசி, பானகத்தை விநியோகிக்கிறார்கள். மஞ்சள் நூலை, ஆண்கள் வலது மணிக்கட்டிலும், பெண்கள் திருமாங்கல்யத்தோடு சேர்த்தும் அணிந்துகொள்கிறார்கள். கன்னிப் பெண்கள் இதை இடதுகை மணிக்கட்டில் அணிந்துகொள்கிறார்கள். நான் கேட்டத் தகவல்களை, பூஜையின் இடையிடையே வெங்கடாசல முதலியாரின் புதல்வர் வக்கீல் ரவிச்சந்திரனும், அவர் இளைய சகோதரர் நடராஜனும் சலித்துக்கொள்ளாமல் சொன்னார்கள். கூடுதல் தகவல் களை மன்னார்குடி வைத்யநாதன், தட்டாங்கோயில் சொக்கலிங்கம், திருவாரூர் குருசாமி தந்து உதவினார்கள். எல்லாருக்குமே நிகழ்வுகள் ஒவ்வொன்றின் அர்த்தத்தை யூகித்துத்தான் சொல்ல முடிந்தது. "ஏழு கன்னிமார்கள் இருக்கிறார்களே, அவர்களுக்கு உரிய பொங்கலாக இருக்கும்" என்றார் திருவாரூர் குருசாமி.

நிவேதனம் எதையும் வழிபடுபவர்கள் எடுத்துக்கொள்வதில்லை; அங்கேயே விட்டுவிடுகிறார்கள். கலசத்தை மட்டும் அந்த ஊர்ப் பிள்ளையார் கோயிலுக்குப் பெண்கள் எடுத்துச் சென்று வழிபட்ட வுடன் அதில் உள்ள நீரை மரத்தடியில் கொட்டிவிடுகிறார்கள். "இந்தக் கலச பாத்திரத்தையும், அதில் சுற்றிய துணியையும் வீட்டுக்கு எடுத்துச் செல்வோம். ஆண்டுக்கு ஆண்டு அவை சேர்ந்துகொண்டே இருக்கின்றன. ஆற்றில் விட்டுவிடலாம் என்று பெரியவர்கள் சொல் கிறார்கள்" என்றார் நடராஜன். பால் குழிக்கான மணல் வீட்டு வாசலில் வைக்கும் வெற்றிலைக்கு முழு கொட்டைப் பாக்குகளாகவும், கலசத்துக்கு வைப்பதில் களிப்பாக்காகவும் இருக்கின்றன. கடுகத்தனைத் தகவல் ஆனாலும் அது ஒரு கலாச்சார வழக்கத்தையே விளக்கும் சங்கதியாகலாம்.

"அண்ணியிடம் கொடுங்கள்" என்று ரவிச்சந்திரன் ஒரு ரவிக்கைத் துண்டு, தாம்பூலம், மஞ்சள் சரடு என்னிடம் கொடுத்தார். குறைந்தது ஆயிரம் ஆண்டுகாலம் பழமைக்கு உரிமையுள்ள ஒரு வழிபாட்டின் மைய அம்சங்களையாவது பார்த்துவிட்ட நிறைவோடு ஊர் திரும்பி னேன்.

இந்தப் பொங்கலுக்கும் நிவேதனத்துக்கும் பிறகுதான் ஐயனாருக்குச் சர்க்கரைப் பொங்கல் நிவேதனமாகிறது. ஐயனார் கோயிலேயானாலும் கன்னிமார் பொங்கலுக்குத்தான் முதன்மை. கலாச்சாரக் கூறுகளைத் தமிழர் கலாச்சாரம் என்று நாம் கட்டமைக்க விரும்பும் ஒன்றுக்காகப்

பொதுமைப்படுத்த இயலாது. இவற்றை 'உள் கலாச்சாரம்', 'துணைக் கலாச்சாரம்' என்று விவரிப்பதெல்லாம் நம் கருதுகோள் வசதிக்காகத் தான். இந்தக் கூறுகள் ஒவ்வொன்றும் அது அதுவாகவே இருக்கும் உறுதியில் நாம் வடிவமைத்த பொதுச் சட்டகத்திலிருந்து விசும்பி வெளியே நின்றுகொள்ளும்.

நாம் விரும்பும் வகையில் வளைந்து நம் பொதுச் சட்டகத்துக்குள் பொருந்திக்கொள்ளாதவற்றைச் சொல்லாமல் விட்டுவிட்டு மேலே செல்வதுதானே நம் சமூகவியல் சிந்தனை மரபு! இங்கேயே இருக்கும் (இங்கே குடிபுகுந்த?) மற்றொன்றுக்கு எதிராகக் கட்டமையும் 'தமிழ்ப் பண்பாடு' என்ற அடையாளத்திற்கு அரசியல் உந்துதல் உண்டு. நம் சிந்தனை வசதிக்காகப் பாதிக்குப் பாதி நாமாகவே கட்டமைக்கும் இந்த இரண்டு துருவங்களுக்கு இடையில், இந்த இருமைச் சொல்லாடலில், ஐயனார் கோயிலை நான் எங்கே வைத்து உங்களோடு உரையாடுவது? அது காலப்போக்கில் விரிந்துகொண்டே வந்த பெரிய கலாச்சார வெளி.

இந்தச் சூழலில் நம் கலாச்சார வழக்கங்கள் எல்லாமே கவனத் திற்கு வருவதும், அவை பற்றிய முழுமையான புரிதலைப் பெறுவதும் அசாத்தியம். எனக்குத் தென்பட்ட கலாச்சார வழக்கங்களை இங்கே சொல்வது அமைந்துவரும் அடையாளத்தின் ஓர்மைக்குக் குந்தகம் என்று நீங்கள் தள்ளிவிடக் கூடாது. காவிரிக் கரை ஐயனார் கோயில் ஒரு இணைக் கலாச்சாரம் மையம் கொண்டு நிலைத்த அற்புதக் களம்.

ஆவணி ஞாயிறு

மாரியம்மன் கோயில்களில் பெரியாச்சி என்ற பேச்சி யம்மனையும், காட்டேரியையும் பார்க்கலாம். பேச்சியம்மனுக்குக் காட்டுப் பூனை வாகனமாக இருக்கும். இந்தத் தெய்வங்களுக்குக் கறுப்பு நிறத்தில் புடவை உடுத்துவார்கள். வீரனுக்கும் சில இடத்தில் கறுப்பு உடை அணிவிப்பதைப் பார்த்திருக்கிறேன். கறுப்பில் கரைக் கட்டு இருந்தால்கூட அந்தப் புடவையைச் சில குடும்பங்களின் பெண்கள் உடுத்த மாட்டார்கள்; அது பெரியாச்சியின் உடை. குல தெய்வமான வீரனாருக்குப் பெரிய மீசை இருப்பதால் எங்கள் குடும் பங்களில் யாரும் மீசை வைத்துக்கொள்வதில்லை; கறுப்புத் துணியும் உடுத்துவதில்லை. தெய்வங்களிடம் உள்ள பயம் இப்படியும் வடிவங்கள் எடுக்கும். தெய்வங்களுக்கு ஒத்துத் தோன்ற கிஞ்சித்தும் நாம் ஆசைப்படக் கூடாதல்லவா!

ஐயனாருக்கும் மாரியம்மனுக்கும் அபிஷேகம் உண்டு. அவற்றின் பரிவாரத் தெய்வங்களுக்குப் படையல் மட்டுமே; அபிஷேகம் கிடை யாது. அவையெல்லாம் மண் சிலைகளாக இருந்தன என்பதை நினைவில் வைக்க வேண்டும். மாரியம்மனுக்குச் சில இடங்களில் பிராமணர்கள் பூசாரிகளாக இருந்தாலும் இந்தப் பரிவாரத் தெய்வங் களுக்குப் பிராமணர் அல்லாதாரே பூசாரிகள். பூசாரிகளின் சாதி விவரம்பற்றி ஒரு தனிக் கட்டுரையே எழுத இயலும்.

மாரியம்மன் கோயில்கள் சிலவற்றில் கருப்பண சாமியும் காத்தவ ராயனும் உண்டு. கருப்பண சாமியுடன் தலையில் தயிர் கலயத்தோடு செங்கமலம் என்ற மனைவியும் சூரியகலா என்று இன்னொரு மனைவியும் இருக்கிறார்கள். காத்தவராயனுக்குக் கருப்பழகி, ஆரிய மாலா என்று இரண்டு மனைவியர். வடகோவனூர் என்ற கிராமத்தில் நான் பார்த்தவற்றைத்தான் இங்கே சொல்லியிருக்கிறேன்.

ஆடி, தை மாதங்களின் வெள்ளிக்கிழமைகளும் செவ்வாய் கிழமைகளும் தெய்வங்களை வழிபடும் விசேடமான நாட்கள் என்பது பொது வழக்கம். ஆவணி ஞாயிற்றுக்கிழமைகளில் மாரியம்மனை வழிபடுவதும் பரவலான கலாச்சார வழக்கம். ஆவணி தலைஞாயிறும் கடை ஞாயிறும் காவிரிக் கரை தலித்துகளுக்கு விரத நாட்கள். அந்த நாட்களில் காலையில் சத்துமாவு மட்டுமே அவர்களின் உணவு. மாலைவரை விரதம் இருந்து புது மண்பாண்டங்களில் சமைத்த மரக்கறி உணவு வகைகளை மாரியம்மனுக்குப் படைத்த பின்னர் தான் சாப்பிடுவார்கள். ஏற்கனவே புழங்கிய மண்பாண்டங்கள் எச்சி லானவை என்று அவற்றை விரத நாட்களில் பயன்படுத்துவதில்லை. படையலில் வடை, பாயசம் உண்டு. ஊரவைத்த பச்சரிசியை இடித்து அதனோடு வெல்லம் கலந்த துள்ளுமாவும் மாரியம்மனுக்குப் படைப்பார்கள். முடிந்தவர்கள் கோயிலுக்குச் சென்று மாவிளக்கு போடுவார்கள்.

பரந்த பண்பாட்டுத் தளம்

விரதங்களெல்லாம் சமுதயத்தின் மேல்தட்டு மக்களோடு நின்று கொள்ளும் என்று நினைக்கக் கூடாது. ஆடி, தை அமாவாசை நாட்கள் காவிரிக் கரை தலித்துகள் தவறாமல் கடைபிடிக்கும் விரத நாட்கள். இவை அல்லாமல் ஒவ்வொரு அமாவாசையும் பல தலித் குடும்பங்களுக்கு விரத நாட்கள்தான். புரட்டாசி சனிக்கிழமை களிலும் சிலர் விரதமிருக்கிறார்கள். ஆடியில் ஒரு முறையும்,

ஆவணியில் ஒரு முறையும் இரண்டு முறை அவர்கள் உள்ளூர் வேளார் வீட்டுக்குப் புதுப் பானை வாங்கச் செல்ல வேண்டியிருக்கும். இப்படி இரண்டு முறை செல்வதைத் தவிர்ப்பதற்காக ஆடி அமாவாசைக்குப் புதுப் பானை வாங்கும்போதே ஆவணி ஞாயிற்றுக்கிழமைக்கும் சேர்த்து வாங்கிக்கொள்வார்கள். அக்காலத்தில் ஆறு அல்லது ஒன்பது மரக்கால் நெல் கொடுத்தால் இரண்டு விரதங்களுக்கும் புது மண் பாண்டங்கள் கிடைக்கும்.

கலாச்சார உள் பன்மைக்கு இணையான ஒன்று மொழியிலும் உண்டு. ஒரு மொழிக்குள்ளேயே அதன் வகைகளாகப் பல மொழிகள் இருக்கக்கூடும். இப்போதெல்லாம் ஆங்கில மொழியை ஆங்கிலங்கள் என்று சொல்வது வழக்கமாகிவிட்டது. பிரிட்டன் போன்ற ஒரே ஒரு மையம் 'இதுதான் ஆங்கிலம்' என்று அந்த மொழியை வரையறுப்பதை மொழியியல் ஏற்பதில்லை. ஆங்கிலங்களுக்கு இடையில் உள்ளவை போன்ற பெரிய வேறுபாடுகள் இல்லை என்றாலும் தமிழிலும் நாஞ்சில் தமிழ், கொங்குத் தமிழ், மதுரைத் தமிழ், பண்டிதர் தமிழ், பாமரர் தமிழ் என்று பல உள் வகைகள் உண்டு. இவை எப்படியோ திரண்டு பொதுத் தமிழ் உருவாகிறது. அந்தப் பள்ளிக் கூடத் தமிழ் ஒருவகை மொழி ஆதிக்கம்.

உள்பண்பாடுகள் எப்படியோ திரண்டுதான் நம் பொதுப் பண்பாடும் உருவாகிறது. அது உறைந்து இறுகிப்போவதல்ல. ஒரே நிலப் பரப்பில், ஒரே மொழி பேசுவோரிடையே, பல கலாச்சாரக் குழுக்களும், கலாச்சார வழக்கங்கள் வேறுபடுவதும் ஒரு புதிராகத் தோன்றும். இதை எப்போதுமே நாம் எளிமைப்படுத்திப் புரிந்து கொள்கிறோம். அப்படி எளிமைப்படுத்துவது ஒரு வகை சித்தாந்த ஆதிக்கம் என்பதை அறிந்திருக்கிறோமா?. இப்போது நம் பண்பாட்டுக் கூறுகள் இயங்கும் தளங்களும் எல்லைகளும் முன்பு இருந்ததைவிட விரிவானவை. ஐயனாரும், ஐயனார் கோயில் சாளுவனும், ஆவணி ஞாயிறு மாரியம்மனும், கன்னிமார் பொங்கலும் இந்த எல்லைகள் இறுகியோ குறுகியோ எதுவும் ஓரத்திற்குச் சென்று, வெளியேறி விடாமல் காத்துக்கொள்வார்கள்.

(இந்து தமிழ் திசை, 02.09.2020.
மேலும் பல தகவல்கள், திருத்தங்களுடன்.)

7. கலாச்சார வழக்கங்களின் கரோனா காலச் சங்கடம்

சூழ்நிலையை அனுசரித்து நம் கலாச்சார வழக்கங்கள் கொஞ்சம் மாறிக்கொள்வது நடைமுறை. பெற்றவர்களுக்கு இயலாதபோது அவர்களின் பங்காளி உறவினர் தாய், தந்தையாக இருந்து மணப் பெண்ணைத் தாரைவார்த்துக் கொடுப்பதைத் திருமணங்களில் பார்த்திருக்கிறோம். இப்படிச் சிறிய மாற்றங்களை மட்டும் செய்து கொண்டு கடக்க முடியாத பெரும் சங்கடங்களுக்குள் நம் கலாச்சார வழக்கங்களைத் தள்ளிவிட்டது கரோனா.

மணப்பெண், மணமகன், இட்டுநீர் வார்த்துக்கொடுப்பவர்கள், பெறுபவர்கள் என்று சேர்ந்து நிற்பவர்களின் ஆறு ஜோடி கைகளை அடுக்கி வெற்றிலைபாக்கும் பெண்ணுமாக நீர் வார்த்துகொடுக்கும் போது ஆறடிச் சமூக இடைவெளியை மதிக்கும் மாப்பிள்ளையின் தாயார் என்ன செய்வார்? தன் கைகளுக்குள் இப்படித் தரும் பெண்ணை மருகிக்கொண்டே பெற்றுக்கொண்ட பிறகு அவர் கையைக் கழுவிக்கொண்டால் அது சாத்திர விரோதமாகிவிடும். அந்தச் சடங்கை ஒதுக்கித் திருமணம் நடந்தால், நடந்தது திருமணம் என்ற தகுதியைச் சட்டம் அதற்குத் தராது. விருந்தாளிகளுக்குப் பந்தல் வாசலில் சந்தனப் பேலாவை நீட்டுவார்கள். இதுவரை எத்தனை விரல்கள் இதைத் தொட்டிருக்குமோ என்று பயந்தாலும் அதைத் தொட்டு முகர்ந்துகொள்ளாமல் உள்ளே போக நம் மனம் ஒப்புமா? முகர்ந்துகொள்ளப் பூவும் சந்தனமும், வாய் இனிப்புக்கு ஒரு சிட்டிகை ஜீனியும் இல்லாதது திருமணமா? ஆனால், இந்த வழக்கங்களோ கரோனா தடுப்புக்கு விரோதமானவை.

பந்தி இல்லாத விருந்து

பரிமாறிய பண்டங்கள் நளபாகமானாலும், பீமபாகமானாலும் கல்யாண வீட்டுப் பந்தியில் உட்கார்ந்து ஆற அமர சாப்பிட எத்தனை பேர் துணிவார்கள்? கூட்டம் குறைவுதான்; ஆனாலும் நமக்கு இடைவெளி குறைவு என்ற பயம் விட்டுப்போகாது. ஒரு பஞ்சகாலத்தில் இத்தனை பேருக்குமேல் திருமண விருந்து தரக் கூடாது என்று விதி இருந்ததாம். அரசின் ஆய்வாளர்கள் திருமண வீட்டுக்கு வந்து எச்சில் இலைகளை எண்ணி, அவை அனுமதிக்கப்பட்ட எண்ணிக்கைக்கு மேல் இருந்தால் அபராதம் விதிப்பார்கள் என்று கேள்விப்பட்டுள்ளேன். இதற்குப் பயந்து திருமண வீட்டார் இலைகளைக் குழியில் போட்டு மண்ணால் மூடிவிடுவார்களாம். இன்றைய கரோனாவை இப்படியெல்லாம் ஏமாற்ற முடியாது.

விருந்து வழக்கங்கள் கையில் தட்டுகளை வைத்துச் சாப்பிடும் முறைக்கு மாறிக்கொண்டன. ஒரு பெரிய தட்டைச் சுற்றி எல்லாருமாக ஒன்றாக அமர்ந்து சாப்பிடும் வழக்கம் உள்ளவர்கள்கூட தனித்தனி தட்டுகளில் சாப்பிடுகிறார்கள் என்று செய்தி. ஐந்து, ஏழு, ஒன்பது என்ற எண்ணிக்கையில் சுமங்கலிகள் திருமணப் பெண்ணுக்கும், மாப்பிள்ளைக்கும் கையிலும் கன்னத்திலும் சந்தனம் பூசி நலங்கு வைப்பது வழக்கம். சாதாரண நாட்களில் இன்னும் இரண்டு பேர், இன்னும் ஒருவர் என்று நலங்கு வைப்பவர்களின் எண்ணிக்கை பெருகிக்கொண்டே இருக்கும். இப்போது ஐந்து பேர் நலங்கு வைப்பதே அதிகம் என்று சுருக்கிக்கொள்கிறார்கள்.

திருமணச் சடங்குகளும், இறுதிச் சடங்குகளும் அவ்வளவு எளிதாக மாறாது என்பது சமூகவியல் பாடம். அது உண்மைதான். இப்போது அவை சரியான சங்கடத்தோடு வடிவம் மாறித் தொடர்வதும் உண்மைதான். முன்பெல்லாம் துக்க வீடுகளுக்குச் சென்று வருபவர்கள் சில நேரங்களில் குறைபட்டுக்கொண்டே வருவதைப் பார்த்திருக்கிறேன். வந்தவர்களை கட்டிக்கொண்டுகூட அழவில்லை என்று துக்க வீட்டாரை அவர்கள் குறைசொல்வார்கள். இறந்தவரைச் சுற்றி அமர்ந்து, இடத்திலும் வலத்திலும் இருப்பவர்களின் தோளில் கையை வைத்துக் கட்டிக்கொண்டு அழுவது பெண்களுக்கு மரபு. ஒருவர் மரணித்தவுடன் அங்கே இருக்கும் ஆண்களும் நின்றுகொண்டே இப்படிச் செய்து, அந்த ஒரு தரத்தோடு கூடி அழுவதை விட்டுவிடுவதும் வழக்கம். துக்கம் விசாரிக்க அடுத்தடுத்து வரும் ஒவ்வொருவரோடும்

பெண்கள் இப்படிச் சேர்ந்து அமர்ந்துகொள்வார்கள். இப்போது துக்க வீட்டுக்குச் செல்பவர்களை இப்படியெல்லாம் செய்யக் கூடாது என்று எச்சரித்து அனுப்புகிறார்கள்.

தொடாமல் வராத துக்கம்

கரோனா காலத்துக்கு முன்பு துக்கம் விசாரிக்கச் சென்று வந்தவர்களுக்கு அழுது ஓய்ந்ததுபோல் இருந்த உணர்வு இப்போது சென்று வருபவர்களுக்கு இருக்காது என்று நினைக்கிறேன். ஒருவரின் மனப் பரப்புக்குள் அடங்காத பரிமாணம் துக்கத்துக்கு உண்டு. அதையே செல்லரித்ததுபோல் அரித்து அந்த இடத்தில் பயத்தை விதைத்து விட்டது இந்த கரோனா. அச்சத்தில் துக்கம் கரைந்துவிடுமா அல்லது வேறு ஒன்றாக அவதரித்து தங்கிப்போகுமா என்று தெரியவில்லை. அக்காலத்தில் ஆண்களும் துக்க வீட்டைப் பற்றி ஒரு குறைசொல்லிக் கேட்டிருக்கிறேன். விசாரிக்க வருபவர்கள் இரண்டு கைகளிலும் பற்றிக்கொள்வதற்குத் துக்க வீட்டார் ஒருவர் தன் இரண்டு கைகளின் ஆட்காட்டி விரல், நடுவிரல்களை நீட்டுவது வழக்கம். தொடுவதற்கு விரல்களை நீட்டவில்லை என்றால் துக்கம் கொடுக்கவில்லை என்று வந்தவர்கள் குறைபட்டுக்கொள்வார்கள். கரோனா காலத்தில் துக்கம் கொடுக்கவில்லை என்று யாரும் குறைபட்டுக்கொள்ள வழியே இல்லை. ஆனால், அக்காலத்தில் உடம்பைத் தொடாமல் தன் துக்கத்தை ஒருவர் மற்றொருவருக்குக் கடத்த முடியாது என்றும் அதை அந்த வழியாகத்தான் மற்றவர் பகிர்ந்துகொள்ள முடியும் என்றும் தோன்றுகிறது. இப்படித் தொடுவதற்கும், கூடுவதற்கும், கட்டிக்கொள் வதற்கும் கரோனா கால சமூக விலகல் இடம் தராது. உடம்பை அவரவர்களும் தங்களோடு வைத்துக்கொள்ளும் வித்தையைப் பழக வேண்டும்; நம் உடம்பைச் சமிக்ஞைகளால்கூட நாம் விநியோகிக்க முடியாது.

தானும் தானுமான வாழ்க்கை

மலைக்கவைக்கும் மாளிகையாக எழும்பிக்கொண்டிருந்தது மனித நாகரிகம். அந்த நாகரிகம் தன் இன்றைய வளர்ச்சிச் சிகரங் களுக்கு வருவதற்குப் பல ஆயிரம் ஆண்டுகள் பிடித்திருக்கும். கூட்டமும், கூடுவதும் அந்த நாகரிகத்தின் அடிப்படையான கூறுகள். கரோனா காலத்து அளவுகோலின்படி தெரு, கிராமம், நகரம், பெரு நகரம் எல்லாம் கூட்டங்கள்தான். தொழிற்கூடங்களும் கூட்டமே;

கோயில்களும் கூட்டம். அலுவலகம், நீதிமன்றம், சட்டமன்றங்கள் எல்லாமும் கூடும் இடங்கள்தான். பள்ளிக்கூடங்களும், பல்கலைக் கழகங்களும் கூட்டங்கள். ஊர்வலம், ஆர்ப்பாட்டம், அரங்கம், சந்தை, அங்காடி, உணவகம், மருத்துவமனை போன்றவையும் கூட்டங்கள்; கச்சேரிகளும் கூட்டம். கூடி உரையாடும் இடம் என்ற பொருளில் உணவகங்களுக்கு 'காப்பி கிளப்' என்ற பெயர் இருந்ததே! வீட்டுக் குள்ளேயே தனிமைப்படுத்திக்கொள்ளும்போது குடும்பமும் கூட்டம். நாகரிகத்தின் பெருமைகளாக நாம் அறிந்த எல்லாமே இன்று அஞ்ச வேண்டிய கூட்டங்கள்.

இவற்றைப் பற்றிய பயத்தை நாம் புதிய ஞானமாகக் கற்க வேண்டும். நம் நாகரிகத்தின் பெருமைகளான சமூக, பொருளாதாரக் கட்டமைப்புகள் எல்லாமே பயத்தின் ஊற்றாக மாறிக்கொண் டிருக்கும் விந்தையைப் பார்க்கிறோம். அவரவரும் தானும் தானு மாகவே, தானும் தன் உடம்புமாகவே வாழ்ந்துகொள்ள கற்பிக்கும் புதிய நாகரிகம் ஒன்று பிறப்பதாகத் தெரிகிறது. நம் உடம்பே நாம் தாண்டக் கூடாத எல்லை என்ற நூதனமான தனிமனிதத் தத்துவம் அதற்கு ஆதாரமாக அமையலாம். கட்டிக்கொண்டே வந்த கட்டடத்தை அப்படியே நிறுத்தி இதை எப்படி ஒவ்வொரு கல்லாகப் பிரிப்பது என்ற திகைப்பில் மனித நாகரிகம் உறைந்து நிற்கிறது. கலாச்சார வழக்கங்களின் சங்கடமும் அந்தத் திகைப்பின் அடையாளம் தானே!

(இந்து தமிழ் திசை, 14.10.2020.

தலைப்பு: 'கலாச்சார வழக்கங்களைச் சிதைக்கும் கரோனா'.)

8. கருவிகளும் கொலு இருக்கும் நவராத்திரி

நவராத்திரி என்றால் கொலுப் படிகளில் அடுக்கிய பொம்மைகள் தான் நம் நினைவுக்கு வரும். பொம்மைகள் மட்டுமே கொலுவோடு இணைந்துகொண்டு நவரத்திரிக்கு அப்படி ஒரு பிம்பத்தைத் தந்து விட்டன.

நாயனக்காரர், விவசாயி, நெசவாளர், பத்தர், தச்சர், கொல்லர், குயவர் போன்றவர்கள் நவராத்திரியின் ஒன்பதாம் நாளான ஆயுத பூஜையில் தங்கள் தொழில் கருவிகளைக் கொலுவில் வைக்கிறார்கள். மறுநாள் விஜயதசமியில் அவற்றைக் கொலுவிலிருந்து எடுத்து, வழக்கம்போல் தொழில் செய்கிறார்கள். இதையும் 'கொலு அடுக்குவது', 'கொலு பிரிப்பது' என்று சொல்வது வழக்கம்.

தேங்கிப்போகாத மரபு

இப்போதெல்லாம் விவசாயிகள் வீட்டு ஆயுத பூஜையில் கலப்பை இருப்பதில்லை. கலப்பையைக் கழுவி அதற்குச் சந்தனம் குங்குமம் வைத்து, கூடவே கருக்கரிவாள், மண்வெட்டி, மரக்கால், படி, முறம், அரிவாள்மனை முதலியவற்றையும் பூஜையில் வைப்பது அப்போதைய வழக்கம். கட்டை வண்டியை ஆற்றின் இறங்கு துறைக்கு இழுத்துச் சென்று காவிரித் தண்ணீரில் கழுவி, வீட்டிற்குக் கொண்டு வருவார்கள். அதற்கும் சந்தனம் குங்குமப் பொட்டு. காவிரியில் தண்ணீர் வந்தாலும் இப்போது கட்டை வண்டியோ, ஆற்றில் இறங்கு துறையோ இருப்பதில்லை. சிவ மதத்தைச் சேர்ந்தவர்கள் இந்தக் கருவிகளுக்கும், வீட்டு நிலைப்படி, கதவுகளுக்கும் விபூதியைக் குழைத்து பட்டையிட்டு அதன்மேல் சந்தனம் குங்குமம் வைப்பார்கள். வைணவர்கள் வீட்டில் அரிசிப் பானைக்கும் பத்தாயத்திற்கும் நிரந்தரமாகவே நாமம் உண்டு. அவர்கள் வீட்டு நிலையிலும் நாமம் இருப்பதால் ஆயுத பூஜையின் போது கருவிகளுக்குத் தனியாக நாமம் இடுவதில்லை என்றார் என் வைணவ நண்பர் பிரசன்ன வேங்கடேச தீக்ஷிதர். தேடினாலும்

இப்போது கலப்பையும் கருக்கரிவாளும் கிடைக்காது. அவற்றுக்குப் பதிலாக உழவு இயந்திரத்துக்கும் அறுவடை இயந்திரத்துக்கும், ஆழ்த்துளைக் கிணறு மின்மோட்டாருக்கும் பூஜைபோடுகிறார்கள். வடிவம் மாறினாலும் அதனதன் தொழிலில் தொடர்ச்சி இருப்பதைக் கலாச்சார வழக்கம் ஏற்றுக்கொள்கிறது.

இடது கை மேழியில் அழுந்த அழுந்த, வலது கையால் இரட்டைக் காளை பூட்டிய ஏர் ஓட்டும் ஒரு இளைத்த மனிதர் அன்றைய விவசாயிகளின் பிம்பம். பளிச்சென்ற வெள்ளையில், முழுக்கை சட்டை அணிந்து, முண்டாசு கட்டி, முகம் மலர டிராக்டர் ஓட்டுவது இன்றைய விவசாயிகளின் பிம்பம். மரபின் உள் அம்சங்கள் விரைவாக மாறுகின்றன. மரபு மட்டும் அதே அவசரத்தில் மாறுவதில்லை. அது புதிய உள் அம்சங்களை ஏற்றுச் செரித்துக்கொண்டு, ஏதோ ஒரு வடிவத்தில் உயிர் தரிக்கிறது. முன்பெல்லாம் கலப்பையைக் கழுவி, பொட்டு வைத்து ஆயுத பூஜையில் வைப்பதோடு அந்த ஆண்டு சம்பா பட்டத்து நடவு வேலைகள் நிறைவுபெறும். பிறகு அடுத்த ஆண்டு பொன்னேர் கட்டும்போதுதான் கலப்பைக்கு வேலை.

ஆயுத பூஜையில் கொலுவிருந்த நாயனத்தை மறுநாள் விஜய தசமியில் பெரியவர்கள் எடுத்துத் தர, நாயனக்காரர் முதலில் கம்பீர நாட்டை ராகம் வாசித்து தானம் வாசிப்பது மரபு. தவில்காரர் கண்டகதியில் அலாரிப்பு வாசிக்கிறார். திருவாரூர் தியாகராஜா கோயில் நாயனக்காரர் வீட்டில் மூன்று தலைமுறையினர் வாசித்த நாயனங்கள் ஆயுத பூஜையில் கொலு இருக்கின்றன. அவற்றோடு தவில், சுருதிப்பெட்டி, கைத்தாளங்களும், தேரோட்டத்தில் வாசிக்கும் கொடுகொட்டியும் இருக்கின்றன. இந்த வாத்தியங்களுக்கு அரிசிப் பாயசமும் பருப்பு வடையும் நிவேதனம்.

பத்தர்களின் கொலுப் படிகள்

பத்தர்கள் வீட்டில் ஆயுத பூஜைக்குப் பெரியது, சிறியது, அதற்கும் சிறியது என்று மூன்று மேஜைகள் ஒன்றின் மேல் ஒன்றாக அடுக்கி யிருக்கும். உமி நிரப்பிய பட்டறைக் குடம், குறடு, சுத்தியல், சாமனம், பொடுவெட்டி, விளக்குக் குழாய், ரெகிரோடு முதலிய கருவிகளுக்குச் சந்தனம் குங்குமம் வைத்து மேஜைகளில் கொலுவாக அடுக்கி வைப்பார்கள். நடு மேஜையின் மையத்தில் கொஞ்சம் பவுன், அதன்மீது அம்மனின் அடையாளமாகக் குங்குமம் வைத்த எலுமிச்சம் பழம். இந்த ஆயுதங்களுக்கு வெற்றிலைபாக்கு, பழங்கள், அவல்

கடலை படையல். மறுநாள் கொலு பிரிக்கும்போது பூஜையில் இருந்த பவுனை உருக்கி வழக்கம்போல் தொழில் துவங்குவார்கள்.

தச்சர்கள், கொல்லர்கள் வீட்டில் கருவிகள் அதிகம். உளி, செருவா உளி, சுத்தியல், மூலைமட்டம், ரசமட்டம், கை வாள், எறியல், வாச்சு, வருவு ஊசி, இழைப்புளி, துரப்பனம், சம்மட்டி, பனயல், உலை, உலைவானிக்கோல், துருத்திப் பெட்டி எல்லாவற்றுக்கும் பால், இளநீர், சந்தனம் அபிஷேகம் நடக்கும். பின்னர் விபூதிப் பட்டை யிட்டுச் சந்தனம் குங்குமம் வைத்து முடிந்தவற்றைக் கொலுவில் அடுக்குவார்கள். மறுநாள் எலுமிச்சைப் பழம் காவு கொடுத்து கொலு பிரிக்கும்போது ஆயுதங்களுக்குக் கறிக்குழம்பு படையலும் உண்டு. ஆயுத பூஜை புரட்டாசியில் வந்துவிட்டால் வெறும் வத்தல்குழம்பு தான் ஆயுதங்களுக்குப் படையல். சூழ்நிலைக்குத் தக்க நெகிழ்ந்து கொடுக்காத சம்பிரதாயங்கள் ஏது? ஊர்க் கோயிலில் அம்பாள் புறப் பட்டு ஊர் எல்லையில் அம்பு போட்ட பிறகு கொலு இருந்த கருவிகளைப் பிரிப்பார்கள். கொலு பிரித்து வரும் உளியின் வாயில் பால் படும்படியாக முதலில் அதை ஒதியன் போன்ற பால் மரத்தில் குத்துவது வழக்கம்.

நெசவாளிகள் வீட்டுத் தொழில் கருவிகளான தறி, தறிமேடை, தறி நாடா, பூட்டாங்கட்டை, திருவட்டம், ராட்டினம், தராசு முதலியவற்றைச் சுத்தம் செய்து அவற்றுக்குச் சந்தனம் குங்குமம் வைப்பார்கள். அம்மையப்பன் கிராம சௌராஷ்ட்டிர நெசவாளி ஒருவர் தன் வீட்டில் இந்தக் கருவிகளுக்கு நாமம் போடுவார்கள் என்றார். குயவர்கள் வீட்டிலும் கல், தட்டுப் பலகை, அச்சு, மணக் கரைக் கட்டை, திருகை முதலியவற்றுக்கு இப்படியே பூஜை உண்டு. மறுநாள் விஜயதசமியில் நல்ல நேரம் பார்த்து திருகையில் மண் வைத்துச் சுற்றி இரண்டு மூன்று பாண்டங்களாவது தவறாமல் செய்ய வேண்டும்.

நிஜத்துக்கு இல்லாத கோலாகலம்

கிராமத் தொழிலாளர்களின் ஆயுத பூஜை கோயிலில் நடக்கும் நவராத்திரி போன்று விழாவும், வைபோகமுமாக இருக்காது. கோயில் விழாக்களையும், தெய்வங்களையும் எவ்வளவுதான் நிஜத்துக்கும் மேம் பட்டவையாக நாம் வைத்துக்கொண்டாடினாலும் தாங்கள் நிஜ மல்ல, அடையாளம் மட்டுமே என்ற தன்மையை அவற்றால் கழித்துக்கொள்ள இயலாது. ஒருவேளை, அடையாளம் என்று

இருப்பதால்தான் அவற்றால் நிஜத்துக்கும் மேம்பட்ட ஒரு நிலைக்குச் செல்ல முடிகிறது என்றுகூட இருக்கும்! சுவாமி நிஜத்துக்கும் நிஜம் தானே! எல்லாத் தொழில்களும், கருவிகளும் அன்றாட பொருளா தாரத்தோடு நிஜமான உறவு உள்ளவை. அடையாளமாக இருப்பவை நிஜத்தைவிட கோலாகலப்படுவது ஒரு பண்பாட்டு சுவாரசியம்.

பத்து நாட்களும் கொலு மண்டபத்தில் இருக்கும் எங்கள் ஊர் பெருமாளுக்கு (மன்னார்குடி ராஜகோபாலன்), நாளுக்கு ஒரு அலங்காரம், அந்தந்த வேளைக்கு உரிய அணிமணிகள். கட்டும் வேஷ்டியின் கரைகூட மாறாத மரபு என்று சொல்கிறார் கோயில் தீட்சிதர் பிரசன்னா. கிரீடம், வைரமுடி, சௌரிமுடி, ஆண்டாள் கொண்டை, கிருஷ்ணன் கொண்டை, நாயக்கர் கொண்டை, ராஜா முண்டாசு என்று விதவிதமான தலையலங்காரம். காலில் தண்டை, அதற்கு மேல் பாடகமும் முத்துச் சலங்கையும். தண்டை முழுக்க முழுக்க முத்துக்களாலான சலங்கை. பாடகம் முத்து இல்லாதது. இடையில் இடுப்புச் சலங்கை, அரைஞான், வைகுண்ட வாசல் சாவி. மார்பில் மாங்காமாலை, காசுமாலை, வைரப் பதக்கம், கண்ட பேரண்ட பட்சிப் பதக்கம், என்றுமே பிரிந்தறியாத மகாலட்சுமிப் பதக்கம். கழுத்தில் வைர அட்டிகை, கண்ட சரம், மகரகண்டிகை. நெற்றியில் கஸ்தூரி திலகம். ஒரு காதில் தாடங்கம், மற்றொன்றில் குண்டலம். கபா என்ற கால் சராய் தரித்து, மேலே வெல்வெட்டா லான பிளப்பு கபா அணிந்து, ஒறைக்கலை தீவட்டி, ஐந்து கலை தீவட்டி சலாம் எற்றுக்கொண்டு கொலு மண்டபத்துக்கு வருவார் பெருமாள். பிரசன்ன வேங்கடேச தீக்ஷிதர் மேலும் சொல்லும்போது, ‘‘பெருமாள் பஞ்சகச்சம் அணிந்தால் அது ஆறு கஜம் (பன்னிரண்டு முழம்) அல்லது ஒன்பது கஜத்தில் இருக்கும்’’ என்றார். கோயில்களில் பொம்மைகளை வைத்துத் தனியாகக் ஒரு கொலு வைப்பதெல்லாம் அண்மைக் கால வழக்கம் என்கிறார்கள்.

கண்டபேரண்ட பட்சி பதக்கம் மைசூர் மன்னர் கொடுத்தது. மன்னார்குடி சில காலம் சோழர்களின் சம்பந்திகளான ஹொய் சாளர்களின் தலைமை இடமாக இருந்தது நினைவுக்கு வருகிறது. மகர கண்டிகை எனும் வஜ்ரகண்டிகை, கீழே மரகதக் கல் வரிசையும், மேலே முத்து வரிசையும், இரண்டிற்கும் இடையில் வைரத்தால் ஆன பூக்களுமாக இருக்கும். வைர அட்டிகை பெண்கள் அணியாக இருந் தாலும் அதைப் பெருமாள் சாத்திக்கொள்கிறார். ஆண்டாள் அலங்காரத்தில்

இருந்த பெருமாளின் அழகில் சொக்கிப்போன ஒரு கோமுட்டிச் செட்டியார் வீட்டு அம்மணி அன்றைக்கே அந்த வைர அட்டிகையைப் பெருமாளுக்கு அணிவித்தார் என்ற பிரசன்ன வேங்கடேச தீக்ஷிதர், ''சேவிப்பதே அழகுக்காகத்தான்'' என்று முடித்தார். பெருமாளின் நகைகளோடு மனம் நெகிழும் இந்த வரலாறும் சேர்ந்தேதான் மிளிர்கிறது. 'அழகுக்காகத்தான் சேவிக்கிறோம்' என்று கேட்டவுடன் எனக்கு உறங்காவில்லி தாசர் நினைவுக்கு வந்தார். அரங்கநாதர் கண்களின் அழகை ஸ்ரீராமனுஜர் காட்ட, அதைக் கண்டுதானே தன் காதலியின் கண்களுக்கு மேலான அழகு ஏது என்று நினைத்திருந்த உறங்காவில்லி தாசர் பெருமாளுக்கு அடிமையானார்!

''பெருமாளின் இடுப்பில் வைகுண்ட வாசல் சாவி மட்டும்தானா, நரகத்துக்கும் ஒரு சாவி இருக்காதா?'' என்று கேட்டேன். ''எல்லாருக்கு மாகப் பெருமாள் இங்கே இருக்கும்போது நரகத்துக்கு வேலையே இல்லை'' என்ற நண்பர் பிரசன்னாவின் பதிலில் என் அறிவுப் பகட்டு கூசிக் குன்றியது. பெருமாளுக்கு முன் அறிவு இன்னும் ஒடுங்க வில்லையே!

கிரீடம் எப்போதும் சேர்ந்து இருப்பதுபோல் பெருமாள் விக்கிரகம் செய்யப்பட்டிருக்காது. ''திருமேனியில் அவ்வப்போதுதான் கிரீடம் சாத்திக்கொள்வார், கோபாலன் ராஜ பரம்பரை இல்லாத தனால்'' என்று விளக்கினார் பிரசன்னா. குலசேகர ஆழ்வாருக்கும், திருமங்கை மன்னனுக்கும், சுக்ரீவனுக்கும், அங்கதனுக்கும்கூட கிரீடம் சேர்ந்தே இருக்குமாம்; அவர்கள் மன்னர் பரம்பரையினர்.

விஜயதசமியில் அவர் தங்கக் குதிரை ஏறி, வன்னி மரக் கிளையில் இருக்கும் வில்லும் அம்பும் ஏந்தி, எட்டுத் திக்கிலும், வானத்திலும் பூமியிலும் அம்பு போடுவதோடு கோயில் நவராத்திரி நிறைவடையும். பெருமாளின் அம்பு அன்றைக்கு அர்த்தச்சந்திர பாணமாக இருக்கும். பாண்டவர்கள் அஞ்ஞாத வாசத்தின்போது தங்கள் ஆயுதங்களை ஒரு வன்னி மரப் பொந்தில் ஒளித்துவைத்திருந்தார்கள் என்பது நம் நினைவுக்கு வரலாம்.

திருவாரூர் தியாகராஜா கோயிலில் அக்கினித் திக்கில் அம்பு போடச் செல்வார் சோழராஜா. முன்பெல்லாம் கிடாரங்கொண்டான் கிராமம் வரை சென்றவர் இப்போது கீழக் கோபுரவாசலோடு நின்று கொள்கிறார் என்றார் தியாகராஜ குருக்கள். திருவாரூரில் சுவாமி அம்பு போடச் செல்வதில்லை.

வீட்டிலிருக்கும் பொம்மைக் கொலு, முளைத்த நவதானியத்தில் துவங்கி, ஐந்து, ஏழு, ஒன்பது படிகளாக உயர்ந்து நிற்கும். அவற்றில் எடுப்பாகத் தெரியும் ஆணும் பெண்ணுமான, ஆடை கட்டிய இரண்டு மரப்பாச்சிகளும் உண்டு. நான் பார்த்த ஒரு அக்கிரகாரக் கொலுவில் ஐரோப்பிய மாதுகூட இருந்தார். நீந்தும் பெண்ணோடு ஒரு நீச்சல் குளம் இருந்தது. கல்யாண செட், நாகசுர செட் இருந்தன. புராண, இதிகாச நாயகர்களோடு புத்தர் சிலையும் இருந்தது. கொலுவில் ஒரு செட்டியார் பொம்மையும் தவறாமல் இருக்கும். விஷ்ணுவின் பத்து அவதாரங்களுக்கும் பொம்மைகள் இருக்கும். ராஜராஜேஸ்வரி மையத்தில் இருப்பார். கொலு பார்க்க வரும் பெண்களுக்கு மஞ்சள், குங்குமம், தாம்பூலம் கொடுத்து அனுப்புவார்கள். நாளுக்கு ஒரு சுண்டலோ, வேறு பலகாரமோ, பொங்கலோ, அந்தந்த வீடு வசதிக்குத் தக்க, நிவேதனமாக இருக்கும். ஊர்க் குழந்தைகள் வீடு வீடாகச் சென்று, கொலுவைப் பார்த்துவிட்டு நிவேதனங்களைப் பெற்றுச் செல்வார்கள்.

கொலுப் படிகளைப் பிரித்து அடுக்குவதும், பொம்மைகளைச் சேதப்படாமல் பெட்டிகளில் பத்திரப்படுத்துவதும் பெரிய வேலை. அடுத்த வருடம் கொலுப் படிகளை மீண்டும் கோக்க வேண்டும், பொம்மைகளைக் கற்பனை நயத்தோடு அடுக்க வேண்டும். சில வீடுகளின் பொம்மைகள் பல தலைமுறைகளைக் கண்டவையாக இருக்கும். நான் குடியிருந்த ஒரு வீட்டின் கொல்லைத் தலைமாட்டில் ஏகமாக இந்தப் பொம்மைகள் மண்ணில் புதைந்து கிடந்தன. கொலு இருந்தவை கொல்லைத் தலைமாட்டிலா? ஆமாம், பெரும் சோகமே!

கொலு வைக்க இயலாதவர்கள் வீட்டுக்குள் எத்தனை வருடங்கள் அந்தப் பொம்மைகளை வைத்துப் பாதுகாக்க முடியும்? வீட்டுக் குழந்தைகள் படித்து, வேலை சம்பாதித்துக்கொண்டு வெளியூர் சென்றுவிட்டார்கள். பொருளாதார மாற்றம் கலாச்சார வழக்கங் களில் பிரதிபலிக்காமல் இருக்குமா? இந்தக் கொலு பொம்மை களெல்லாம் பன்ருட்டியிலிருந்தும், மாயவரத்திலிருந்தும் பொம்மைக் குயவர்கள் கொண்டுவந்து விற்றவையாக இருக்கும். புயலாக வீசிய பொருளாதார மாற்றத்தில் பொம்மைக் குயவர்களுமே வேறுவேறு பிழைப்பைத் தேடியிருப்பார்கள்.

கொலு பொம்மைகளும், புராணக் கதைகளும், அவற்றை ஒட்டி உருவாகும் மொழியும், விவாதங்களும், உரையாடலும், சொல்லும்,

சொல்லின் பொருள் நுட்பமும், சொல் வளத்தின் வீச்சும் வளரும் குழந்தைகளுக்கு 'வாய் விளக்கம்' என்ற திறனைத் தரும். புராணம் வாசிக்காதவர்களுக்கும் கொலு வைக்காத வீட்டுக் குழந்தைகளுக்கும் பேச்சுத் திறன் சொற்பமாக இருக்கும் என்று சொல்வதாக என்னைப் புரிந்துகொள்ளக் கூடாது. மொழி பயிலும்போது எல்லா வழிகளிலும் கிடைக்கும் சொல் வளத்தைச் சொன்னேன். கிரேக்கப் புராணங்களால் நம் ஆங்கிலத்தின் சொல்வளம் கூடுவது உண்மைதானே?

இதைத்தான் பியர் பூர்தியூ (Pierre Bourdieu) 'கலாச்சார முதல்' (Cultural Capital) என்று சொன்னதாகத் தெரிகிறது.

கொலு வைக்கும் வீடுகளில் ஒவ்வொரு நாளும் வழிபாட்டுக்குப் பிறகு கொலுவுக்கு ஆரத்தி எடுப்பார்கள். விஜயதசமி வழிபாடு முடிந்தவுடன் பொம்மைகளுக்கு, குறிப்பாக மரப்பாச்சிகளுக்கு, பால்பழம் கொடுத்து படுக்கும் வசத்தில் வைத்துவிடுவார்கள். பிறகு அடுத்த ஆண்டு கொலு வரை அவை பெட்டிக்குள் உறங்கும். தொழிற் கருவிகள் விஜயதசமி நாளில் கொலு கலைந்து, அன்றைக்கே தொழில் செய்யச் செல்லும்; பொம்மைக் கொலுவின் பொம்மைகள் அன்றைக்குப் பால்பழம் உண்டு ஒரு வருடம் உறங்கச் செல்லும். நம் கலாச்சார வழக்கங்களுக்கு இப்படியும் கறுப்பும் வெள்ளையுமாக ஒரு விநோத வண்ணக் கலவை!

(இந்து தமிழ் திசை, 05.11.2020.
மேலும் சில தகவல்கள், திருத்தங்களுடன்.)

9. காவிரிக் கரையில் ஏன் காமதேவனை எரிக்கிறார்கள்?

மாசி மாத பௌர்ணமியில், காவிரிக் கரை கிராமங்களில் காமதகனம் நடக்கும். தவறினால் பங்குனி மாத முழு நிலவில் நடக்கும். இந்த இரண்டு மாதங்களின் ஒரு அமாவாசையிலிருந்து மூன்று, ஐந்து, ஏழாம் நாளில் காமண்டி நடுவார்கள். வளர்பிறையின் கடைசி நாளான பௌர்ணமியில் காமதேவனுக்கு அடையாளமாகும் காமண்டியைக் கொளுத்திவிடுவார்கள். நல்ல மழைக்காகவும், விளைச்சலுக்காகவும் இந்த விழா நடக்கிறது. காமதகனம் விவசாயத் தோடு எப்படித் தொடர்புபட்டது என்பது நம் தொன்மங்களின் புதிர்களில் ஒன்று. காமன் எரிந்து மீண்டும் உயிர் பெறுவதும், இந்த விழா அந்தந்த ஆண்டு அறுவடைக்குப் பின்பு நடை பெறுவதும் இந்தத் தொடர்பை விளக்கக்கூடும்.

மேட்டூர் அணை மூடி, காவிரியில் நீரோட்டம் நின்று போயிருக்கும். ஊரல் சாரல் மட்டும் கருமணல் தெரியும் பளிங்கு நீராகக் காவிரியின் கிளைகளில் நெளிந்து ஓடிக்கொண்டிருக்கும். காலையும், மாலையும் பனிமூட்டம் இன்னும் கலைந்திருக்காது. ஒரு மாதத்துக்குமேல் மும்முரப்பட்டிருந்த அறுவடை ஓயும் நேரம். மஞ்சள் நிற நெல் தாளின் மணத்தோடு இளங்காற்று. மாமரமும் புங்க மரமும் மருதாணித் தளிராக துளிர்க்கும். இன்னும் சில நாட்களில் காமனின் வரவு கூறி இளவேனிலும் வந்துவிடும். இப்போது ஏன் காமனை எரிக்கிறார்கள்?

கருத்தளவில்தான் இருப்பு

கண்ணனோடு தன்னைச் சேர்த்துவைக்கச் சொல்லி தையிலும், மாசியிலும், பங்குனியிலும் ஆண்டாள் காமதேவனை வேண்டுகிறாள். அவன் வரவுக்காகத் தை மாதம் தரை விளக்கிக் கோலமிடுகிறாள்.

மாசியில் தூவாளி மணலால் தெருவை அலங்கரிக்கிறாள். தலையை அள்ளி முடிந்துகொள்ளாமலும், தாம்பூலம் தரிக்காத உதடு வெளுத்துப் போகவும், ஒரு வேளை மட்டுமே உண்டு, மூன்று வேளையும் காமனைத் தொழுகிறாள். கண்ணனோடு சேர்வதற்கு காமனின் கருணை வேண்டி மேற்கொள்ளும் நோன்பைச் சொல்வது ஒரு அழகான இலக்கிய மரபு. கோவலன் வரவுக்காக காமவேள் கோட்டத்தில் வேண்டிக்கொள்ளும்படி கண்ணகிக்கு தேவந்தி சொல்ல, அது தங்கள் வழக்கமல்ல என்று கண்ணகி கூறுவதாகவும் சிலப்பதிகாரம். அதே இலக்கிய மரபின் வண்ணத்தில் இது ரக வேறு பாடு என்று வைத்துக்கொள்ளலாம். மரபுக்குள்ளேயே கற்பனை தனக்குச் சம்பாதித்துக்கொள்ளும் சுதந்திரம், இந்திய இலக்கியங்களின் உற்பத்தி மையம்.

காமனுக்கு அனங்கன், உடம்பு கழிந்தவன் என்றும் பெயர். கண்ணுக்குத் தெரியும் உருவம் பெறாமல், கருத்தளவிலேயே அவன் இருப்பு. தாவரங்கள், விலங்குகள், புழுக்கள், மனிதர்கள் என்று எதையும் உணர்வாக ஊடுருவி அடிமை கொள்ளும் ஒருவனுக்கு இப்படித்தானே நம்மால் உருவம் காட்ட முடியும்! அவனுக்கு வாய்த்த உருவம் நம் புராண, இதிகாச கற்பனையின் உச்சம்.

காமனின் வில் செங்கரும்பால் அல்லாமல் நாமக் கரும்பால் ஆனது. மலரில் மொய்க்கும் வண்டுகளே அந்த வில்லுக்கு நாண். வண்டுகளின் ரீங்காரம்தான் அந்த நாணை இழுத்துவிடும்போது எழும்பும் டங்கார ஓசை. தாமரை, மா, அசோகு, மல்லிகை, நெய்தல்-இந்த ஐந்து மலர்கள் அவன் எய்யும் அம்புகள். மனிதர்கள் தங்கள் வசமிழக்கும் நிலைக்கு வந்ததும், சட்டென்று அசோக மலரை எய்து அடிமையாக்கும் சமர்த்தன் அவன். தென்றலே அவன் தேர். தேரை இழுப்பது பச்சைக்கிளிகளின் கூட்டம். குயிலோசை அவன் சங்கநாதம். ஒருமுறை அவன் சிவனைக் குறிவைத்துச் செல்லும்போது இந்தக் கிளிகளின் கூட்டத்தால் இமயமலையே பச்சைமயமானது. புன்னை மரங்களுக்குப் பின்னால் ஒளிந்துகொண்டு அவன் எய்த அம்பு சிவனைத் தாக்காமல் திரும்பிவிட்டது. சிவனின் மூன்றாவது கண்ணிலிருந்து புறப்பட்ட பொறி காமனை எரித்து, குங்கிலியப் பொடியாகக் கரித்துச் சாம்பலாக்கியது. அவன் புறப்படும் முன் ரதி அவனை எச்சரிப்பாள். எமனுக்கு எமனான சிவனால் தான் உயிரிழந் தால் அது நற்கதிதான் என்று அந்த எச்சரிக்கையை ஒதுக்கிப் புறப் பட்டவன் காமன்.

முடிவில்லாத கதை

ஸ்காந்த புராணத்தில் காமதேவனின் மனைவி ரதியின் புலம்பலாக வருபவை சிருங்காரத்தின் ரச நுட்பம் காட்டும் சங்கதிகள். ''நீ எப்போதும் என் மனதில் இருக்கிறாய் என்று சொல்வீர்கள். அது உண்மையானால் நீங்கள் எரிந்துபோனபோது நானும் அல்லவா கூடவே எரிந்திருக்க வேண்டும்?'' என்று ரதி புலம்புகிறாள். ''உங்க ளிடம் ஊடி என் ஒட்டியாணத்தால் ஒரு முறை கட்டினேன், இன் னொரு முறை நீலோத்பல மலரால் அடித்தேனே அதனால் வந்த கோபத்தால் சென்றுவிட்டீர்களா?'' என்றும் கேட்பாள். சேங்காலி புரம் அனந்தராம தீக்ஷிதரின் ஸ்காந்த புராண தமிழ் மொழி பெயர்ப்பிலிருந்து இந்த விவரங்களை அறிந்தேன். வடமொழி காவி யங்களைத் தமிழிலாவது படிக்கக் கொடுத்துவைக்கவில்லை என்பது எனக்கு வருத்தம்தான்.

புராணத்தை உண்மை என்றே கொண்டாலும் இந்த ரதியின் காதலன் எரிந்துபோனான் என்ற அந்த உண்மையை நம் மனம் ஒப்புமா? எரியவில்லை என்று ஒரு கட்சியும், எரிந்தான் என்று ஒன்றும், காமண்டியில் லாவணி பாடுவதற்கு வேறு என்ன உளவியல் அடிப்படை வேண்டும்? சில கதைகளின் முடிவோடு நம் மனம் சமாதானமாகாது. எரித்தது சிவனே ஆனாலும் இந்தச் சமாதானம் வராது. வாலியைக் கொன்ற ராம பாணத்தோடு யார்தான் சமாதன மானார்கள்? காவிரிக் கரை மக்கள் மட்டும் காமன்தான் எரிந்து போனானே என்று சமாதானமாகி அப்படியே அவனை விட்டு விடுவார்களா?

காமண்டி நடுவதற்குப் பெரியது, சிறியது, அதற்கும் சிறியது என்று ஒன்றன் மேல் ஒன்றாக அடுக்கிய சதுரங்கள்போல் மண்ணால் மேடை கட்டிக்கொள்வார்கள். அதன் நடுவே, மூன்று கிளைகள் உள்ள, ஆள் உயர ஆமணக்குச் செடி, கொருக்கா தட்டை, துவரை மிளார்— இவை மூன்றையும் நடுவார்கள். சில இடங்களில் ஆலம் போத்து ஒன்றை மட்டும் நடுவதையும் பார்த்துள்ளேன். தர்ப்பையைப் பிரி யாகத் திரித்து இவற்றைச் சேர்த்து கட்டியதுபோல் சுற்றி விடு வார்கள். ஒரு வரட்டியை நடுவில் துளையிட்டுத் தொங்கும்படி இதன் மையத்தில் கட்டிவிடுவார்கள். மண்ணில் பிடித்த சிவலிங்கமும் மேடையில் உண்டு. இதுதான் 'காமண்டி'. இதனைக் குடவாசலுக்கு அருகே, குடமுருட்டி ஆற்றின் தென்கரை கிராமங்களில் பார்த்திருக் கிறேன்.

காமதகனம்வரை இதற்கு ஊர்ப் பெண்கள் மாலையில் விளக் கேற்றி, பால் அபிஷேகம் செய்து, அவல்கடலை, சுண்டல் படைத்தும் மாவிளக்கு வைத்தும் கும்பிடுகிறார்கள். பௌர்ணமியில் பத்து வயது சிறுவர்கள் நால்வருக்கு சிவன், பார்வதி, மன்மதன், ரதி என்றும் ஐந்தாவதாக ஒரு சிறுவனுக்கு உரல்பண்டாரமென்றும் வேஷம் கட்டுவார்கள். தூக்குச் சப்பரத்தில் ரதி, மன்மதன் படத்தை வைத்து தெருக்களில் வலம் வருவார்கள். அப்போது வில் அம்போடு மன்மதன் செல்வான். அவன் கூடவே ரதியும், சிவனும், பார்வதியும் சப்பரத்துக்கு முன்னால் செல்வார்கள். உரல்பண்டாரம் மட்டும் ஒரு உரல் மேல் காமண்டி அருகே காவலுக்காக அமர்ந்திருப்பார்.

நம் நாடக மரபில், தெய்வங்களாக வேஷம் கட்டுபவர்களைத் தெய்வங்களாகவே வைத்துக்கொள்வது வழக்கம். நாடகங்களும், புராணச் சம்பவங்களை நிகழ்த்திக் காட்டுவதும் இங்கே பொழுது போக்கல்ல. சிறுத்தொண்டர் புராணத்தில் சிவனாக வேடமிடுபவ ரிடம் பக்தியோடு விபூதி பெற்றுக்கொள்வார்கள். மெலட்டூர் பாகவத மேளாவின் கடைசி நாடகம் ‘வள்ளித் திருமணம்’. இந்த நாடகத்தில் முருகனாக வேடமிடுபவரைத் தெருக்களுக்கு அழைத்துச்சென்று, தேங்காய் உடைத்து, கற்பூரம் காட்டி அவர் கையால் விபூதி பெறு வார்கள். இது அந்த ஊர் அக்கிரகாரத்தில் நடக்கிறது.

மேடையில் ஒரு ரசவாதம்

ரதி மன்மதன் படத்தோடு செல்லும் சப்பரத்துக்கு வீட்டுக்கு வீடு தேங்காய் உடைத்து கற்பூரம் காட்டிக் கும்பிடுவார்கள். சப்பரம் காமண்டிக்குத் திரும்பியதும், மன்மதன் படத்தைத் தனியாகக் கிழித்து காமண்டியில் வைத்து, அதனோடு காமண்டியை எரித்துவிடுவார்கள். எரிந்து சாம்பலாகி அடங்கியதும் எல்லாரும் ஆற்றுக்குச் சென்று தலைமுழுகி வீடு திரும்புகிறார்கள்.

காமண்டி கொளுத்தும்வரை நிகழ்ச்சி வெறும் குறியீடுதான். எரித்துவிட்டுக் குளிக்கும்போது, அதுவரை குறியீடாக இருந்தது சட்டென்று நிஜமாக மாறிவிடுகிறது. ஏதாவது ஒரு கட்டத்தில் குறியீடு ததும்பி நிஜத்துக்குள் விழுவது புராணங்களை நிகழ்த்துவதில் வரும் நாடகப் புதிர். அப்போது வேஷம் நிஜமாகும் ரசவாதம் நடக்கும். இப்படி ஒரு ரசவாதம் நடக்கவில்லை என்றால் காமண்டி எரிந்த பிறகு ஏன் எல்லாரும் தலைக்குளிக்க வேண்டும்? எரிந்தது காமன் என்ற குறியீடுதான் என்றாலும் எல்லாருக்கும் சாவுத் தீட்டு ஒட்டிக்

கொள்கிறது. காரியத்தை நிகழ்த்தி, அதன் கற்பனைக் காரணத்தை நிஜமாக்கும் நம் மரபுகளின் தர்க்க நுட்பம்.

எரிந்த சாம்பலை மூன்றாம் நாள் அகற்றிவிட்டு, புது மேடையில் சிவலிங்கம் வைத்து, மன்மதன் உயிர்த்துவிட்டதாக பூஜை செய்கிறார்கள். ரதிக்கு மட்டுமே அவன் உருவம், மற்றவர்களுக்கு அவன் அருவம் என்பது சிவனின் கருணை. காமத்தைக் கடியும் இலக்கிய மரபு ஒரு இழை. காமனைத் தேவனாக்கி வழிபடும் இழை இன்னொன்று. அவனையே ஆண்டு தவறாமல் எரித்து அருவமாக மீட்டுக்கொள்வது மற்றொன்று. காவிரிக் கரை கலாச்சாரம், ஒன்றோடு ஒன்று ஓயாமல் உரையாடும் உறவில் நிலைத்துவிட்ட எதிராளி இழைகள். காமதகனத்தில் லாவணியைவிட உரத்துக் கேட்பது இந்த உரையாடல்தானே!

(இந்து தமிழ் திசை, 26.02.2021.
மேலும் சில தகவல்களுடன்.)

10. கோயிலின் கூட்ட நெரிசலுக்கு நிர்வாகத் தீர்வு ஏது?

கோயில்களும், கோயில் வழிபாட்டுக்கு வரும் கூட்டமும் அரசுக்கு இப்போது பெரிய நிர்வாகச் சங்கடங்களாகிவிட்டன. புத்தாண்டு பிறந்தபோது கோயில்களில் கூட்டம் அலைமோதியது என்று செய்தி. வழக்கமான நிகழ்வுதான். ஆனால், பெருந்தொற்றுக் காலத்தில் இதுவே அதிர்ச்சிச் செய்தியாகிவிட்டது. கழிந்துபோன ஆண்டோடு பெருந்தொற்றும் கழிந்துபோகட்டும் என்று வேண்டிக் கொள்ள கோயிலுக்கு வருபவர்களை எப்படி வராதீர்கள் என்று சொல்வது? மறுபக்கம், இந்தக் கூட்டத்தால் கோயில்கள் ஆகப் பெரிய தொற்றுப் பரப்பிகளாகிவிடுமோ என்று நியாயமாகவே அஞ்சுபவர்களுக்கு என்ன சமாதானம் சொல்வது?

கோயிலுக்கு வருபவர்கள், அறிவியல் கணக்கில் மனிதர்களின் கூட்டம்; கோயில்கள் தனிமனித இடைவெளி இல்லாத நெரிசல் கூடம். இதற்கு மாறாக, நம் பார்வையில் அவர்கள் ஆன்ம லாபம் தேடும் பக்தர்கள்; கோயில் வழிபாடோ மோட்ச சாதனம். அறிவியலும் ஆன்ம நம்பிக்கையும் ஒன்றையொன்று குறுக்கிடாமல் நீளும் இணைகோடுகள் என்பதுதான் இந்நாள்வரை நம் அனுபவம். ஆனால், இவற்றுக்கு இடையேயான கண்ணோட்டப் பிணக்கு ஒரு மௌன யுத்தமாகக் கோயிலுக்குள்ளேயே வருவது இப்போதுதான். இது முற்றி, ஒரு முடிவுக்கு வந்துவிடாது. அதற்கான சிந்தனைத் தீவிரம் மனித இனத்துக்கே இன்னும் வாய்க்கவில்லை.

புண்ணியம் என் சம்பாத்தியம்

நிர்வாகத்தின் யுத்த சங்கடம்பற்றித்தான் இப்போது நாம் தெளிவாகப் பேச முடியும். இந்தப் பாண்டவ-கௌரவ யுத்தத்தில் ஒவ்வொரு தரப்பும் அரசு நிர்வாகம் தங்கள் பக்கம் இருப்பதாக

நினைத்துக்கொள்ள வேண்டும்! அந்தச் சாமர்த்தியத்தை எப்படிப் பழகி நடைமுறைக்குக் கொண்டுவருவது என்பதுதான் நிர்வாகத்தின் இப்போதைய சங்கடம். கோயிலைத் திறந்து வைக்க வேண்டும்; ஆனால் பக்தர்கள் கூட்டமாகத் திரண்டு வந்துவிடக் கூடாது. திருவிழா குறைவில்லாமல் நடக்க வேண்டும்; ஆனால் அதைப் பார்க்க பக்தர்கள் வரக் கூடாது. சாமியைக் கண்ணாரப் பார்த்து, கையாரக் கும்பிடுவதுதான் திருவிழா. எனக்காக, என் சார்பில் இன்னொருவர் சாமி பார்க்க முடியுமா? மனித வாழ்வு பிரதி நிதிகளை அங்கீகரிக்காத இடங்களுள் இதுவும் ஒன்று. நானே தேடிக் கொண்டால்தான் அது என் புண்ணியம். எனக்காக இன்னொருவர் சாமி பார்த்து எனக்குப் புண்ணியம் தேடித் தர முடியாது.

''போக்கில்லை என்று மயங்கிப் புலம்பாதே; ஆரூரைத் தொழுது உய்யலாம் வா'' என்று அழைக்கிறார் சம்பந்தர். ''ஊன் வாட, வாட, புலன் ஐந்தும் நோகத் தவம் செய்ய வேண்டாம்; தில்லைத் திருச்சித் திரகூடத்துக்கு வந்தாலே போதும்'' என்கிறார் திருமங்கையாழ்வார். இப்படி எல்லாரையும் கவி கூறி அழைத்த காலம் மாறி இப்போது ஏன் இவ்வளவு கூட்டம் வருகிறது என்று நொந்துகொள்கிறோம். ஆழ்வார்களின், நாயன்மார்களின் இந்த முயற்சிகள் அடர்ந்து, விளைந்து, கனிந்துவிட்டது என்று வைத்துக்கொள்வோம். தன் விளைச்சலின் பளுவைத் தானே தாங்க முடியாமல் தாழும் கிளைகள் போல இப்போது நம் கோயில்கள். நம் காலத்தின் பங்குக்கு நாமும் சாமிக்குச் செய்யும் அபிஷேகம், அலங்காரம் எல்லாவற்றையும் கண் உண்ணும் விளம்பரச் சித்திரமாகக் காட்சிப்படுத்திவிடுகிறோம். பிறகு கூட்டத்தை எப்படி மட்டுப்படுத்துவது? கோயில் வழி பாட்டின் அம்சங்கள் ஒவ்வொன்றிலும் உள்ள வணிக சூட்சு மங்களை உரைத்துத் தரம் காட்டிக்கொண்டிருக்கிறது கரோனா என்றுதான் சொல்ல வேண்டும்.

முன்பதிவு, பொது வரிசை. தனி வரிசை - இப்படி வரிசை வகை களுக்கு முடிவில்லை. நாடக மேடையில் தூரம் கடக்காமல் ஓடும் நடிகரைப் போல் வரிசை தன் மேலேயே மடங்கிமடங்கி, இருந்த இடம் நகராமல் நீளும். கால் கடுக்க நின்று, உடலும் புத்தியும் தன்னுணர்வின் உச்சத்தில் கனத்து அழுத்தும் இடமாகிவிட்டது கோயில். கோயிலில், உடம்பும் புத்தியும் முனைப்பு இழக்க வேண்டும்; மனம் தொலைந்துபோக வேண்டும். தன் பிடிக்குள் வராத

ஓர் அழகுக்கு ஆற்றாது சிந்தனை வீறிழந்து பணிய வேண்டும். இவை அங்கே எப்படி நடக்கும்? காத்துக்காத்து, அந்தக் காத்திருப்பில் உடம்பும் மனமும் பளு கூடி, அவையே நம்மைப் பூரணமாக அடைத்துக்கொள்கின்றன.

மற்ற வழிபாட்டு மரபுகள்

கோயில் வழிபாடு மட்டுமே முற்றிலுமாக ஆக்கிரமித்துக் கொள்ளும் தரத்தில் ஏன் நம் இறை உணர்வு இருக்க வேண்டும்? ராமர் மடங்கள் இருக்கின்றன; இராமானுஜக் கூடங்கள் இருக் கின்றன. கம்பசேவை மண்டபங்களும்தான் இருக்கின்றன. அறுபத்து மூவர் மடங்களும், நாயனார்களுக்குத் தனித்தனி மடங்களும் இருக்கின்றன. இங்கு நடக்கும் பஜனைகளும், ராதா கல்யாண உற்சவங்களும், முற்றோதல்களும் இறை வழிபாடுதான். இதர மரபுகள் எல்லாவற்றையுமே கோயில் வழிபாடு நெருக்கி வெளி யேற்றிவிட்டது. கோயில் வழிபாடு மண்டித் தழைத்துப்போன தற்கும் நம் கால கலாச்சார வறுமைக்கும் காரண-காரிய உறவு இருக்கலாம். நான் 'நம் கால கலாச்சார வறுமை' என்று சொன்னால் இவர் பழமை விரும்பி என்று என்னை ஒதுக்கிவிடுவீர்களோ? இக்காலப் புதுமைகளாக வந்த நூற்றுக்கணக்கானவற்றிலும் எனக்கு அந்தக் கலாச்சார வறுமை தெரிந்துதான் இதைச் சொல்கிறேன். வறுமை என்று நான் எண்ணிக்கைக் குறைவைச் சொல்லவில்லை; அவற்றின் தன்மையைக் குறிப்பிட்டேன்.

கோயில்களுக்கு மட்டும் ஒரு சிறப்பைச் சொல்வது வழக்கம். கோயில்கள் இருக்கும் இடம் 'தலங்கள்'; எல்லா இடங்களும் தலங்கள் ஆகாது. அவ்வாறே கடவுள் சிலைகள் எல்லாமும் மூர்த்தியாகாது. தலங்களுக்கும், அங்கு உள்ள மூர்த்திகளுக்கும் ஒரு மகிமை உண்டு. இப்படியே கோயில்கள் ஈர்க்கும் பெரும் கூட்டத்திற்கு ஒரு நியாயம் கற்பிப்போம். ஆனால், 'காசிக்கு வீசம் அதிகம்' என்று ஒரு ஊரை உயர்வாகச் சொல்கிறோம். 'இது தென் திருப்பதி' என்று மற்றொன்றைச் சொல்வோம். இப்படிச் சொல்வதெல்லாம், 'தலம்' என்ற கருத்திற்கு மரபுக்குள்ளேயே வந்த மறைமுக விமர்சனங்கள்.

புரட்டாசியில் தளிகை போடும் பக்தர்களின் வீடுகளுக்கே திருமலைப் பெருமாள் வந்து இருந்துவிட்டு மலையேறுகிறார். பதி னெட்டு கி.மீ. பயணித்துத் திருக்கண்ணபுரம் பெருமாள் திருமலை ராயன்பட்டினம் கடற்கரைக்கு மீனவர்களின் மாப்பிள்ளை சாமியாகச்

செல்கிறார். குடந்தை கும்பேஸ்வரரும், திருவையாறு ஐயாரப்பரும் ஏழு ஊர்களுக்குச் செல்கிறார்கள். குலதெய்வமாக மக்கள் கொண்டாடும் சில தெய்வங்கள் தங்களுக்குக் கோயில் வேண்டாமென்றே மறுத்துவிட்டதாகச் சொல்கிறார்கள். அங்கே பக்தர்கள் தங்கள் வசதிக்காகக் கோயில் கட்டிக்கொண்டாலும் சாமி இருக்கும் இடத்தில் கூரை இல்லாமல், வானத்துக்குத் திறப்பாக இருக்குமாம்.

தலம் வேண்டாத மூர்த்திகள்

வயல்வெளியில் ஒதியனோ, வேம்போ, பூவரசோ நிற்கும். இந்த மரத்தடியில் மண்ணால் ஆன விளக்குக் கூண்டுதான் பலருக்குத் தெய்வங்கள். இவற்றுக்குப் பூசைபோடாமல் காதுகுத்துவதோ, திருமணமோ நடப்பதில்லை. எனக்குத் தெரிந்த ஒரு சமூகத்தின் தெய்வங்கள் பெட்டியில் இருக்கும். எந்தப் பங்காளி வீட்டில் திருமணம், காதுகுத்து நிகழ்ச்சியோ அங்கே அவை சென்று, பூசையை ஏற்றுக்கொள்ளும். பிறகு, அங்கிருந்து அடுத்த பங்காளி வீட்டுத் திருமணம் நடக்கும் ஊருக்குச் செல்லும். இப்படி, ஒரே தலத்தில் நிலை நிறுத்தாத மூர்த்திகள் இருக்கின்றன. மூர்த்திகளே இல்லாத தலங்களும் இருக்கின்றன.

இந்த வழக்கங்களைத் தொல்குடி வழக்கங்கள் என்றோ, இந்தத் தெய்வங்களைப் பெருங்கோயில்களில் உள்ள தெய்வங்களுக்குக் கீழே வைத்து சிறு தெய்வம் என்றோ கலாச்சார படிநிலை உருவாக்குவது வரலாற்றுச் சிந்தனைக்கு ஒவ்வாது. 'ஆரூர் தொழுது உய்யலாம், வாருங்கள்' என்பதையும், 'கூடாரையும் வென்று தன் பக்கம் சேர்த்துக்கொள்ளும் கோவிந்தன்' என்பதையும் அக்காலத்தில் புது மரபாக வந்தவற்றின் அறிமுகம் என்றுகூட நாம் புரிந்து கொள்ளலாம்.

ஆயிரத்து ஐநூறு ஆண்டுகளைக் கடந்துவிட்ட கோயில் வழிபாட்டு வழக்கத்தை கரோனா காலம் கொஞ்சம் அசைத்துவிட்டது. அந்தப் பழக்கமான முகம் வேற்று மனிதர் ஆகிவிட்டதுபோல் ஓர் உணர்வு. இறை உணர்வில் கோயிலின் பங்குபற்றி இது சிந்திக்க வைத்தால் அதுவும் ஒரு முதிர்ச்சிதானே! பொல்லாப்புக்கு அஞ்சி இதை நான் சொல்லாமல் இருக்கலாமா?

(இந்து தமிழ் திசை, 11.01.2021.)

11. உலகம் எப்போது புவியானது?

உலகத்தை இப்போதுதான் புவியாகவும் பார்க்கப் பழகுகிறோம். சமூக, அரசியல், பொருளாதார மாற்றங்களாகவே உலக நிகழ்வுகளை இதுவரை பார்த்திருக்கிறோம். விண்வெளியாகவும், வெப்பமாகவும், பனிப்பாறைகளாகவும், கடல்மட்டமாகவும், மழையாகவும், மண்ணாகவும் உலகத்தைப் பார்த்து அதைப் புவியாகவும் அவதானிக்க இப்போது புதிதாகப் பழகிவருகிறோம். பருவநிலை மாற்றம் இந்த அவதானிப்புப் புரட்சியைத் தூண்டியிருக்கிறது.

ஆனால், காவிரிக் கரையில் இந்த அவதானிப்பு மரபு புதியதல்ல. மண்ணும், நீரும், மழையுமே இங்கு மனிதன் வலுவாக உணர்ந்த உறவுகள். ஐந்து தசாப்த நிகழ்வுகளைப் பருவநிலை மாற்றப் பின்னணியில் இங்கு புரிந்துகொள்ள இயலும். புவிப் பரப்பு முழுவதும் நிகழும் மாற்றமானாலும் அதற்கு அந்தந்த இடம் சார்ந்த உள்ளூர் புரிதலும் உள்ளதுதானே!

காற்றோடு வரும் காவிரி

ஐந்து மாற்றங்கள் காவிரிப் படுகையின் பருவநிலை தொடர் புள்ளவை: மேலக்காற்று என்ற தென்மேற்குப் பருவக்காற்று இப்போது வலுவாக இல்லை. ஐப்பசி, கார்த்திகை அடைமழை குறைகிறது. ஆறு வாங்காமல் எதிர்த்துக்கொள்வதால் பெய்யும் மழையும் வயல்களிலிருந்து வடிவதில்லை. மார்கழியின் கர்ப் போட்ட கால மேகங்கள் கண்ணுக்குப் படுவதில்லை. தை மாதப் பனியும் குளிரும் அப்போதுபோல் இப்போது இல்லை.

மே மாத நடுவிலிருந்து மேலக்காற்று துவங்கிவிடும். கட்டை வண்டிகூட மேற்கிலிருந்து கிழக்கே வந்தால் பூட்டியிருக்கும் மாடுகளை விரட்டாமலேயே வண்டி வேகமாக வரும். அதுவே கிழக்கிலிருந்து மேற்கே சென்றால் எதிர்க் காற்றில் முயன்றுதான் நகர வேண்டியிருக்கும். காய்ந்த பனை ஓலையை வளைத்துச் சுற்றி,

முனைகளைக் கருவை முள்ளால் இணைத்து, சிறிய சக்கரமாகச் செய்துகொள்வோம். ஆற்று மணலில் அதை வைத்தால் போதும்; மேலக்காற்றில் அது உருளும் வேகத்துக்குக் கூடவே ஓடிச் சிறுவர் களால் அதைப் பிடிக்க முடியாது. காற்றில் ஆடை சலசலப்பது போல் தூவாளி மணலை மேலக்காற்று தூற்றிச் சென்று, அதை ஆற்றுக் கரையோரம் சரித்துக் குவித்துவிடும்.

மேலக்காற்று காவிரியில் தண்ணீரைக் கொண்டுவரும் என்று சொல்வது வழக்கம். தென்-மேற்குப் பருவக் காற்றை காவிரிக் கரை மக்கள் உணரும் விதம் அது. ஓடிவரும் வெள்ளத்தின் முதுகு சிலிர்க்கச் சிலிர்க்க இந்தக் காற்று அதைத் தழுவிக்கொண்டே இன்னும் வேகமாக வீசும். இங்கு மேற்குப்பார்த்த வீடுகளை விரும்ப மாட்டார்கள். அதுபோலவே, புயலுக்குப் பயந்து தெற்குப்பார்த்த வீடுகளின் கூரையையும் உயரமாக வைக்க மாட்டார்கள். இன்றைய பருவ நிலை, இவற்றையெல்லாம் கவனித்து வீடு கட்டும்படி யாரையும் கட்டாயப்படுத்துவதில்லை!

ஐப்பசி அடைமழை சன்னமாகக் குறைகிறது. வழக்கத்துக்கு மாறாக, ஆனி, ஆடி மாதங்களில் நாள்விட்டு நாள் நசுங்கலாகவும், சில நேரம் ஊன்றிப் பெய்யும் மழையாகவும் பருவம் தவறுகிறது. ஐப்பசி, கார்த்திகையில் அப்போதெல்லாம் பகல், அந்தி, இரவு என்று தெரியாமல் ஒன்றாக இழைந்துபோகுமாறு வானம் மூடிக் கொள்ளும். ஈசானியத் திக்கிலிருந்து பறக்கும் மாசி, பாட்டம் பாட்டமாகப் பொழிந்துகொண்டே வானத்தில் கரைந்துபோகும். குடை தாங்காத மழை என்பதால், தென்னங்கீற்றில் குடலை செய்து தலையையும் முதுகையும் மறைத்து மாட்டிக்கொண்டு நடப்பார்கள். சோரப் பெய்யும் மழையால் தரையில் அடிவைக்கும் இடமெல்லாம் தண்ணீர் கொப்பளிக்கும். சிவப்பு, வெள்ளை, நீலோத்பலம் என்று அல்லி மலர் அடைத்துப் பூத்த குளமும் குட்டையும் வாய்க்காலும் இப்போது எங்கே ஒளிந்துகொண்டன?

கூரைக்குக் குத்து வாட்டம்

கூரையில் ஒடு சொதத்து மழைநீர் சொட்டு விடும். பெய்யும் மழை சட்டென்று பூமிக்கு இறங்குவதற்காக வீட்டுக் கூரையைக் குத்து வாட்டமாக வைப்பது அன்றைய வழக்கம். இப்போது நான்கு விரற்கடை வாட்டம் கொடுத்து இரும்புத் தகரத்தைத் தைத்துவிடுகிறார்கள். இந்த வாட்டத்துக்கு அப்போதைய மழை

குளமாகக் கூரையில் தங்கியிருந்திருக்கும். இல்லாமல்போன மழைக்கு எவ்வளவு விரைவாகச் சமுதாயம் தன்னைத் தகவமைத்துக் கொண்டது என்று பாருங்கள்!

மாட்டுக்குக் காய்ந்த வைக்கோல் ருசிப்பதுபோல் பச்சைப் புல் ருசிக்காது. பச்சைக் காய்கறியோ, அப்போதே பிடித்த மீனோ, அப்போதைய ஆட்டுகறியோ நமக்கு ருசிக்காது. கத்தறி வத்தல், அடைமாங்காய், கருவாடு, உப்புக்கண்டம்—இப்படி உப்பிட்டுக் காயவைத்த பண்டங்கள் மட்டுமே ருசிக்கும் நிலைக்கு மழைக்கால உடம்பு குளிர்ந்து குன்றிப்போகும். மழைக்காலம் மழைக்காலமாக இல்லாத இக்காலத்தில், இந்த ருசி பேதமும் நாக்குக்கு மரத்துப் போனது. பருவநிலை மாற்றத்துக்கு நம் உடம்பும் சொல்லாமலேயே மிக நுணுக்கமாக இப்படி மாறிக்கொள்வது விந்தைதான்.

வயலிலிருந்து வடியும் இந்தக் குறைந்த மழையையும் இப்போது ஆறு வாங்கிக்கொள்வதில்லை. ஆற்றின் எதிர்ப்புக்கு அதன் போக்கில் வளர்ந்த சீமைக் காட்டாமணியும் கடலோர இறால் குட்டைகளும் காரணம் என்று நினைத்திருந்தோம். இப்போது கடல்மட்டம் உயர்வதால் வரும் கடல் எதிர்ப்பும் ஒரு காரணமாக இருக்கலாம் என்று தோன்றுகிறது. மழை நின்று பத்து நாட்களாகின்றன; வெள்ளம் கிடையாது. ஆனால் வடிய வேண்டிய தண்ணீரை வாய்க் காலும் ஆறும் வாங்கவில்லை என்றால் அதற்கு வேறு என்ன காரணம் சொல்வது?

தொழிற்புரட்சிதான் துவக்கமோ?

மழைக்காலம் முடிவதற்கு அடையாளமாக மார்கழி பாதி வாக்கில் வடகிழக்கிலிருந்து தென்மேற்காக வெண்மேகங்கள் கூட்டம்கூட்டமாகச் செல்லும். நேற்றுவரை கறுத்துக்கிடந்த வானம் இப்படி வரும் பொதி மேகங்களுக்குப் பெருந்தடமாக மாறிக் கொள்ளும். இதற்குக் கர்ப்போட்டம் என்று பெயர். மேகங்களின் போக்கு எவ்வளவு அதிகமோ அந்த அளவுக்கு அடுத்த ஆண்டு மழையும் அதிகமாகும் என்று சொல்வார்கள். நாம் ஒரு மேகத்தைப் பார்த்து ரசித்து ஓய்வதற்குள் அதைத் துரத்திக்கொண்டு அந்த இடத்திற்கு அடுத்த மேகம் வந்துவிடும். இப்போதெல்லாம் கர்ப் போட்ட மேகங்களை அதிகம் காண முடிவதில்லை. மழை குறைந்து வருகிறது என்பது வெறும் ஊகமல்ல என்பதற்கு இந்தத் தொடர் நிகழ்வை ஆதாரமாக்கலாம்.

எப்போதாவது மார்கழி, தை மாதங்களில் வெறும் புகை மூட்டமாக இருக்கும் பனியைப் பார்க்கிறோம். மழை பெய்து கூரைவாரி ஊற்றியதுபோல் அப்போது பெய்யும் பனி இப்போது இல்லை. தென்னை மரங்களுக்குக் கீழே திட்டுத்திட்டாகப் பனி சொட்டிக் கிடக்கும். குளிரில் மனிதர்களுக்குத் தூக்கம் கலைந்து விடும். கோழி கூவுவதற்கு முன்பாகவே விழித்து, கிடைத்ததைக் கொளுத்திப்போட்டு வீட்டுக்குள்ளேயே கைகால்களைக் காய்ச்சிக் கொள்வார்கள். குளிர்காயும் சுகமும் உடம்புக்கு மறந்துபோனது. பனியைக் கொண்டே தழைக்கும் உளுந்தும் பயறும் வயல்வெளி யிலிருந்து கிட்டத்தட்ட மறைந்துவிட்டன. அந்த இடத்துக்குப் பாசன உளுந்து வந்திருக்கிறது.

பருவநிலை மாற்றத்துக்குத் தக்க எப்படியோ நாமும் மாறிக் கொண்டே இருப்பதால் மாற்றங்கள் நம் பிரக்ஞைக்குள் திரண்டு இருப்புப் பெறுவதில்லை. வரலாறு மிகவும் விதந்துகொள்ளும் தொழிற்புரட்சிக்கு முன்பு இருந்த நிலைமையோடு ஒப்பிட்டுத்தான் மாற்றங்களை அடையாளம் காண்கிறார்கள். அந்தப் புரட்சியைப் பருவநிலை மாற்றத்தின் துவக்கமாக்குவதும் நமக்கு ஒரு அதிர்ச்சி. புவியே கெட்டுப்போனது தொழிற்புரட்சியால்தானோ?

(இந்து தமிழ் திசை, 19.08.2021.
சில திருத்தங்களுடன்.)

12. சொற்களுக்கும் அகழாய்வு தேவை

கீழடி அகழாய்வில் கிடைக்கும் பழங்கால மண்பாண்டங்கள் ஒவ்வொன்றுக்கும் என்ன பெயர் வைக்கலாம்? இரண்டாயிரத்து ஐநூறு ஆண்டுகளுக்கு முந்தைய பொருட்கள் காணக் கிடைத்தது போல், சமகாலத்தில் அவற்றுக்கு வழங்கிய பெயர்கள் என்ன என்பது நமக்கு எட்டாது. மண்ணில் செரித்துப்போகும் பொருட்கள் கிடைக்கின்றன; காலம் எளிதில் அரித்துவிடாத சொல் கிடைப்பதில்லை! மொழி தன் சொற்களை மண்ணைவிட வேகமாகச் செரித்துக் கொள்ள வல்லது.

இந்தப் பொருட்களின் பயனை வைத்து ஆய்வாளர்கள் அவற்றை விவரிக்கவோ, பெயர் கொடுக்கவோ வேண்டும். அவற்றின் பயனையும் ஊகிக்க வேண்டும். புதிதாகச் சொற்களைச் செய்துகொள்வதை ஆய்வாளர்கள் தவிர்க்க இயலாது. ஆனாலும், இப்படிச் சொல்லாக்கம் செய்வதில் ஒரு பிரச்சினை இருப்பதையும் தொல்லியல் ஆர்வலர்கள் கவனிக்க வேண்டும்.

மொழியில் தெரியும் மரபு

ஏற்கனவே சொல் இருந்திருக்கிறதா என்று பார்ப்பதைவிட புதிய சொல் செய்துகொள்வதில் நமக்கு முனைப்பு அதிகம். இந்த ஆர்வம், மரபுத் தொடர்ச்சியை மொழி வழியே அடையாளம் காணும் வாய்ப்பைக் குறைக்கிறது.

கீழடியில் கண்டெடுத்த ஒரு மண்பாண்டத்தை 'சுடுமண் தாங்கி' என்று குறிப்பிடுகிறார்கள். பானை தன்தரையில் நிற்காமல் பிரிமனைபோல் அதைத் தாங்கிக்கொள்ளப் பயன்படுத்தும் பொருள். இப்போதும் புழக்கத்திலிருக்கும் இதற்கு 'கலவடை' என்று பெயர். உடைந்த பானையின் தலைப் பகுதியை கவிழ்த்து வைத்து இந்தக் கலவடையை உருவாக்கிக்கொள்வார்கள். இப்போது

உலோகத்திலும் கலவடை உண்டு. கீழடியில் கண்டெடுத்தது இதற்காகவே தனியாகச் செய்யப்பட்டதாகத் தெரிவதுதான் சிறப்பு. கலவடை தேவைப்படும் பாண்டங்கள் அக்காலத்தில் பெருவாரியாகப் புழக்கத்தில் இருந்திருக்கும் என்பதற்கு இது சான்று. அநேகமாகப் பானையையும் அதற்கான கலவடையையும் சேர்த்தே வாங்கிப் பயன்படுத்தியிருக்கலாம்.

தொழிலுக்கு வெளியே இருந்து பார்ப்பவரின் மொழி எழுத்துக்குள் வந்து தொழிலுக்குள் இருக்கும் மொழியை மேற்கரித்து விடுவது வழக்கம். அப்படித்தான் ‘சுடுமண் தாங்கி’, ‘கலவடை’யைப் பின்னுக்குத் தள்ளியிருக்கும். அப்போது தொழிலுக்கு உள்ளேயே இருப்பவர்கள் தங்கள் மொழிக்குத் தாங்களே அந்நியமாகிவிடுகிறார்கள்.

‘மண்தாங்கி’ என்ன என்பது பழைய வீடுகளில் புழங்கியவர்களுக்குத் தெரியலாம். நிலையின் மேல்படி தனக்கு மேல் உள்ள சுவரின் முழுப் பரப்பையும் தாங்கிப் பிடிக்காது. சுவரைத் தாங்கிக்கொள்ள நிலையின் மேல்படியில் தடித்த பலகை ஒன்றை வைத்துச் சுவர் எழுப்புவார்கள். அந்தப் பலகைக்கு ‘மண்தாங்கி’ என்று பெயர்.

அச்சுப்போட்ட மண்பாண்டம்

‘சிவப்பு நிற பானை ஓடுகள்’, ‘வண்ணம் தீட்டப்பட்டது’, ‘அலங்கரிக்கப்பட்டது’ என்றும் சிலவற்றைச் சொல்கிறார்கள். மண் பாண்டங்கள் இரண்டு வகை: திருகையில் பாண்டங்களைச் செய்து, வெயிலில் பதமாக உலர்த்துவார்கள். தூர் திறந்தவாறுதான் இருக்கும். உட்புறமாக அணைவுக்கு ஒரு கருங்கல்லைப் பிடித்துக்கொண்டு வெளிப்புறத்தில் பலகையால் தட்டித்தட்டி பெரிதாக்கிக்கொள்வது பெருவாரியான வகை. இந்த வகையை ‘தட்டு’ என்பார்கள். இது முதல் வகை. இரண்டாவது வகை திருகையில் செய்து அறுத்து அப்படியே உலர்த்தி, சுட்டு எடுத்துக்கொள்வது. சிறியதாகவே, அழகாகச் செய்யப்படும் இவற்றைத் தட்டிப் பெருக்க வேண்டியதில்லை. இந்த வகையை ‘அறுப்பு’ என்பார்கள். இவற்றைச் செய்பவர்களை அண்மைக் காலம்வரை சிட்டிக் குயவர் என்று அழைத்தார்கள். சமைப்பதற்கோ தண்ணீர் வைத்துக்கொள்ளவோ இவ்வகை பயன்படுவதில்லை. இவை பெரும்பாலும் சிறிதாக இருக்கும் என்பதே அதற்குக் காரணம்.

'அறுப்பு' வகை பாண்டங்களுக்குக் கறுக்கு ஏற்ற ஒரு முறை உண்டு. சுடும்போது அவை அந்திச் சூரியனாகப் பழுக்கும். அப்போது மூட்டத்தைக் கலைத்து உமியை விசிரினால் அவை நாவற் பழமாகக் கறுத்துவிடும். இவற்றை 'கறுஞ்சூளைப் பாண்டம்' என்பார்கள்.

முதல் வகையைச் சுடுவதற்காகச் சூளையில் அடுக்கும் முன்பு வெள்ளைச் செம்மண், சிவப்புச் செம்மண் என்று இரண்டு செம்மண் கரைசலைப் பூசுவார்கள். இப்படித்தான் அவை சிவப்பு நிறப் பானை ஓடுகளாகின்றன. சூளையில் வேகும்போது அவை வறட்டி போன்றவற்றைத் தொட்டுக்கொண்டிருந்தால் அந்த இடம் கன்றி, கறுத்துப்போகும். மண்பாண்டங்களில் திட்டுத்திட்டாகக் கறுத்த இடங்கள் இருப்பதற்கு இதுவும் ஒரு காரணமாகலாம்.

இரண்டு வகை பாண்டங்களிலும் கழுத்தில் பொன் சரடுகள் போல் இழைப்பு இருக்கும். சிவப்பு வகையில் மட்டும் இந்த இழைப்புக்குக் கீழே உள்ள நெஞ்சடியில் அச்சுப்பதித்து அலங்கரிப்பார்கள். கறுஞ்சூளைப் பாண்டங்களை இப்படி அச்சுப்போட்டு அலங்கரிப்பதில்லை. கீழடி மண்பாண்டங்களில் இந்த வேறுபாடு துலக்கமாகத் தெரிகிறது. இது பாண்டங்களை வகைப்படுத்த உதவும் முக்கியமான காரணி. அச்சுப்போடுவதற்காக மரத்தில் அல்லது மாட்டுக் கொம்பில் செய்த குந்துவை, கோரை, தேர் என்ற பெயருள்ள அச்சுகள் உண்டு. அச்சுப் பதிப்பதில் குயவர் வீட்டுப் பெண்கள் திறமைசாலிகள். அச்சுப்போட்ட தொல்லியல் பாண்டங்கள் கிடைத்தால், நெசவில் இருப்பது போலவே, குயவர்கள் தொழிலிலும் பெண்களின் பங்களிப்பு அப்போதும் இருந்தது என்று ஊகிக்கலாம்.

நெஞ்சடியில் தமிழி

கவனிக்க வேண்டியது என்னவென்றால் அச்சுப்போட்ட பாண்டங்களில் பிராமி எழுத்து பொறிக்க முடியாது. ஏற்கனவே பிராமி கீறிய பானைகளில், எழுத்தின் மேல் அச்சுப்போட்டால், கீறிய எழுத்து என்னவென்றே தெரியாது. அச்சுப்போட்ட பிறகு எழுத்தைக் கீறினால் அதுவும் தெளிவாகத் தெரியாது; அப்படி யாரும் எழுதும் நோக்கத்துக்கு எதிராகச் செய்ய மாட்டார்கள். எழுத்துப் பொறிக்க வேண்டுமானால் அவை அச்சுப்போடாத மொழுக்கம் பானைகளாகவே இருக்க வேண்டும். கறுஞ்சூளைப் பாண்டங்களில் எழுத்துப் பொறிப்பு இருப்பதாகத் தெரியவில்லை.

தட்டு வகை பாண்டங்கள் உலரும்போது ஒரு பதத்தில் தமிழியைப் பொறிக்க முடியும். அப்போது பொறித்தால், எழுத்துகள் கீறுவாயில் பிசிரில்லாமல் இருந்திருக்கும். சூளையில் வைக்கும்போது பூசும் செம்மண்ணை இரண்டு சுற்று கூடுதலாகப் பூசினால், பாண்டத்தின் நெஞ்சடி இலை கனத்துக்குப் பதமாகிவிடும். அப்போதும் பிராமியைக் கீற இயலும். அந்த முறையில் கீழடி ஓடுகளில் தெரியும் பிசிரோடு எழுத்துகள் அமையலாம். இந்த இரண்டு கட்டங்களில் தவிர வேறு நேரத்தில் பானைகளில் எழுத்துக் கீற முடியாது. சுட்ட பாண்டங்களில் பிராமி கீறுவது முற்றிலும் இயலாது. பாண்டங்களைச் சுட்ட பிறகுதான் பிராமி கீறியிருப்பார்கள் என்று ஆய்வாளர்கள் நினைப்பதை அறிவேன். சுட்ட பிறகு எழுத்துக் கீறுவதற்குத் தனி முறை இருந்திருக்கலாம் என்று ஒரு நண்பர் கூறினார். சுட்ட பிறகு எழுத்து கீறுவது பாண்டத்தை உடைத்துவிடும்.

அரிக்காமேட்டு பானை ஓடுகளில் 'வேள்' என்று தமிழ் பிராமியில் இருப்பதாக ஐராவதம் மகாதேவன் சொல்லியுள்ளார் [Mahadevan, Iravatham (2003), *Early Tamil Epigraphy - From the Earliest Times to the Sixth Century A.D.,* Chennai: Cre-A. p.144] யாழ்ப்பாணத்தில் கண்டெடுத்த பானை ஓடுகளிலும் 'வேளான்' என்று பிராமியில் இருப்பதாகவும் அது ஒரு இனக்குழு அல்லது சாதியைக் குறிக்கும் என்றும் அதே நூலில் ஐராவதம் மகாதேவன் கூறுகிறார் (பக்.61). இந்தச் சொல் (வேளார்/வேளான்) இப்போதுவரை கொள்ளிடக் கரைக்கு தெற்கே உள்ள குயவர்களின் சாதிப் பட்டமாகும். கீழடியில் கண்ட தமிழிப் பெயர்களை இந்தப் பின்னணியில் எப்படியெல்லாம் விளங்கிக்கொள்ளலாம் என்பதை ஆராய வேண்டும். பானை ஓடுகளில் கண்ட பிராமி எழுத்துப் பெயர்கள் பாண்டங்களின் உடைமையாளர்கள் பெயரா அல்லது அதைச் செய்த குயவர்களின் பெயரா என்பது ஆராய வேண்டியது. இது தெளிவு பெறும்போது ஐராவதம் மகாதேவன் விவாதிக்கும் (பக்.160) அக்காலத் தமிழகத்தில் எழுத்தறிவுப் பரவல்பற்றி ஒரு புதிய புரிதல் நமக்குக் கிடைக்கலாம்.

கீழடி ஓடுகளில் 'துளையிடப்பட்ட பானை ஓடு' என்பதாக ஒன்று. அண்மைக் காலம் வரை சாதம் வடிப்பதற்கு மண்ணாலான வடிதட்டு இருந்தது சிலருக்காவது நினைவிருக்கும். அடுப்பு, கிணற்று உறைகளை வெறும் களிமண்ணால் செய்யாமல் கூளமண்ணால் செய்வது வழக்கம். 'கூளமண்' என்பது களிமண்ணோடு கூளம்,

கருக்காய், உமியைச் சேர்த்து பிசைந்து வருவதாகும். மதுரை அருங்காட்சியகத்தின் கீழடி அடுப்பும் கிணற்று உறையும் களி மண்ணால் செய்ததாகத் தெரிகின்றன. கூளமண் உருப்படிகளானால் இந்நேரம் மண்ணுக்குள் செரித்துப்போயிருக்கும். வெறும் களி மண்ணால் ஆனதால்தான் சுடுமண் உருவங்கள் இப்போதும் கிடைக் கின்றன. ஆனால், வெறும் களிமண்ணில் சிறிய உருவங்களைத்தான் செய்வார்கள். பிற்காலத்துப் பெரிய குதிரை, கடவுள் சிலைகளைப் போல் அன்றைய உருவங்களும் கூளமண் சிலையானால் அவை மண்ணில் செரித்துப் போயிருக்கலாம்.

தாழி கவிழ்ப்பது இதுதானா?

பொதுவாக ஈமத் தாழிகளை எப்படிச் செய்திருப்பார்கள் என்று ஊகிக்கலாம். நெஞ்சடிவரை அவற்றைத் திருகையில் செய்து, தலை கீழாகக் கவிழ்த்துவைத்து வெயிலில் உலர்த்தியிருக்க வேண்டும். திறந்திருக்கும் தூர் உலரஉலர, அந்தாயம் அந்தாயமாக மண்ணைச் சேர்த்துத் தட்டி, பெருக்கியிருப்பார்கள். இதனால்தான் தாழிகள் வாழைப்பூ வடிவில் கூம்பாக இருக்கின்றன. பெரிய தாழியை முழுதுமாகத் திருகையில் செய்ய முடியாது. செய்து, சுட்டு எடுப் பதற்கு நான்கு நாட்களாகலாம். புறநானூற்றுப் பாடல் ஒன்றை வழக்கமாக விளக்குவதுபோல் இறந்த பின் ஒருவருக்குத் தாழி செய்யக் கோருவது அவ்வளவு சாத்தியமில்லை. மற்ற பாண்டங் களைப் போல் இந்த மதமதக்கா பானைகளைச் செய்து, சரக்காக வைத்துக்கொள்ளும் வழக்கம் இருந்தது என்பதும் சந்தேகமே.

தொல்லியல் ஆய்வு ஒரு பண்பாட்டுத் தொடர்ச்சியை அனு மானித்துக்கொண்டு இயங்கும். அந்தத் தொடர்ச்சிக்குப் பொருட்கள் எப்படி ஆதாரமோ அதைப் போலவே அவற்றின் பெயர்களும் ஒரு சான்று. வகைப்படுத்தவும், விவரிக்கவும் இப்போது புழங்கும் சில பெயர்களைக் காட்டினேன். அந்தந்தத் தொழிலில் புழங்கும் சொற் களைப் பகிர்ந்துகொண்டு உருவாகும் ஆய்வு மொழி இன்னும் செறிவானதாக இருக்குமே!

(இந்து தமிழ் திசை, 14.06.2021.)

13. பொன்னிக் கரையில் பெண்கள் திருவிழா

தஞ்சையை ஆண்ட மராட்டிய மன்னன் சகஜி, 1704ஆம் ஆண்டு ஆடிப் பதினெட்டாம் பெருக்கில், ஒரு நாட்டிய நாடகம் அரங்கேற்றுகிறான். 'காவேரி கல்யாணம்' என்ற யக்ஷகான வகையிலான அந்தத் தமிழிசை நாட்டிய நாடகம் சகஜியே எழுதியது. காவிரிக்கும் கடலரசனுக்கும் அகத்தியர் திருமணம் செய்விப்பதாக நாடகத்தின் கற்பனை. அந்த ஆண்டு பதினெட்டாம் பெருக்கு காவிரி பிறந்த மிருகசீரிட விண்மீன் நாள். இந்த அரிய விவரங்களைத் தஞ்சை சரஸ்வதி மகால் நூலகம் வெளியிட்டிருக்கும் 'ஐந்து தமிழிசை நாட்டிய நாடகங்கள்' என்ற நூலில் (இரண்டாம் பதிப்பு, 1990) அதன் பதிப்பாசிரியர் வ. வேணுகோபாலன் தெரிவிக்கிறார். பதினெட்டாம் பெருக்கும், அதனோடு அந்த ஆண்டு சேர்ந்துகொண்ட காவிரி பிறந்த நாளும், அதைக் கொண்டாட 'காவேரி கல்யாணம்' நாட்டிய நாடகம் திருவையாறு காவிரிக் கரையில் மன்னன் முன்பாக அரங்கேறியதும் நாம் நினைத்துநினைத்து ரசிக்க வேண்டிய நிகழ்வுகள்.

'இருபத்தெட்டாம் பெருக்கு' என்று கேள்விப்பட்டிருக்கிறீர்களா? தாயார் திருவிழாவான ஆடிப்பூரம் உற்சவத்திற்கு இடையில் பதினெட்டாம் பெருக்கு வந்துவிட்டால் பெருமாள் கோயில்களில் அதை அப்போது கொண்டாடாமல் ஆடி இருபத்தெட்டில் இருபத்தெட்டாம் பெருக்காக நிகழ்த்துவார்கள் என்று மன்னார்குடி பிரசன்ன வேங்கடேச தீக்ஷிதர் சொன்னார்.

காவிரிப் பெண் கடலரசனோடு கலப்பதற்கு விரைகிறாள். எப்போதும் அப்படித்தான். ஆனால், நிகழ்வுகளின் அதீத நிலையில்தான் நாடகம் பிறக்கிறது. ஆடிப் பதினெட்டு காவிரிக்கு அப்படியொரு நாடக அதீதம். பெண்ணாக, மணப்பெண்ணாக, புது மணப் பெண்ணாகக் கற்பிதம் செய்வது ஒரு கவி மரபு மட்டுமல்ல; பதினெட்டாம் பெருக்கில் பெண்களும் காவிரியை அப்படியேதான் காண்கிறார்கள்.

காவிரியின் முகக் களை இன்றைக்கும் நம் கண் நிறைந்த காட்சியாகும் நாள் ஆடிப் பதினெட்டு. நமக்கும் ஒரு நதிக்கும் உள்ள உறவு தன் உச்சத்தில் கலை அழகு கொள்வதை அன்றைய விழாவில் காணலாம். பொன் மினுக்கும் வண்டலை நிலம் பரப்பி வரும் வெள்ளம். அது பொன்னைச் சிந்தி, மணியைச் சிதறி, அகிலும் சந்தனமும் அள்ளி வருமாம். புகுந்த வீடு செல்லும் காவிரி தன் பிறந்த வீட்டுச் சீதனங்களாக இவற்றை வாரிக்கொண்டு கடலுக்குச் செல்கிறாள் என்ற கவிகள் உண்டு.

அந்த ஆண்டு தை மாதத்திலிருந்து திருமணமானவர்கள், அது வரை வைத்திருந்த தங்கள் மணமாலைகளைத் தம்பதிகளாகக் காவிரிக்குச் சென்று, பெருகி வரும் வெள்ளத்தில் விட்டுவிடுவார்கள். சங்க இலக்கியம் நினைவுக்கு வந்தால் காதலர்களின் நீராடல் என்ற இலக்கிய மரபும் உங்கள் நினைவுக்கு வரலாம்.

அன்றைய தினம் மணப்பெண், ‘தாலிகட்டிப் புடவை’ என்ற தன் திருமணப் புடவையில் காவிரிக்குச் செல்வார். அது காவிரித் தாயிடம் ஆசி கேட்பது போலிருக்கும். புத்தம் புதிய தாலிச் சரடும், மஞ்சள் பொலியும் முகமுமாகக் கரை நெடுக அன்றைக்குப் பெண்கள் கூட்டம் இருக்கும். புது மணப்பெண்ணுக்கு ஆடிப் பதினெட்டில் தாலி பிரித்துக் கோப்பது வழக்கம். நாளும் கோளும் அன்று பார்ப்பதில்லை. நல்ல நாள், நல்ல நேரம் என்பது காவிரியின் பெருக்கே. அன்று பெருகும் காவிரியைப் போல் என்றைக்குமே அவரவர்கள் வீட்டில் மங்களம் பொங்கும் என்ற நம்பிக்கை. காவிரி என்ற ஒரு பெண், ஆயிரம்ஆயிரமாக அவதரித்துக் கரை பொழிவதுபோல் இருக்கும். ஆடிப் பதினெட்டில் அரங்கேறிய ‘காவேரி கல்யாணம்’ நாடகத்தையும் இவற்றையும் சேர்த்துத்தான் பாருங்களேன்! சித்திரை மாதம் மதுரை மீனாட்சி திருமணத்தில், ஆயிரம் ஆயிரம் பெண்கள் புதுத் தாலிச்சரடு அணிந்துகொள்கிறார்கள் என்பதுகூட நினைவுக்கு வரும். ஆடிப்பெருக்கில் மீனாட்சியின் இடத்தில் காவிரியை வைத்துக்கொள்வது காவிரிக் கரை மரபு.

முகம் பார்க்கும் கண்ணாடி

ஆடிப் பதினெட்டில் வீடு கழுவி, மெழுகி, மாவிலைத் தோரணம் கட்டுவது வழக்கம். தெருவுக்குச் சொல்லி, ஊரைச் சேர்த்துக்கொண்டு அன்றைக்குக் குழுவாகத்தான் பெண்கள் காவிரிக் கரைக்குச் செல் வார்கள். புது வெள்ளத்தில் குளித்துக் கரையேறி ஈரப் புடவையைப்

பிழிந்து கட்டிக்கொள்வார்கள். காவிரியிலிருந்து தாம்பாளத்தில் மூங்கி அள்ளிய வெண் மணலால் கரையில் ஒரு வாசல் வைத்து வீடு கட்டுவார்கள். நடுவில் மஞ்சளில் அல்லது மணலில் ஒரு பிள்ளையார் பிடித்து வைத்திருக்கும்.

மணல் வீட்டுக்குள் தலைவாழை இலை போட்டு ஒரு படையல் உண்டு. அந்தப் பருவத்தில் வரும் நாவல்பழம், விளாம்பழம், வெள்ளரிப் பிஞ்சு, மாம்பழம், பேரிக்காயோடு ஊறவைத்து வெல்லம் கலந்த பச்சரிசியும் காவிரிக்குப் படையலாகும். ஒரே மணல் வீட்டில், எல்லாப் பெண்களும் சேர்ந்துதான் இந்த வழிபாடு நடக்கும். முதிர்ந்த கட்டுக்கழுத்தி ஒருவர் எல்லாருக்குமாக வழிபாடு நடத்துவார். இப்படிக் காவிரிக்குக் குழு வழிபாடு நிகழ்வது பண்பாட்டில் இன்றைக்கும் தரித்திருக்கும் அரிய மரபு. நம் வழிபாட்டு வழக்கத்தில் குழு வழிபாடு என்பது புரட்சிகரமாகக்கூடத் தோன்றும்.

வழிபாட்டின் முடிவில் பனை ஓலையால் ஆன சிவப்புக் காதோலையும், கறுப்பு கருகமணி வளையலும் காவிரிக்கு அன்றைய நாளில் பெண்கள் தரும் அணிகலன்கள். காவிரியின் பிறந்த நாளை முன்பு குறிப்பிட்டேன். கறுப்பு வளையல்களைப் பிறந்த குழந்தைக்குப் பதினாறாம் நாள் அணிவிக்கும் வழக்கத்தை இது நினைவூட்டக் கூடும். பண்பாட்டு வழங்கங்களின் ஆதித் தொடர்புகளை அப் போது இருந்த வடிவிலேயே நாம் இன்றைக்கு எளிதாக ஊகிக்க இயலாது. அது பயணித்த தடங்களும் எப்போதுமே அழுத்தமாகப் பதிந்திருப்பதில்லை.

கும்பிட்டு முடிந்தவுடன் பழங்களைக் காவிரி வெள்ளத்தில் வீசி விடுவார்கள். பிறகு ஒருவருக்கொருவர் கழுத்தில் மஞ்சள் தோய்த்த சரடு அணிவிப்பார்கள். மஞ்சள் சரடு அணிந்துகொண்ட பெண்கள் கையோடு எடுத்துவந்த கண்ணாடியில் முதலில் தங்கள் முகத்தைப் பார்த்துக்கொள்வது ஒரு வழக்கம். அந்தப் பெண்களின் முகத்தைக் கண்ணாடியாகக் கொண்டு காவிரியும் தன் முகத்தை அங்கே பார்த்துக் கொள்வது போலிருக்கும் அன்றைய காவிரிக் கரை. காவிரி தன் முகக் களையைப் பெண்களுக்கு வழங்கியிருப்பாள். இலக்கிய நயத்தை எட்டும் முயற்சியில் இதை நான் சொல்லவில்லை. ஒரு பண்பாட்டு வழக்கம் தான் எடுத்துக்கொள்ளும் கலை வடிவத்தின் விவரங்களைச் சொல்லிவைத்தேன்.

காவிரிக் கரையிலிருந்து வீட்டுக்குத் திரும்பியதும் விளக்கேற்றி கும்பிடுவது வழக்கம். தாங்கள் கழுத்தில் மஞ்சள் சரடு அணிந்து கொண்டதுபோல் தங்கள் வீட்டு ஆண்களுக்கும் வலது மணிக்கட்டில் இந்தச் சரடு அணிவிப்பது உண்டு. ஆடியில் காவிரி நீர் புரண்டு வந்து வயல் வேலை துவங்கும்போது இந்த மஞ்சள் சரடை ஆண்களுக்கு அணிவிப்பது ஒரு பண்பாட்டுச் சுழற்சியின் துவக்கம். அந்த ஆண்டு விவசாய வேலைக்கு ஒரு சங்கல்பம் செய்துகொள்வது போன்ற துவக்கம் இது. ஆறு மாதம் கழித்துத் தைப்பொங்கலின் மறுநாள், மாட்டுப் பொங்கல் முடிந்து வீடு திரும்பும் ஆண்களை ஆரத்தி எடுத்து பெண்கள் வீட்டுக்குள் அழைத்துக்கொள்வார்கள். ஆடி மாத சங்கல்பம் தை மாத விளைச்சலோடு நிறைவுபெறுகிறது. அந்த நிறைவும் கையில் காப்புக்காக மஞ்சள் சரடு கட்டிவிட்ட பெண்களாலேயே ஆரத்தியாக அடையாளப்படுகிறது.

தண்ணீர்கண்ட இடத்தில் இப்போது காவிரியைக் கும்பிடு கிறார்கள். குளம், குட்டை, கிணறு, கைப் பம்பு, ஆழ்துளைக் கிணறு என்று எங்கே நீர் இருந்தாலும், அல்லது அவை நீரின் அடையாள மாகிவிட்டாலும் அந்த இடத்தில் காவிரியைக் கும்பிடுகிறார்கள். கடல் ஓரத்தில் இருப்பவர்கள் கடல்நீரில் காவிரியைக் கண்டு, கடற் கரையில் காவிரியை வணங்குகிறார்கள். சிறுவர்கள் சப்பரம் கட்டி, சாமி படத்தை அதற்குள் வைத்து காவிரிக்கு இழுத்துச் செல்வார்கள். சில தெருக்களில் சர்க்கரைப் பொங்கல், தேங்காய் சாதம், புளி சாதம், தயிர் சாதம் போன்ற சித்திரான்னங்களைச் செய்து வண்டி கட்டிக்கொண்டு காவிரிக்குச் செல்வதும் இருந்தது. அங்கே பெண் களாகக் கூடியிருந்து அவற்றை உண்டு மகிழ்வார்கள். ஆற்றுக்குச் சென்றுவந்ததும் சிலர் அன்றைய நாளில் புலால் உணவும் சமைப்பது உண்டு. எப்போதாவது அமாவாசையும் அன்று சேர்ந்துகொண்டால் கவிச்சி சாப்பிடுவதில்லை. பல வீடுகளில் அன்றைக்கு வடை, பாயசத்தோடு உணவு இருக்கும்.

மணல் கூம்புகள்

நீரும் மணலுமாக அள்ளி கரையில் ஊற்றினால் அது கூம்பு கூம்பாக வளரும். இந்தக் கூம்புகளைச் சாமியாகப் பாவித்து ஏழு கூம்புகளுக்குப் படையலிட்டுக் கும்பிடுவது சில இடங்களில் வழக்கம்.

நிலத்தில் பரவி, வயலாகிய புலத்திலும் பரவி நிற்கும் காவிரி என்று பாடியிருக்கிறார்கள் புலவர்கள். காவிரிப் படுகை ஒரு புனல்

நாடு என்பதற்கு ஆடிப் பதினெட்டு சரியான ஆதாரமாக இருந்தது. பார்க்கும் இடமெல்லாம் அப்போது தண்ணீராகவே இருந்தது. காவிரியும் ஒரு மன அவசரத்தில் விரைவதுபோலவே வெள்ளமாகச் செல்லும். சமுத்திர ராஜனான தன் கணவனைச் சேரும் அவசரம் அது என்று கவிகள் சொல்லியிருப்பது ஒன்றும் அதீதக் கற்பனையல்ல என்று அன்றைக்குக் கண்டுகொள்ளலாம். இதனோடு அன்றைக்குக் காவிரிக் கரைக்குச் செல்லும் புதுமணத் தம்பதிகளையும், மஞ்சள் சரடு அணிந்துகொள்ளும் பெண்கள் கூட்டத்தையும் சேர்த்துப் பாருங்கள். காவிரியின் முகக்களை முழுதாகத் தெரியும் உங்களுக்கு.

சாமியும் கலந்துகொள்வார்

அந்தந்த ஊர் பெருமாளும் இந்தத் திருவிழாவில் கலந்து கொள்வார். எங்கள் ஊரிலும் தீர்த்தவாரிக்கு அன்றைய நாளில் பெருமாள் காவிரிக்குச் செல்வார். ஸ்ரீரங்கத்திலும் சுவாமி அம்மா மண்டபப் படித்துறைக்குத் தீர்த்தவாரி காணச் செல்வார். செல்வர் என்ற சுவாமியின் பிரதிமை ஆற்றில் இறங்கித் தீர்த்தவாரி முடிந்ததும் பெருமாள் கோயிலுக்குத் திரும்புவார். எங்கள் ஊர் கோபாலன் கோயிலுக்குத் திரும்பியதும், அவரது நாயகி அவரை எதிர்கொண்டு அழைத்துவருவார். பிறகு கோயில் முற்றவெளியில் இருவரும் மாலை மாற்றிக்கொள்வார்கள். இருவரும் சேர்ந்தே தாயார் சன்னதி பிரகாரத்தில் ஊர்வலம் வருவார்கள். இதனோடு புது மணத் தம்பதிகள் அன்றைய நாளில் காவிரிக்குச் செல்வதைச் சேர்த்துப் பாருங்கள். ஒரு பழைய பண்பட்டு வழக்கம் எப்படியெல்லாம் புது வடிவங்களை எடுத்து மிளிர்கிறது என்பதை ஊகிக்கலாம்.

காவிரிப் படுகையின் மையத்திலிருக்கும் திருச்சேறை என்ற ஊரில் பெருமாளுக்கு ஐந்து நாயகிகள். அவர்களுள் ஒருவர் காவிரி. தை மாதம் பூசத் திருவிழாவில் தேரிலிருந்து இறங்கி வரும் பெருமாள் காவிரி என்ற தன் நாயகியோடு மாலை மாற்றிக்கொள்வார். தி. ஜானகி ராமனின் 'நடந்தாய்; வாழி, காவேரி!' திருச்சிராப்பள்ளி மலைக் கோட்டைக் கோயிலில் உள்ள பல்லவ மன்னன் மகேந்திர வர்மனின் கல்வெட்டு ஒன்றைச் சொல்கிறது. சிவனின் முடியில் அமர்ந்திருக்கும் கங்கை நதிக்குத் தன் நாயகன் காவிரி என்ற பெண்ணிடம் மயங்கி விடுவானோ என்று அச்சம். "காவிரி பல்லவனுக்கு உரிமையானவள்" என்று சிவனிடம் சொல்லிக்கொண்டிருக்கிறாளாம் கங்கை! ரச-பாவ நுட்பத்தின் உச்சத்துக்கே சென்று காவிரியை இப்படிப் புகழும்

மகேந்திர வர்மன் ''ஒரு கலைஞன், பிறவிக் கவிஞன்'' என்று போற்றுகிறார் தி.ஜானகிராமன். வைகையும் காவிரியும் சிருங்காரக் கவி நளினங்களுக்குச் சுரங்கம். காவிரியின் அழகுக்கும், அதன் நீர் அரசனுக்கு முழு உரிமை என்ற அன்றைய கோட்பாட்டுக்கும் இந்தக் கவிதையைத் தவிர வேறு என்ன ஆதாரம் வேண்டும்?

விதைக்கு அலைவதும், புது உழவுமாட்டுக்கு அலைவதும், வயலை விதை விடுவதற்குத் தயார் செய்வதுமாக விவசாயிகள் மும்முரப்படும் நேரம் ஆடிப் பதினெட்டு. விவசாயம் என்ற மண்ணுடனான போராட்டத்தில் இறங்கும்போது காவிரியை வேண்டிக்கொள்வது இயற்கையை வேண்டிக்கொள்வதாகும். நமக்கு காவிரியோடு இருக்கும் உறவு பொருளாதர உறவு என்ற அந்த மட்டத்திலேயே நின்றுபோவதல்ல. அதைக் கடந்துசென்று, அது கலையழகுப் பெற்ற பண்பாட்டு வழக்கமாகிறது. பொருளாதாரத்தால் வரும் மன நிறைவுக்கும் அப்பால் மனித இனம் ஒன்றைத் தேடுவதைக் காட்டுவதுதானே பெண்கள் விழாவான பதினெட்டாம் பெருக்கு!

('அருஞ்சொல்' மின்னிதழ், 22.07.2022.
தலைப்பு: 'ஆடிப்பெருக்கின் கதை'
மேலும் சில தகவல்களுடன்.)

14. திருவாரூர்த் தேரும் தென்தமிழ் மரபும்

ஓட்டத்தைக் கவனப்படுத்தி தேர்த் திருவிழாவை 'தேரோட்டம்' என்பதும் உண்டு. தேர்க் கால்கள் சூரியனும் சந்திரனும்; வேதங்கள் நான்கும் தேரில் பூட்டிய குதிரைகள். சாரதியாக இருப்பது பிரம்மா. இறைவன் தேர் ஊர்வதை இப்படிப் பிரபஞ்சத்தின் இயக்கமாக அர்த்தப்படுத்துவது ஒரு வழக்கம். திருவாரூர்த் தேரோட்டம் தமிழ் இலக்கிய மரபு ஒன்றைக் காட்சிப்படுத்துவதாகவும் அர்த்தப்படுத்த இயலும்.

திருவாரூர் தியாகேசர் கோயில் நாகஸ்வர கலைஞர் திரு. பழனியப்பன், தேரோட்டத்தில் தான் வாசிக்கும் கீர்த்தனைகளைப் பற்றி எனக்குச் சில அரிய தகவல்களைக் கொடுத்தார். அவர் குடும்பத்தினர் பல தலைமுறைகளாக தியாகேசர் கோயில் ஆஸ்தானக் கலைஞர்கள்.

நான்கு வீதிகளையும் சுற்றித் தேர் நிலைக்கு வரும் தூரத்தை எட்டு அங்கணங்களாக்கி ஒவ்வொன்றிலும் இன்னின்ன கீர்த்தனைகளை வாசிக்க வேண்டும் என்ற முறை இருப்பதாக பழனியப்பன் சொன்னார். அவர் நாகஸ்வரத்தில் வாசிக்க வேண்டியவற்றில் சில குறவஞ்சி இலக்கியப் பாடல்கள். குறவஞ்சியின் மரபை ஒட்டி அவை நகைச்சுவையாகவும் இருக்கும் என்றார் பழனியப்பன். நாகஸ்வரத்தில் ஸ்வரங்களுக்கே அதிகம் பழகியதால் வரிகள் அவருக்கு நினைவில்லை.

திருவாரூரின் குறவஞ்சி

குறவஞ்சியிலும் உலா இலக்கியத்தில் இருப்பதுபோல், தலைவனின் நகர உலா உண்டு. அவனைக் கண்டு மையல் கொள்ளும் தலைவி வசமிழந்து தன் ஆற்றாமையைச் சொல்லிப் புலம்புவதும் அதன் அடுத்த கூறு. பதினேழாம் நூற்றாண்டு குறவஞ்சி நாடகம்

ஒன்று 'தியாகேசர் குறவஞ்சி'. தஞ்சாவூர் சரஸ்வதி மகால் நூலகத்தில் இருந்த அந்த நாடகப் பிரதியைத் தன் ஆய்வு முயற்சியால் திருமதி வே. பிரேமலதா நன்றாகச் செப்பனிட்டுள்ளார். நாடகம் 1970இல் அந்த நூலகத்தின் பதிப்பாகவே வெளிவந்துள்ளது. திருவாரூர் கமலம்மாள் வழித்தோன்றலான பரதக் கலைஞர் திருமதி பி.கே. திலகம் அவர்களிடம் புழக்கத்தில் இருந்த ஸ்வர சாகித்தியங்களாகவே குறவஞ்சியின் பாடல்களைத் தந்துள்ளார் பதிப்பாசிரியர். இந்த நாடகம் அண்மைக் காலம்வரை பங்குனிப் பெருவிழாவில் கோயிலில் நடிக்கப்பட்டு வந்ததாகவும் அவர் கூறுகிறார்.

தியாகேசர் என்ற தலைவனின் உலாவாகவே திருவாரூர்த் தேரோட்டம் வடிவமைக்கப்பட்டதாகக் கருதுகிறேன். தமிழ் இலக்கிய மரபுகள் கோயில் விழாக்களாக வடிவம் பெறுவது நம் பண்பாட்டில் புதுமையல்ல. மன்னன் என்ற கதைப் பாத்திரத்தின் இடத்தில் இறைவனை வைத்து இலக்கியம் செய்வதும் புதிதல்ல. சிவன் கோயில்களில் திருவூடல்பற்றியும் பெருமாள் கோயில்களில் அதைவிட விரிவான மட்டையடித் திருவிழாபற்றியும் நீங்கள் அறிந்திருக்கலாம்.

தேருக்குத் திராவிட விமானம்

திருவாரூர்த் தேர் மற்ற இடங்களின் தேர்களைவிடப் பெரிதும் மாறுபட்டது. இதரக் கோயில்களின் தேர்கள் பெரும்பாலும் சட்டத் தேர்கள். மரச் சட்டங்களைக் கொண்டு அவற்றை தஞ்சாவூர் பெரிய கோயில் விமானம்போல் நாற்கோணத்தில் அல்லது அறு கோணத்தில், குடையைப் பாதி மடக்கியதுபோல், நிரந்தரமாக அமைத்திருப்பார்கள். திருவாரூர்த் தேரின் பீடம் மட்டும் நான்கு ஆள் உயரத்தில், எண்கோண வடிவில், நிரந்தரமாக இருப்பது. அதன் பக்கங்களைப் புராணக் கதைகளின் மையக் கட்டங்களைச் சித்தரிக்கும் மரச் சிற்பங்களால் பொதிந்திருக்கிறார்கள். இரண்டு மூன்றாக உடைத்த பனை மரங்களைப் பீடத்தின் மேல் குத்துக் கால்களாக வைத்து, அதற்குமேல் மூங்கிலால் குடை விரித்தது போல், பம்பலாக, பன்னிரண்டு கோணத்தில் தேர் கட்டியிருப்பார்கள். இது அந்தந்த ஆண்டுக்கெனக் கட்டுவது. இந்தப் பகுதி, பீடத்தைப் போல் இரண்டு பங்குக்கு மேல் வளர்ந்து உயர்ந்திருக்கும். பீடத்தைவிட கால் பங்கு விரிந்து பரந்திருக்கும். இந்த அமைப்பை திராவிட விமானம் எனலாம். விமானத்தின் மேல் தகுந்த அளவில் சிகரமும் அதன்

உச்சியில் கலசமும் கோயிலைப் போலவே இருக்கும். கலசத்துக்குக் கச்சிதமான அளவில் இரட்டைக் குடை.

விமானத்தைப் போர்த்தியிருக்கும் தேர்ச் சீலை அடர் மஞ்சள், பச்சை, சிவப்பு, நீலம் போன்ற வர்ணங்கள் சிதறிய கோல ரகளை. குடை விளிம்பில் அதே வர்ணங்களில் கூத்தாடும் தொம்பைகள். நம் கண்கள் தொல்குடிகளின் அடர் வர்ண ரசனையைப் புதிதாகப் பழகிக்கொள்ளும்.

தேரின் பீடம் ஒரு தட்டு என்றால் அதன் மேல் படிப்படியாக உள்ளடங்கி மூன்று தட்டுகள் இருக்கும். உச்சித் தட்டு தியாகேசர் அமர்வதற்கு. அடுத்த கீழ்த் தட்டில் அர்ச்சகரும் அதற்கு அடுத்ததில் கோயில் நாகசுரக் கலைஞரும் இருப்பார்கள்.

ஆர்ப்பாட்ட ஒலி பொருந்தாது

நாகசுரக் கலைஞர் பழனியப்பன் இந்தக் கோயிலுக்கே உரிய பாரி நாயனம் வாசிப்பார். இந்த ‘பாரி’ நாயனம் பார்ப்பதற்கு வட நாட்டு ஷெனாய் போல் சிறியதாக இருக்கும். எப்போதும் உடன் வாசிக்கும் தவிலுக்குப் பதிலாகத் தேரோட்டத்தில் மட்டும் ஒருவர் கொடுகொட்டி வாசிப்பார். இந்தக் கொடுகொட்டி, தோற்றத்தில் தபேலாவை ஒக்கிறது. விளம்ப கதியில் வரும் இவற்றின் மெல்லிய நாத பரிமாணத்திற்கும், தேரின் ஆகிருதிக்கும் நம்மால் தொடர்பு அறிய இயலாது. கண்கொள்ளாமல் விரிந்து கிடக்கும் வானத்தில் இரண்டே இரண்டு மீன் பூத்தது போன்ற தனிமையில் இந்த இசைக் கருவிகளின் நாதம் மென்மையாக ஒளிரும். இவ்வளவு பெரிய தேருக்கு ஆர்ப்பாட்ட ஒலிகள் எப்படியோ பொருந்தாமல் போகும் ஆச்சரியம் அன்று நிகழும். பூதலத்தில் அல்லாமல் தேர் வேறொரு தளத்தில் நகர்வதாகவே இந்த இசை நமக்குத் தோன்றச் செய்யும்.

இளவேனில் திருவிழா

கோயிலிலிருந்து நடனமாடியபடியே தேருக்குப் புறப்படும் தியாகேசர், ராஜகோபுரத்திற்கு முன்பு இருக்கும் நாலுகால் மண்டபம் வந்ததும் சற்று நிதானிப்பார். தேரிலிருந்தபடியே அதைப் பார்க்கும் நாகசுரக் கலைஞர் பழனியப்பன், “இதுவல்லவோ நிறை செல்வத் திருவாரூர்!” என்று கல்யாணி ராகத்தில் இசைப்பார். பாடலை இயற்றிவர் பாபநாச முதலியார் என்றார் பழனியப்பன். அநேகமாக ‘கும்பேசர் குறவஞ்சி’ என்ற நாடகத்தை இயற்றிய அதே ஆசிரியராக

இருக்கலாம். உலா இலக்கிய மரபில் வரும் தலைவனின் நகரச் சிறப்பை ஒத்த ஒரு கட்டம் இது என்பதை நாம் கவனிக்க வேண்டும். இந்தத் திருவிழாவிற்கு ‘வசந்தன்’ என்றும் பெயர். வசந்தம் காம தேவன் வரவுக்குக் கட்டியம் கூறும் பருவம். தேர்த் திருவிழா நடக்கும் பங்குனி மாதம் இளவேனில் என்ற பெரும் பொழுது. சங்க இலக்கியத்தின் மருதத் திணையை நினைவூட்டும் மருத நிலம் திருவாரூர். இப்போது எனக்குக் குறவஞ்சித் தலைவனின் உலாவோடு தியாகேசரின் தேரோட்டத்தைப் பொருத்தி அர்த்தம்கொள்வதில் பிரச்சினை இருப்பதாகத் தெரியவில்லை.

தேரோடும் வீதியின் அங்கணங்களில், அததற்கு உள்ள பதங்கள், குறவஞ்சிக் கீர்த்தனங்கள், தில்லானா, ஊஞ்சல் பாட்டு, ஓடம், பிறகு நிலைக்கு வரும்போது இறக்கு மல்லாரி என்று வாசித்து நிறைவு செய்வார்களாம். இந்த முறையைத் திருவாரூர் இசை மூவரில் ஒருவரான முத்துசாமி தீட்சிதரின் தந்தை ராமசாமி தீட்சிதர் அமைத்ததாகப் பழனியப்பன் சொல்கிறார். அதற்கு முன் இருந்தவற்றில் விடுபட்டதும், புதிதாகச் சேர்ந்ததும் எவை என்று தெரிந்தால் நம் குறவஞ்சி அனுமானத்திற்கு மேலும் தரவுகளைக் காணலாம். நாடகத்தோடு இசையும் நடனமும் சேர்ந்தது குறவஞ்சி. தியாகேசர் குறவஞ்சியில் பாடல்களுக்கு இடையே நடனத்திற்கு உரிய ஜதிக் கோர்வைகள் உண்டு என்கிறார் திருமதி பிரேமலதா. உலாவுக்கு இது கச்சிதமான அமைப்பு. தேரோட்டம் என்பது திருவாரூரின் தேரோடும் வீதிகளில் நாடகமாக நிகழ்ந்த குறவஞ்சி தானோ?

(இந்து தமிழ் திசை, 31.03.2023.
மேலும் சில விவரங்கள், திருத்தங்களுடன்.)

15. கல்வியில் சிறந்த மன்னார்குடி

சமஸ் அவர்களை ஆசிரியராகக் கொண்டு, 'ஒரு பள்ளி வாழ்க்கை' என்ற தலைப்பில் மன்னார்குடியின் அப்போதைய பள்ளிக்கூடங்கள் பற்றி கட்டுரைகளும் பேட்டிகளுமாக ஒரு நூல் வெளியானது [ஆகஸ்ட், 2022, Globalian Trust, சென்னை.] ஒரு நகரின் கல்வி முயற்சிகளும் நம் சமூக வரலாற்றின் முக்கியமான அங்கம் என்று கருதி அந்நூலில் பேட்டி வடிவில் வெளியான என் கட்டுரையை நான் எழுதியவாறும் மேலும் சில விவரங்களைச் சேர்த்தும் இங்கே கொடுத்துள்ளேன்.

நாட்டு வரலாற்றின் சுவடுகள் உள்ளூர்ச் சமூக வாழ்க்கையிலும் பதிந்திருக்கும். இந்தச் சுவடுகளைக் கொண்டே நம் ஊரைக் கடந்து சென்ற வரலாற்றின் பரிமாணங்களைக் கற்பனைக்குள் கொண்டு வருவது ஒரு சுவாரசியமான வேலை. இன்னொரு கோணத்தில் பார்த்தால், உள்ளூர் வரலாறு என்பது நாடு முழுமைக்குமாக எழுதப் பட்டிருக்கும் சரித்திரத்தை உரசி முகர்ந்துபார்க்க உதவும் அவரவர் வீட்டுச் சந்தனக்கல்.

ஒரு எழுத்தை எப்படி எழுதுகிறோம்? ஒரு சொல்லை எப்படி உச்சரிக்கிறோம்? ஒரு புதிய சூழ்நிலைக்கு நம் எதிர்வினை என்ன? நாளிதழின் இன்றைய செய்தி நமக்குள் ஒரு கருத்தை உருவாக்கியதா? நல்லது-கெட்டதுபற்றி நமக்குத் தீர்மானங்கள் உண்டா? அந்தத் தீர்மானங்கள் எவ்வளவு அழுத்தமானவை? பொதுப் பிரச்சினை யாக வருபவற்றைத் தீர்க்க முன் நிற்கிறோமா?—இவற்றுக்கான நம் விடைகளை நமக்கு ஏற்கனவே முடிவுசெய்து தந்திருப்பவை உள்ளூர் பள்ளிக்கூடங்கள். சமூக வரலாற்றில் அவை ஆயுதங்களைக் கையாளாமல் சாகசம் நிகழ்த்தும் கதாநாயகர்கள்.

மாற்றுக் கல்விமுறை

பத்தொன்பதாம் நூற்றாண்டின் நடுவிலிருந்தே மன்னார்குடி (தற்போது திருவாரூர் மாவட்டம்) சிறந்த கல்வி நகரமாக இருந்துள்ளது. நான் படித்த பின்லே உயர்நிலைப் பள்ளியின் (Findlay High School) நூற்றாண்டு விழாவை 1962இல் நாங்கள் அந்தப் பள்ளியின் மாணவர்களாக இருந்தபோது கொண்டாடினோம். அது 1845இல் வெஸ்லி மிஷன் (Wesley Mission) என்ற இங்கிலாந்தின் மெதடிஸ்ட் (Methodist) கிறித்தவ மத இயக்கம் நடுநிலைப் பள்ளி யாகத் துவக்கிய பள்ளிக்கூடம். அநேகமாகப் பள்ளிக் கல்வி என்று நாம் இப்போது அறியும் முறைக்கு நகரத்தில் அதுதான் முதல் கட்டமாக இருந்திருக்கும். மெகாலேயின் (Thomas Babington Macaulay) ஆங்கிலக் கல்வியைச் சுதேசி கல்வி முறைகளுக்கு மாற்றாக காலனிய அரசு ஏற்றுக்கொண்டுவிட்ட காலம். அப்போது கிழக்கிந்திய கம்பெனி ஆட்சி. இங்கிலாந்தின் மகாராணி விக்டோரியா இந்திய அரசியாக இன்னும் ஒரு தசாப்தம் இருந்தது.

1883இல் பின்லே கல்லூரி (Findlay College) நாகப்பட்டினம் வெஸ்லி பள்ளியில் துவங்கியது. அப்போது கல்லூரி முதல்வர் டபுள்யூ. ஹெச். பின்லே (W.H.Findlay). அது 1898இல் மன்னார்குடிக்கு இடம்பெயர்ந்து, 1935 முதல் உயர்நிலைப் பள்ளியாகியது. வெஸ்லி மிஷன் இங்கிலாந்திலும் அமெரிக்காவிலும் தன் கல்விச் சேவையைத் தீவிரமாகத் துவக்கிய சில ஆண்டுகளுக்குள்ளாகவே அது மன்னார் குடியிலும் தன் பணிகளைத் துவக்கியுள்ளது நாம் கவனிக்கத் தக்க வரலாற்று நிகழ்வு. மோட்ச உலகில் ஏழைகளுக்கும் இடம் உண்டு என்ற கொள்கையுள்ளது வெஸ்லி மிஷன். பதினெட்டாம் நூற்றாண்டின் ஐரோப்பிய மதச் சிந்தனைப் போக்குகளோடு மாறுபடும் ப்ராட்டஸ்டண்ட் மத்தியதர வர்க்கத்தின் இயக்கம் அது.

மன்னார்குடியின் இன்னொரு உயர்நிலைப் பள்ளியான தேசிய உயர்நிலைப் பள்ளி 1899இல் துவங்கியது. இதனைச் சிங்காரவேலு உடையார், ராமதுரை ஐயர் என்ற இரண்டே இந்துக் கொடை யாளிகள் துவக்கியிருக்கின்றனர். கொடையாளிகளை நான் மத வழியாக அடையாளப்படுத்துவதாக நினைக்கக் கூடாது. நாகப் பட்டினத்திலும் மயிலாடுதுறையிலும் தேசிய உயர்நிலைப் பள்ளிகள் இருந்தன. அவையும் இந்துக்களில் தனிநபர்களின் கொடை. அன்றைய தேசிய எழுச்சியானது கிறித்தவக் கல்வி நிறுவனங்களைக்

காலனிய அரசோடு தொடர்புபடுத்தி இப்படி ஒரு வடிவம் எடுத்துக் கொள்ளவது இயற்கை. இந்தச் சட்டகத்தில் பொருத்தித்தான் 'தேசியப் பள்ளிகள்' தங்களைச் சமகாலத்தில் அர்த்தப்படுத்திக் கொண்டன என்று எண்ணுகிறேன்.

ஆனால், பின்லே உயர்நிலைப் பள்ளி கல்லூரியாக இருந்த போதும், பள்ளியாக இருந்தபோதும், இந்து ஆசிரியர்களும், அவர் களுள் பிராமணர்களும் அங்கு நிறைய இருந்தார்கள். மற்றவற்றைப் போலவே பிற்காலத்தில் மேல்நிலைப் பள்ளியான தேசிய உயர் நிலைப் பள்ளி அண்மையில் நாலாயிரம் மாணவர்களைக் கொண் டிருந்ததாக அறிகிறேன். பிற்காலத்தின் இந்த எண்ணிக்கை உயர்வை நான் கூறிய பழைய தேசிய உணர்வுப் பின்னணியில் வைத்து இப்போது புரிந்துகொள்ளக் கூடாது. ஒப்பீட்டில், அதன் கல்வித் தரம் மேல்நிலையில் இருப்பதாகக் கொள்ளும் பொதுக் கருத்தோடு இதனை எளிமையாகத் தொடர்புபடுத்த வேண்டும். நம் பள்ளிக் கூடங்கள் தோன்றிய காரணங்களும் நோக்கங்களும் கடந்த நூற்று ஐம்பது ஆண்டுகளுக்குள்ளாக நிறைய மாறியிருக்கின்றன. சில வற்றில் அக்காலக் காரணங்கள் அப்போது இருந்ததைவிட அழுத்த மாகியிருக்கின்றன.

பெண்களுக்குக் கல்வி

மன்னார்குடியில் பெண்களுக்கென்று தனியாக கத்தோலிக்க கிறித்தவ சகோதரிகளால் 1942இல் துவக்கப்பட்டது தூய வளனார் கல்வி நிறுவனம். அவர்களின் மத இயக்கம் ஐரோப்பிய நாடுகளில் பத்தொன்பதாம் நூற்றாண்டில் துவங்கிப் பிற நாடுகளுக்கும் படர்ந்தது. மன்னார்குடியில் அவர்கள் ஒரு ஆசிரியர் பயிற்சிப் பள்ளியையும் நடத்திவந்தார்கள். 1960களிலிருந்து உயர்நிலைப் பள்ளிக்குத் தேவையான கட்டடங்களைக் கட்டிக்கொண்டு, இந்த நிறுவனம் விரிவாகச் செயல்படத் துவங்கியது என்று நினைவு. துவங்கிய பத்து ஆண்டுகளுக்குள்ளாகவே, அந்தப் பள்ளி சில ஆயிரம் மாணவிகளைச் சேர்த்துக்கொள்ளும் திறன் பெற்று, கல்வியிலும் சிறப்பான இடத்தைப் பிடித்துக்கொண்டது. தன் பள்ளி வளாகத்துக்குள்ளேயே அண்மையில் ஒரு பெண்கள் சுயநிதிக் கல்லூரியும் துவக்கியிருக்கிறது.

பொதுவாகக் கிறித்தவப் பள்ளிகள் என்று அறியப்பட்டாலும் நகரின் இந்தப் பள்ளிகள் அந்த மதத்தின் தனித்தனி உட்பிரிவுகளைச்

சேர்ந்தவை. மாணவர் சேர்க்கையில் இவை எதுவும், எந்தவகை மத வேறுபாடுகளையும் பாராட்டியது இல்லை. மன்னார்குடியில் ஜைனர்கள், இந்துக்களில் வெகுவாக உள்ள சைவ, வைணவ பிரிவுகள் அன்னியில் மத்வப் பிரிவைச் சேர்ந்தவர்கள், இஸ்லாமியர்கள், கிறித்தவர்கள் எல்லாம் உண்டு. 1850இல் கத்தோலிக்கர்களின் தேவாலயம் ஒன்றும் 1870இல் ப்ராட்டஸ்டண்ட் தேவாலயம் ஒன்றும் நகரில் உருவாகியிருந்தன. ஆனால் 1862 வாக்கிலேயே பின்லே பள்ளி வளாகத்தில் ஒரு சிற்றாலயம் செயல்பட்டிருக்கும்.

உயர்நிலைப் பள்ளிகளுக்கு மாணவர் வரத்து வழிகளாகத் துவக்கப் பள்ளிகளும் நடுநிலைப் பள்ளிகளும் நகரத்தில் இருக் கின்றன. அவற்றில் மூன்று துவக்கப் பள்ளிகள் பின்லே உயர்நிலைப் பள்ளியோடு இணைந்தவை. மூன்று நடுநிலைப் பள்ளிகளையும் ஐந்து துவக்கப் பள்ளிகளையும் நகராட்சி நடத்திவந்தது. மற்ற வற்றைத் தனியார் நடத்தினர். கல்வியில் உள்ளூர் மக்கள் பங்கேற் பதற்கும் அவர்களின் பங்களிப்புக்கும் நகராட்சிப் பள்ளிகள் ஒரு அடையாளம். கிராம பஞ்சாயத்துகள் நூலக வரியும், நகராட்சிகள் கல்வி வரியும் விதிப்பது உண்டு. அரசாங்கமும் நகராட்சிகளுக்குக் கல்வி மானியம் வழங்கும். நகரத்தின் உயர்நிலைப் பள்ளிகளுக்குச் சுற்றுப்புற கிராமங்களில் இருந்து வரும் மாணவர்கள் நகரத்திலிருந்து வருபவர்களைவிட அதிகம்.

நான் 1965இல் அன்றைய பள்ளி இறுதித் தேர்வான எஸ்.எஸ்.எல்.சி. (S.S.L.C.) தேர்வு எழுதினேன். என் பள்ளிக்கூட மாணவர்கள் அந்த ஆண்டும், அதற்கு முந்தைய, பிந்தைய ஆண்டு களும் பொதுத் தேர்வில் நூறு சதம் தேர்ச்சி பெற்றார்கள். பொதுத் தேர்வில் நாற்பது, ஐம்பது சதம் தேர்ச்சி என்பதே பெரும்பாலான பள்ளிகளுக்குச் சாதனையாக இருந்த காலம் அது. எங்கள் பள்ளியின் கடைசி மாணவர்கூட 70 சதம் மதிப்பெண் வாங்கி தேர்ச்சி பெற்றிருப்பார். விளையாட்டுப் போட்டிகளிலும் கீழத் தஞ்சை கல்வி மாவட்டத்தில் எங்கள் பள்ளி முதல் இடத்தில் இருந்தது. இந்தச் சாதனைக்காக அது ஆண்டுதோறும் பொறையார் வீரப்பப் பிள்ளை சுழற் கோப்பையைப் பெற்றுவரும்.

படிப்பிலும், விளையாட்டிலும் எங்கள் பள்ளிக்குச் சமமான போட்டியாளராகவே தன்னை உருவாக்கிக்கொண்டது தேசிய உயர்நிலைப் பள்ளி. கல்வி மாவட்டத்தில், மன்னார்குடியின்

பள்ளிகள் முதல் அல்லது அதற்கு அடுத்த, அடுத்த நிலைகளிலேயே பல ஆண்டுகள் இருந்தன. தூய வளனார் பெண்கள் பள்ளி விரைவிலேயே மாவட்ட மாணவர்களின் சாதனைப் பட்டியலில் முதலிடத்தையோ அல்லது சிறப்பான இடத்தையோ பெற்றுக்கொண்டது.

இந்தி எதிர்ப்பு

1965ஆம் ஆண்டு மாணவர்களின் இந்தி எதிர்ப்புப் போராட்ட ஆண்டாகத் தமிழக வரலாற்றில் இடம்பெற்ற ஆண்டு. நான் ஒன்பதாம் வகுப்பில் இருந்தபோது (1962-63) திரு. சடகோபன் இந்தி ஆசிரியராக என் வகுப்புக்கு வருவார். அவர் இந்தி பயிற்று வித்ததில்லை; ஏதாவது கதைகள்தான் சொல்வார். அந்த மொழிப் பாடத்துக்குத் தேர்வோ, தேர்ச்சிக்குக் குறைந்தபட்ச மதிப்பெண் வாங்க வேண்டுமென்ற கட்டாயமோ எங்களுக்கு இருந்ததில்லை. போராட்டத்தின்போது, பள்ளி இறுதி ஆண்டு மாணவர்களையும் ஆசிரியர்களையும் எங்கள் முதல்வர் ஒரு கூட்டத்துக்கு அழைத்து, பள்ளிக்கூடம் நடத்தலாமா என்று கேட்டார். நாங்கள் ஒன்றும் சொல்லவில்லை. ஆசிரியர் ஒருவர் மட்டும், "நடத்த இயலாது" என்று பதில் சொன்னார். எங்கள் நகரின் மாணவர்கள் ஒரு அமைப்பாக இந்தி எதிர்ப்புப் போராட்டத்தில் பங்கேற்கவில்லை. ஊர்வலங்கள் நடந்தன, ஆர்ப்பாட்டங்களும் நடந்தன. அவற்றில் பள்ளி மாணவர்கள் பங்கேற்றார்கள் என்பது தெரியும்.

எங்கள் ஆசிரியர்களில் சிலர், அப்போது மதுரையிலிருந்து தூய தமிழில் வெளியான நாளிதழ் ஒன்றைப் படிக்கச் சொல்லிப் பரிந்துரைப்பார்கள். 'தமிழ்நாடு' என்று அந்த இதழுக்குப் பெயர் என நினைவு. அன்றைக்குப் பிறந்த தமிழ்ச் சொற்களாக நிறைய புதுச் சொற்களில் அந்த இதழில் செய்திகள் வரும். நாங்களும் ஒரு புது ஆர்வத்தில் முயன்று அதைப் படித்தோம். அந்த நாளிதழ் விரைவில் நின்றுவிட்டது.

எங்கள் வீட்டுக்கு அருகில் இருந்த நேஷனல் பள்ளி மாணவர் ஒருவரை, போராட்டத்தின்போது, போலீஸ் துரத்திப் பிடித்துச் சென்றது நினைவிருக்கிறது. பள்ளிச் சீருடையின் அரைக்கால் சட்டைக்குப் பதிலாக வேட்டி உடுத்தி எங்கள் வீட்டார் என்னைக் கிராமத்துக்கு அனுப்பிவிட்டார்கள். இந்தப் போராட்டத்தின் போது மன்னார்குடி தலைமை அஞ்சலகத்தில் ஒரு கலவரம் நடந்து, துப்பாகிச் சூடும் நடந்தது.

அன்றைய கல்விக் கொள்கை

பள்ளிக்கூடத்தை நடத்துவது எந்த நிறுவனம், யாரெல்லாம் சேர்ந்து படிக்க இயலும், பாடங்கள் என்ன, பாடத்திட்டம் என்ன, கல்விக் கட்டணம் எவ்வளவு போன்ற பிரச்சினைகளே அப்போது கிடையாது. இந்தப் பிரச்சினைகள் அத்தனையுமே இப்போது உண்டு என்பதை நீங்கள் கவனித்திருப்பீர்கள்.

அன்றைய பள்ளிக் கல்வி இயக்குநர் நெ.து. சுந்தரவடிவேலு ஒரு முறை எங்கள் பள்ளிக்கு வந்து மாணவர்களுக்கு உரை நிகழ்த்தினார் (அவரே நான் அண்ணாமலைப் பல்கலைக்கழக மாணவர் பேரவையின் உறுப்பினராக இருந்தபோது எங்கள் விருந்தினாரகவும், சென்னைப் பல்கலைக்கழகத் துணைவேந்தராக என் திருமண வரவேற்புக்கும் பின் நாட்களில் வருவார் என்று எனக்கு அப்போது எப்படித் தெரிந்திருக்கும்?). தன் உரையின் முடிவில், ''எல்லாரும் கற்போம், ஒன்றாகக் கற்போம், நன்றாகக் கற்போம்'' என்ற உறுதிமொழியை அவர் மூன்று முறை சொல்லவும், பள்ளி மாணவர்களாகிய நாங்கள் அதையே, ஒவ்வொரு முறையும், உரக்கத் திருப்பிச் சொன்னோம். கற்போரிடமிருந்து உருவாகும் கல்விக் கொள்கை இது. இப்படிச் சமத்துவம், சம வாய்ப்பு, தரம் என்பவை அன்றைய அரசின் கல்விக் கொள்கையாக இருந்தது. நகரின் ஆகப் பெரிய நிலச்சுவான்தார் குடும்பங்களின் பிள்ளைகள், செல்வந்தர்களின் பிள்ளைகள், என்னைப் போன்ற சாதாரண குடும்பங்களைச் சேர்ந்தவர்கள் எல்லாருமே ஒரே பள்ளியில்தான் படித்தோம்.

1957 வாக்கில் இலவசக் கல்வி வந்துவிட்டது. 1962 முதலே உதவி பெறும் தனியார் பள்ளி ஆசிரியர்களின் ஊதியத்தை அரசாங்கமே தன் பொறுப்பாக ஏற்றுக்கொண்டிருந்தது. மாநிலத்தின் கல்விக்கு இது அன்றைய அமைச்சர் எம். பக்தவத்சலத்தின் முக்கியமான பங்களிப்பு என்று கருதுகிறேன். ஆசிரியர்களுக்கு ஓய்வூதியத் திட்டமும் அப்போதே அறிமுகமாயிற்று. மாநிலத்தின் உயர்நிலைக் கல்வி வாரியம் பாடத் திட்டத்தை நிர்ணயம் செய்யும். அப்போது அரசாங்கப் பாடநூல் நிறுவனம் என்று எதுவும் இல்லை. தமிழ், ஆங்கில மொழிப் பாடங்களுக்கு மட்டும், பள்ளி இறுதி வகுப்பில், அரசு தயாரித்திருந்த சிறிய நூல்கள். இந்தச் சமத்துவமான சூழலில் மன்னார்குடி எப்படி மிகச் சிறப்பான கல்வி நகரமாக முடிந்தது? சமத்துவமும் தரமும் இணையுமா என்று சந்தேகிப்பவர்களும்

உண்டுதானே! மன்னார்குடியின் கல்விச் சிறப்பிற்கு மக்களின் ஆர்வம், நகரத்தின் கல்விப் பாரம்பரியம், மற்ற இடங்களுக்கு முன்பாகவே அங்கு வந்துவிட்ட கல்வி நிறுவனங்கள் காரணம் என்று சொல்ல இயலும்.

பத்தொன்பதாம் நூற்றாண்டின் பின் பாதியிலும், இருபதாம் நூற்றாண்டின் முதற் காலிலும் என்ன நிலவரம் என்று நாம் தெரிந்துகொள்ள வேண்டும். நகரின் கல்விப் பாரம்பரியத்தை ஊகிக்க அது உதவலாம்.

நான் ஊகிக்கலாம் என்று சொல்வதற்குக் காரணம், நம் சமூக வரலாற்றுக்கான அடிப்படைத் தரவுகள், குறிப்பாக நவீனக் காலத்துக்குச் சற்று முந்தைய காலத் தரவுகள், இன்னும் முறையாகச் சேகரிக்கப்படாமலிருப்பதுதான். நம் சமூக வரலாற்றில் இது இன்னும் தீர்க்கப்படாமலிருக்கும் பெரும் குறை.

அக்காலத்தின் மூன்று நிலவரங்கள் தெளிவாகத் தெரிகின்றன: 1. சமுதாயத்தில், படிக்கும் வசதியுள்ளவர்களும் ஆர்வம் உள்ளவர்களும் ஆங்கிலக் கல்வியைத் தேர்ந்துகொண்டது, 2. படிக்கும் வயதில் உள்ளவர்களுக்குச் சிறு வயதிலேயே திருமணமாகும் வழக்கம் வர வரக் குறைந்ததது, 3. கிறித்தவ மிஷனரி பள்ளிகளுக்கு இணையாக இந்துக்கள் பள்ளிக்கூடங்களைத் துவக்கியது.

இந்த மூன்றையுமே தமிழ்நாட்டுக்குப் பொதுவானவையாக வைத்துப் பேச முடியும். மன்னார்குடிப் பகுதியில் இந்தக் காரணிகளின் இயக்கம் சற்று முனைப்பாக இருந்துள்ளது.

பெண்கள் பருவமடைந்த பிறகு நடக்கும் திருமணங்கள் செல்லத் தக்கவை எனச் சட்டம் செய்ய வேண்டுமென்று வி.எஸ். ஸ்ரீநிவாச சாஸ்திரி கிளர்ச்சி நடத்தியதாகப் படித்திருக்கிறேன். பிராமண குடும்பங்களில் ஏழெட்டு வயதுள்ள பெண் பிள்ளைகளுக்குத் திருமணமாகிவிடுவது அன்றைய வழக்கம். அதற்கு அடுத்த கால கட்டத்தில் பதினோரு வயது தாண்டியவர்கள் திருமணமாகாமல் இருந்தால் அந்தக் குடும்பங்களைப் பழிப்பார்களாம். வயதுக்குவந்த பெண்களின் திருமணங்களைச் சமூகம் முறையான திருமணங்களாக அங்கீகரிக்கவில்லை என்பதை நாம் ஊகிக்கலாம். சாரதா சட்டத்தை இந்த நிலைமையின் பின்னணியில் பொருத்திப் பாருங்கள்! சாஸ்திரி பெண்கள் பருவமடைந்த பிறகு நடக்கும் திருமணத்துக்குச் சட்டப்

பாதுகாப்புக் கேட்டார். சாரதா சட்டம் பெண்கள் பருமடையும் முன் திருமணம் செய்துகொள்ளும் ஆண்களைக் குற்றவாளிகளாக்கியது.

சட்டம் என்று எதுவும் இல்லாத அக்காலத்தில், அவர்களின் வழக்கங்களின் அடிப்படையில்தான் ஒவ்வொருக்கும் உள்ள உரிமைகளும் நீதிமன்ற தீர்ப்புகளும் இருக்கும். பிராமணர் அல்லாத சமூகப் பிரிவுகள் பலவற்றின் நிலையும் இதை ஒட்டியதாகவே இருந்தது. பிற்காலத்தில்கூட, பெண்கள் வயதுக்குவந்த உடனேயே திருமணம் செய்துவிட முனைவார்கள். இருந்தாலும், ஆசிரியர்களைச் சம்பளத்துக்கு அமர்த்தி, தாங்களாகவே பள்ளிக்கூடங்களை நடத்திய கிராமங்களில் பெண்கள் குழந்தைப் பருவத்தின்போது படித்திருக்கிறார்கள்.

ஜெனானா ஆசிரியைகள்

வீட்டை விட்டு வெளியே வராத வழக்கம் பரவலாக இருந்ததாலும் பெண்கள் பள்ளிக்கூடம் வந்து படிப்பது அப்போது அரிது. வெஸ்லி கிறித்தவ மிஷன் நாகப்பட்டினத்திலும் மன்னார்குடியிலும் மாணவிகளுக்குத் தேவையான 400 ஜெனானா (zenana) ஆசிரியைகளைப் பராமரித்துவந்ததாக மாவட்ட கசட்டியர் கூறுகிறது. ஜெனானா ஆசிரியைகள் வீடுகளுக்கே சென்று பெண்களுக்குக் கற்பிப்பார்கள். அக்காலத்திய 'இல்லம் தேடி கல்வி' முறை! இந்த வகை கல்வியில் விவிலியமும் சொல்லித் தரப்பட்டதால் இதற்கு எல்லாரும் ஆதரவு கொடுத்திருப்பார்கள் என்பது சந்தேகம்.

1927இல் மகாத்மா காந்தி மன்னார்குடி தேசியப் பள்ளியிலும், பின்லே கல்லூரியிலும் உரையாற்றியிருக்கிறார். அப்போது தேசியப் பள்ளியில் மட்டும் சில மாணவிகள் இருந்துள்ளனர். அங்கே மகாத்மா காந்தி தீண்டாமையோடு குழந்தை மணம், குழந்தை விதவை வழக்கம், தேவதாசி முறை போன்ற சமூகக் கேடுகளைக் கடுமையாகக் கண்டித்துள்ளார். பையன்களுக்குப் பதினாறு, பதினேழு வயதில் திருமணமாகிவிடுவது அன்றைய வழக்கம். நான் படிக்கும் போதுகூட வேட்டியில் பள்ளிக்கு வரும் மூத்த மாணவர்கள் அருகிலிருக்கும் வீடுகளில் பள்ளிச் சீருடையான அரைக்கால் சட்டைக்கு மாறிக்கொண்டு வகுப்புக்கு வருவார்கள். மாலையில் மீண்டும் வேட்டிக்கு மாறிக்கொண்டு ஊர் திரும்புவார்கள். பிற்

காலத்தில் எல்லாரும் முழுக்கால் சட்டை அணிந்துகொள்ள பள்ளி அனுமதித்ததால் இந்தப் பிரச்சினை மறைந்தது. பள்ளிகளில் உடைப் பிரச்சினை அப்போது இந்த அளவில்தான் இருந்தது!

இந்த வழக்கங்களிலிருந்து சமுதாயம் மெல்ல விடுபடும் நேரத்தில் கல்விக்கூடங்கள் மன்னார்குடியில் நன்றாகக் காலூன்றிவிட்டன. 2005 வாக்கில் மன்னார்குடி அரசுக் கல்லூரியில் படித்தவர்களுள் மாணவிகள் 80 சதவீதம். அதே காலத்தில் மன்னார்குடி தூய வளனார் பெண்கள் பள்ளி ஆயிரக்கணக்கான மாணவிகளோடு ததும்பிக்கொண்டிருந்தது. இப்போது அரசுப் பெண்கள் பள்ளி ஒன்றும் நகரத்தில் இருக்கிறது. ஆனால், 1971ஆம் ஆண்டின் இந்திய மக்கள்தொகைக் கணக்கெடுப்பு, பள்ளிக்குச் செல்லும் வயதில் உள்ள மன்னார்குடிப் பெண்களில் 33 சதம் பள்ளிக்குச் செல்லாத வர்கள் என்று தெரிவிக்கிறது. முப்பது ஆண்டுகளுக்குள்ளாகவே பெரிய சமூக மாற்றங்கள் வந்து நிலைத்துவிட்டன. மெய்யான சமூக மாற்றங்கள் காலத்தை முந்திக்கொள்ளும்!

நகரத்தில் பதினைந்துக்கும் குறையாத பெரிய பிராமணத் தெருக்கள். சுற்றுவட்ட கிராமங்களில் பலவற்றில் ஐம்பது, நூறு என்று பிராமணக் குடும்பங்கள். இவற்றில் பெரும்பாலானவை படிப்பு வழியாகவே முன்னேற முயன்றவை. குமாஸ்தாவாக, வருவாய் ஆய்வாளராக, வட்டாட்சியராக அல்லது வக்கீல்களாக வேண்டும் என்பது அன்றைய குறிக்கோளாக இருந்ததாம். பிராமணர்களின் இந்த 'பேராசை' 'மிதமிஞ்சி' இருந்ததாகத் தன் வாழ்க்கைச் சரிதத்தில் குறிப்பிடுகிறார் பின்லே பள்ளியில் படித்த குமட்டித்திடல் சந்தானம். மன்னர்குடியில் நகராட்சி 1866இலும், உரிமையியல் நீதி மன்றம் 1870இலும் நிறுவப்பட்டிருந்தன. பொதுவாக தஞ்சாவூர் மக்கள் வழக்கு விவகாரங்களில் முனைப்புள்ளவர்கள் என்று சொல்வது உண்டு. இதை ஒட்டியே தொழில் முறையிலான வேலை வாய்ப்புகள் இங்கு அதிகம்.

மன்னார்குடி மக்களுக்கு கல்கத்தா, டில்லி, சென்னை முதலிய நகரங்களோடு தொடர்பிருந்தது. இது மக்கள்தொகையின் தன்மை யைச் சார்ந்த நிலவரம். கிழக்கிந்திய கம்பெனி காலத்தில் இங்கிருந்து பல குடும்பங்கள் கல்கத்தா சென்றுள்ளன. அக்கிரகாரங்களில் கல்கத்தா மாப்பிள்ளைக்குக் கூடுதலான மவுசு.

கலாச்சாரத்தின் பொதுவான இயக்கமாக அன்றைய நிலவரங்களை எடுத்துகொள்ளாமல் பிராமணக் குடும்பங்களின் தாக்கத்தை மிகைப்படுத்திச் சொல்வதாக நினைக்கக் கூடாது. சோழ மன்னர்கள், பிற்காலத்திய நாயக்க மன்னர்கள் காலத்திலிருந்தே இங்கு பிராமணர்களின் கலாச்சார மேற்கரிப்பு உண்டு. தஞ்சாவூர், கும்பகோணம், மயிலாடுதுறை, நாகப்பட்டினம், மன்னார்குடி ஆகிய ஐந்தும் தஞ்சைப் பகுதியின் நகர மையங்கள். தஞ்சைப் பகுதி பிராமணர்களின் மக்கள்தொகை ஒப்பீட்டளவில் மற்ற இடங்களை விடக் கூடுதல்.

இந்த நிலவரம் பிற்காலத்தில் எப்படி மாறியது என்பதை 1971 மக்கள்தொகை கணக்கெடுப்பு விவரங்கள் காட்டுகின்றன. 1971இல் கல்வியறிவு பெற்றிருந்த பிராமணர்கள் 71.01%; ஆதிதிராவிடர்கள் 72%. சில பிற்பட்ட, மிகவும் பிற்பட்ட வகுப்பாரில் கல்வியறிவு பெற்றவர்கள் 80 சதத்தைத் தாண்டி இருந்தது. அங்கிருந்த அரசுக் கல்லூரியில் நான் பணியாற்றிய 1990களில் கல்லூரிச் சேர்க்கைக்கு விண்ணப்பிக்கும் ஒரு பிராமணரைக் காண்பதுகூட அரிது. உள்ளூர் உயர் கல்வித் தரத்தைப் பற்றிய அவர்களின் கணிப்பும் இதற்குக் காரணமாக இருக்கக்கூடும்.

கலாச்சார எதிர்முனை

இன்னொன்றையும் சொல்லலாம். இங்குள்ளவர்கள் அடங்கலும் பிராமணர்களை வேண்டாதவர்களாகச் சித்தரித்துக்கொண்டார்கள் என்று சொல்ல இயலாது. பொதுக் கலாச்சாரம் அவர்களை எதிர் முனையாக நகர்த்திவைத்து இயங்கக் கற்றுக்கொண்டிருக்கலாம்; கழித்துக்கொண்டு இயங்கவில்லை. இன உணர்வு என்ற ஒற்றைக் கூறு ஒன்றையே நாம் பொதுக் கலாச்சாரமாக வைத்துப் பேசுகிறோம் என்பதையும் மறக்கக் கூடாது.

சரியான திராவிடர் கழக மரபில் வந்த மன்னை நாராயணசாமி, மன்னார்குடி தீக்ஷிதர்கள் ராஜகோபாலசாமிக்குச் செய்யும் நாமாவளிதான் தான் கேட்ட சங்கீதத்தில் தன்னை மிகவும் கவர்ந்தது என்று பேசுவார். இதை ஒரு ஒற்றை எடுத்துக்காட்டு என்று தள்ளி விடக்கூடாது. இறைமறுப்பு, பிராமண எதிர்ப்பு ஆகிய இரண்டையுமே நினைக்கத் தூண்டும் கூற்று இது.

நீலகிரி மாவட்டம், சென்னை நகரம் (அன்றைய மெட்ராஸ்) இரண்டையும் தவிர்த்து அப்போதைய சென்னை ராஜதானியில் தஞ்சாவூர் மாவட்டம் எழுத்தறிவில் முதலிடத்தில் இருந்ததாக

1915ஆம் ஆண்டு கஜட்டியர் கூறுகிறது. தஞ்சை மக்கள் கல்வியில் மிகச் சிறப்பான முன்னேற்றம் கண்டிருந்தார்கள் என்றும் கூறுகிறது. சென்னை பெருநகரம், செங்கல்பட்டு மாவட்டம் ஆகிய இரண்டுக்கும் அடுத்து, தஞ்சாவூர் மாவட்டத்தில்தான் கல்விக்காக அரசு செய்த செலவு அதிகம்.

சென்னையிலும் திருச்சியிலும் இருந்த கல்லூரிகளில், அப்போது மற்ற மாவட்டங்களைவிட தஞ்சாவூர் மாவட்டத்திலிருந்து அதிக மான மாணவர்கள் சேர்ந்திருந்ததாகவும் அறிகிறோம். சென்னை மாநிலக் கல்லூரியில் எஃப்.ஏ அல்லது பி.ஏ. வகுப்பிலிருந்த 420 மாணவர்களில் தஞ்சை மாவட்டத்தார் 72, பி.எல். வகுப்பிலிருந்த 361 மாணவர்களில் இவர்கள் எண்ணிக்கை 54. இதுவும் கஜட்டியர் தரும் விவரம்.

துவக்க நிலைக்கு அடுத்த உயர்நிலை வகுப்புகளின் மாணவர் எண்ணிக்கை இங்குதான் ராஜதானியிலேயே உச்சம். மாவட்ட உள்ளாட்சி வாரியம் (District Board) ஆண்டுக்கு ரூ.26 ஆயிரம் செலவில் 153 பள்ளிகளையும், கிறித்தவ மதபோதக இயக்கங்கள் அறுபதாயிரம் செலவில் 200 பள்ளிகளையும் நடத்தியிருக்கின்றன. அரசுப் பள்ளிகள் 11, நகராட்சிப் பள்ளிகள் 26 இருந்துள்ளன (1915ஆம் ஆண்டு). 1902-1903இல் அந்தந்த ஊர் மக்களின் பராமரிப்பிலேயே 992 பள்ளிகள் தஞ்சாவூர் மாவட்டத்தில் இருந்தன. மராட்டிய மன்னர்கள் ஆதரவில் ஒரத்தநாட்டில் ஒன்றும், திருவையாறில் ஒன்றுமாக, இரண்டு தங்கிப் படிக்கும் பள்ளிகளும் இருந்தன. இருபதாம் நூற்றாண்டு முதற் கால் வரை கல்விக்கு யாரெல்லாம், எந்த அளவுக்குப் பங்களிப்பு செய்திருக் கிறார்கள் என்பது சுவாரசியமானதுதான்.

ஐரோப்பிய ஆசிரியர்கள்

நான்கு கிறித்தவ மதபோதக இயக்கங்கள் இங்கு கல்விப் பணியில் ஈடுபட்டிருந்தன. இவற்றில் ஒன்றான விவிலிய பிரச் சார சங்கம் தஞ்சைப் பகுதியில் 104 பள்ளிகளை இருபதாம் நூற்றாண்டின் துவக்கத்தில் பராமரித்து வந்திருக்கிறது. மன்னார்குடி பின்லே பள்ளியின் தாய் நிறுவனமான வெஸ்லி கிறித்தவ இயக்கம் மற்றொன்று. இந்த ப்ராட்டஸ்டண்ட் பிரிவு 1819இல் நாகப் பட்டினத்தில் பணியைத் துவக்கியுள்ளது. இதைச் சேர்ந்த மூன்று மத போதகர்கள் மன்னார்குடியில் தங்கியிருந்திருக்கிறார்கள். நாகப்

பட்டினத்திலிருந்து 1898இல் மன்னார்குடிக்கு இடம்பெயர்ந்த பின்லே கல்லூரியில் இரண்டு ஐரோப்பிய ஆசிரியர்களும், நான்கு இந்திய பட்டதாரிகளும், சில தமிழ், வடமொழி பண்டிதர்களும் பணியாற்றியிருக்கிறார்கள். கல்லூரி, சென்னைப் பல்கலைக்கழகத் தோடு இணைவு பெற்றிருந்தது. ப்ராட்டஸ்டண்ட் கிறித்தவ மத இயக்கம் இந்தியாவிலேயே முதலில் கால்வைத்த இடம் தஞ்சைப் பகுதியின் தரங்கம்பாடி (1706).

1911இல் பள்ளி இறுதித் தேர்வு எழுதிய குமிட்டிக்திடல் சந்தானம் டேவிஸ், ஸ்மைல்ஸ், எல்லிஸ் என்று மூன்று ஐரோப் பியர்கள் கல்லூரியில் இருந்ததாகச் சொல்கிறார். ஸ்மைல்ஸ் கல்லூரி முதல்வர். மன்னார்குடி நேஷனல் பள்ளியிலும் பின்லே பள்ளி யிலும் சமமான திறமையுள்ள ஆசிரியர்கள் இருந்தார்கள் என்று கூறும் சந்தானம், நேஷனல் பள்ளிக்கு வாய்க்காத மவுசு இந்த ஐரோப்பியர்கள் இருப்பாலேயே பின்லே பள்ளிக்குக் கிடைத்த தாகவும் சொல்கிறார். அன்றைய அறிவுலக மேதைகளான அல்லாடி கிருஷ்ணசாமி ஐயர், ஏ. ராமசாமி முதலியார், ஏ. லக்ஷ்மணசாமி முதலியார் போன்றவர்களோடு அண்ணமலைப் பல்கலைக்கழகத்தின் முதல் பேரவை உறுப்பினாராக பின்லேயின் முதல்வர் ஸ்மைல்ஸ் இருந்திருக்கிறார் (1929).

இரண்டு பிராமண மாணவர்களை மத மாற்றம் செய்ததாக எல்லிஸ் பற்றி ஒரு வரலாறு. பின்னர் இந்த மாணவர்களுடைய மனைவிகளும் கிறித்தவ மதத்தில் சேர்ந்தார்கள். பால் ரங்க ராமானுஜம், ஜான் கிருஷ்ணசாமி என்ற இந்த இருவரில் பின்னவர் பல ஆண்டுகளுக்குப் பிறகு இந்து மதத்துக்குத் திரும்பிவிட்டார் என்றும் சொல்கிறார்கள். இது பிரச்சினையாகி, மன்னார்குடியில் இருக்க முடியாத சூழலில் சென்னை சென்ற எல்லிஸ் பிறகு தாராபுரம் சென்றுவிட்டார். தாராபுரத்தில் எல்லிஸ் நகர் என்றே ஒன்று உண்டு. தாராபுரத்திலிருந்து மாணவர்கள் மன்னார்குடி பின்லே பள்ளிக்குப் படிக்க வருவார்கள். இந்த ஒரு சம்பவம் தவிர, இது போன்று மற்றெதுவும் நடந்ததாகத் தெரியவில்லை. இந்தச் சம்பவத்துக்கும் பள்ளிக்கூடத்துக்கும் தொடர்பில்லை என்றும் சொல்வார்கள்.

பின்லேயில் இப்படி ஒரு சம்பவம் நடந்திருந்தாலும், ஆங்கிலக் கல்வி அங்கு சிறப்பாக இருக்கிறதென்று எல்லாரும் தங்கள் பிள்ளைகளை அங்குதான் சேர்க்க விரும்புவார்களாம். இந்துக்களால்

நடத்தப்படும் நேஷனல் பள்ளியும் அங்கு இருந்ததைக் கவனிக்க வேண்டும். பின்லேயில் விவிலியம் அப்போது கட்டாயப் பாடம் என்பதையும் கவனிக்க வேண்டும்.

நான் பள்ளி மாணவனாக இருந்த பிற்காலத்தில் விவிலியம் பாடமாக இருந்ததில்லை. காலை இறை வணக்கத்தில் மட்டும் விவிலியத்திலிருந்து சிறு பகுதிகளைப் படித்து சுருக்கமான விளக்கம் சொல்வார்கள். நான் துவக்கப் பள்ளியில் இருந்தபோது ஒரு கிறித்தவக் கீர்த்தனை பாடுவார்கள். 'சர்வ லோகாதிபா நமஸ்காரம்! சர்வ சிருஷ்டிகனே நமஸ்காரம்!' என்று அது துவங்கும். வடமொழி நாமாவளிக்கு நெருக்கத்தில் இருக்கும் மொழி. ஒரு வரி தவிர்த்து, இதை நீங்கள் எந்தத் தெய்வத்தையும் துதிப்பதற்குப் பாட முடியும். பின்லே தலைமை ஆசிரியராக எம்.வி. நடேச ஐயர் இரண்டு ஆண்டுகள் இருந்திருக்கிறார். ஆசிரியர்களில் பெரும்பான்மையர் இந்துக்களாக இருப்பார்கள். பள்ளிக்கூடம் கிறித்தவ நிர்வாகத்தில் இருந்தாலும் அது மதப் பாகுபாடு காட்டியதில்லை.

எல்லாருக்கும் நுழைவுத் தேர்வு

பள்ளியில் சேர்வதற்கு நுழைவுத் தேர்வு இருந்தது. தாராபுரம் பகுதியிலிருந்து விடுதியில் தங்கிப் படிக்க எல்லிஸ் அனுப்பும் கிறித்தவ மாணவர்களானாலும் நுழைவுத் தேர்வில் தேர்ச்சி பெற வேண்டும். பின்லேயோடு இணைந்த வெஸ்டார்ன், நேட்டிவ், பின்லே ஆகிய மூன்று துவக்கப் பள்ளி மாணவர்களுக்கு நுழைவுத் தேர்வு இல்லை, இவர்களின் துவக்கப் பள்ளி இறுதித் தேர்வு பின்லே உயர்நிலைப் பள்ளியால் நடத்தப்படுவது இந்த விலக்களிப்புக்குக் காரணம். நான் வெஸ்டார்ன் துவக்கப் பள்ளி மாணவன் என்றாலும் என்னுடைய ஐந்தாம் வகுப்பு இறுதித் தேர்வை பின்லே துவக்கப் பள்ளி தேர்வு அரங்கில் எழுதியது நினைவிருக்கிறது.

நான் படிக்கும் காலத்துக்குச் சில தசாப்தங்களுக்கு முன்பிருந்தே ஆங்கிலக் கல்விக்கு மாற்றாக ஒரு கல்விமுறை பள்ளிகளில் இருந்த தில்லை. கல்வி என்பதே ஆங்கிலக் கல்விதான் என்று பத்தொன்பதாம் நூற்றாண்டு இறுதியில் தீர்ந்துபோயிருந்தது. நான் 'ஆங்கிலக் கல்வி' என்பது நம் காலத்தின் நவீனத்துவத்தை உருவாக்கிய அறிவியல், ஆங்கில மொழி, ஐரோப்பிய ஆய்வு வழிகளும் சிந்தனை முறை களும். நம் சமகால இந்திய கலாச்சாரம் என்று எதையாவது சொல்ல

முடியுமானால் கிட்டத்தட்ட அதன் முழுமையும் மெக்காலேயின் ஆங்கிலக் கல்வி வழியாக உருவானதாக இருக்கும்.

நமக்குப் பழக்கமான பள்ளிக்கூடம், பள்ளிக் கல்வி என்ற நிறுவன அமைப்பும் இந்த 'ஆங்கிலக் கல்வியும்' ஒன்றோடு ஒன்று ஐக்கியமானவை; ஒன்றிலிருந்து ஒன்றைப் பிரித்து அறிய முடியாது; ஒன்றிலிருந்து ஒன்றைப் பிரித்துச் சிந்திக்க முடியாது. மொழிக் கல்வி—அது தமிழானாலும் இன்றைய ஆங்கிலமானாலும்—ஒதுக்கமாக இருப்பதற்குப் பள்ளி என்ற நிறுவன அமைப்பும் ஆங்கிலக் கல்விமுறையும் இப்படி ஐக்கியமானது ஒரு காரணம். எந்த ஒரு புதுப் படிப்பும், அல்லது கல்வி முறையில் எந்தச் சோதனை முயற்சியும் பள்ளிகளுக்குள் எளிதில் நுழைய முடியாததற்கும் இதுவேதான் காரணம். இன்றைய கல்விபற்றி நமக்கு ஒரு நல்ல விமர்சனப் புரிதலும் வளராததற்கும் காரணம் இதுதான். பள்ளிக் கல்வியில் அமைப்பு ரீதியான மற்றங்களைச் செய்யாமல் அதில் பெரிய முன்னேற்றங்கள் சாத்தியமில்லை.

தேவாரம், திருவாய்மொழி, சமயம் தொடர்பான வடமொழி, தென்தமிழ் நூல்களைப் பயில சொற்பமான சிறு அமைப்புகள் பள்ளிக் கல்விக்கு வெளியே ஏதோ ஒரு வகையில் இன்னமும் தொடர்கின்றன. வடமொழி, வேதங்கள், தமிழ் இலக்கண இலக்கிய நூல்களைப் பயிற்றுவிக்கும் அறக்கொடை நிறுவனங்கள் மற்ற மாவட்டங்களைவிட அப்போதைய தஞ்சைப் பகுதியில் அதிகம் இருந்தன.

மன்னார்குடியின் கவர்ச்சி

பத்தொன்பதாம் நூற்றாண்டு இறுதி வாக்கில், எந்தக் கல்வி முறையைத் தேர்ந்துகொள்வது என்பதில் மன்னார்குடிப் பகுதியில், மற்ற இடங்களில் இருந்தது போலவே, சில ஆண்டுகள் மட்டும் குழப்பம் இருந்திருக்கும். எட்டும் தூரத்தில் கல்வி வாய்ப்பு இருந்தவர்களுள் மிகச் சிலருக்கான குழப்பம் அது. பெரும்பான்மையான இதரர்களுக்கு ஆங்கிலக் கல்வி என்பது அப்போதே மாமூலாகி விட்டது. உண்மையில் ஆங்கிலக் கல்வியை அறிமுகப்படுத்திய மெக்காலேவுக்கு இருந்ததைவிட இங்கு இருந்தவர்களுக்கு அதைத் தழுவிக்கொள்ளும் துடிப்பு அதிகம்.

ஆனால், கற்பிக்கும் பள்ளிக்கூடங்களுக்கு இந்தக் குழப்பம் ஒரு நேரத்தில் தீவிரமாக இருந்திருக்கும். ஆங்கிலக் கல்வியோடு, ஏதோ ஒரு வகையில் பழைய கல்வியின் சிறிய கூறுகளையாவது கற்பிக்கும் வகையை அவை தேடியிருக்கலாம். அந்த வகையில் செய்துகொண்ட சமரசத்தின் அடையாளம்தான் பின்லேயில் விவிலியம் கட்டாயப் பாடமாக இருந்ததும், மன்னார்குடி நேஷனல் பள்ளியில் இந்து மதம் கற்பிக்கப்பட்டதும்.

பத்தொன்பதாம் நூற்றாண்டு முன் பாதியிலிருந்து இருபதாம் நூற்றாண்டு துவக்கம்வரை, ராஜு சாஸ்திரி என்ற பெரியவர் வடமொழியும் வேதங்களும் மன்னார்குடியில் கற்பித்து வந்தார். இன்றும் அவர் மிகவும் மதிக்கப்படும் ஆசிரியர். வடமொழி விற்பன்னரான இவரிடம் பாடம் கேட்கத் தமிழகத்தின் பல பகுதிகளிலிருந்தும் மன்னார்குடிக்கு மாணவர்கள் வருவார்கள். வீட்டுத் திண்ணைகளே அவர்களின் விடுதி. அந்தந்த வீடுகள் அவர்களுக்கு உணவளித்து விடும். இரண்டு தலைமுறையின் நூற்றுக்கணக்கான மாணவர்களை ராஜு சாஸ்திரி வடமொழி, வேதங்கள், வடமொழி இலக்கியங்களில் பயிற்றுவித்திருக்கிறார். அவரது வடமொழித் திறனை மாக்ஸ் முல்லர் போன்ற ஐரோப்பிய அறிஞர்கள், அவர் ஜீவிய காலத்திலேயே, மிகவும் போற்றியதாகச் சொல்வார்கள். பள்ளிக்கூடம் என்ற அமைப்பு இல்லாமல் கையளிக்கப்பட்ட மரபு வழிக் கல்வி.

சேரங்குளம், கார்ப்பங்காடு போன்ற மன்னார்குடிப் பகுதி கிராமங்களிலும் சிறந்த வடமொழி அறிஞர்கள் இருந்திருக்கிறார்கள். ஆண்டுதோறும், ராஜகோபாலசாமி கோயில் திருவிழாவின்போது, வடமொழி நூல்களை வாசித்தவர்களின் தேர்ச்சியைச் சோதிக்க, தேர்வு போன்ற வித்வத் சதஸ் நடக்கும். பத்தாயிரத்துக்கும் மேலான நூல்கள் உடைய கோட்டூர் அரங்கசாமி முதலியார் நூல்நிலையம் என்ற அறக்கட்டளை நூலகமும் இங்கு உண்டு. இந்த அறக்கட்டளை நடத்தும் புலவர் மன்ற உரைகளும் பிற்காலத்தில் ஆண்டுதோறும் நிகழும். உள்ளூர் கல்வி மரபு ஒன்று இப்படி மிகப் பிரபலமாகி யிருந்தது. குறிப்பாக இந்த நகருக்கு வெஸ்லி மிஷனரிகள் வந்ததற்கு வேறு காரணம் காட்ட எனக்குத் தெரியவில்லை.

மகாத்மா காந்தியின் குறை

"இங்கு மாணவ, மாணவிகளுக்கு இந்து மதம் கற்பிக்கப்படுவ தாகச் சொன்னார்கள். உங்களில் எத்தனை பேருக்கு பகவத் கீதை

தெரியும்?'' - இப்படித்தான் மகாத்மா காந்தி மன்னார்குடி நேஷனல் பள்ளியில் தன் உரையைத் துவக்குகிறார் (15 செப்டம்பர், 1927). "எத்தனை பேர் கீதையை அதன் மூலமொழியில் அறிவீர்கள்?" என்பது அவரது அடுத்த கேள்வி. இந்து மதம் கற்பிக்கப்படும் பள்ளியில் எல்லாரும் கீதையை மூலமொழியில் அறிவார்கள் என்று தான் எதிர்பார்ப்பது இயற்கை என்றும் சொல்கிறார். மாணவர்கள் நெற்றி நிறைய விபூதியும், கச்சிதமான சந்தனத் திலகமுமாக இருந் திருக்கிறார்கள். மகாத்மா இவற்றை மேல்ஓடு என்று வர்ணிக்கிறார். உண்மையான உள்ளீடு சுருங்கிக் காய்ந்துவிட்டது என்றும் சொல் கிறார். இந்து-முஸ்லிம், பிராமணர்- பிராமணர் அல்லாதார் போன்ற பிணக்குகளுக்குக் கீதையில் இடமில்லை என்று தன் உரையை முடிக்கிறார். சென்னை ராஜதானியில் 1920 முதலே பிராமணர் அல்லாதாரின் நீதிக் கட்சி ஆட்சியிலிருந்தது. மகாத்மா மன்னார் குடியில் உரையாற்றிய 1927இல் காங்கிரஸ் கட்சியின் ஒரு பிரிவினர் ஆதரவோடு சுயேச்சை அமைச்சரவை ஒன்று பதவியில் இருந்தது.

பிறகு பின்லேயில் பேசிய மகாத்மா காந்தி, "என்னைப் போலவே நீங்களும் அன்றாடம் விவிலிய நூல்களைப் படிப்பதாகச் சொல் கிறீர்கள்" என்று துவங்குகிறார். அங்கே பெரும்பான்மை மாண வர்கள் இந்துக்கள் என்பதைக் கவனித்த அவர், "நாங்கள் கீதை படிக்கிறோம் என்று இந்துப் பையன்களாவது சொல்ல இயலும் நிலைமையை நான் விரும்புகிறேன்" என்று தொடர்கிறார். கிறித் தவர்கள், இந்துக்கள், இஸ்லாமியர்கள் எல்லாரும் அவரவர்கள் வளர்ந்துவந்த மரபுகளை அழித்துவிடக் கூடாது என்று சொல்லி மரபுபற்றி தன் கருத்தைக் கூறுகிறார். தொன்மையானவை எல்லாமே நல்லவை அல்ல. தார்மீக நெறிக்கு மரபு மாறாக இருந்தால் அந்த மரபு நல்லதல்ல என்று சொல்கிறார். இதற்கு எடுத்துக்காட்டுபோல் குழந்தை மணம், குழந்தை விதவை முறை, தீண்டாமையைக் குறிப்பிட்டு அவற்றைக் கண்டிக்கிறார். எல்லாரும் விவிலியம், குர்ஆன் படிப்பதை வரவேற்ற மகாத்மா, "எல்லா இந்து மாண வர்களும் கீதை படிக்க வேண்டும் என்று நான் வற்புறுத்துவேன்" என்று சொல்கிறார். கீதையிலும் குர்ஆனிலும் விவிலியத்திலும் இருக்கும் கடவுள் ஒருவரே என்று கூறி அங்கு தன் உரையை முடித்திருக்கிறார் (The Collected Works of Mahathma Gandhi. Vol 34.(1969) New Delhi: The Publications Division, Govt.of India. pp.548-551).

மதச் சார்பற்ற கல்வி என்பது பல கட்டங்களைத் தாண்டி வந்து நம் காலத்தின் கட்டத்தில் இப்போது நிலைகொண்டுள்ளது. ஒவ்வொரு மதமும் ஆங்கிலக் கல்வியோடு சேர்த்துத் தானும் மாண வர்களுக்குக் கடத்தப்பட வேண்டும் என்றுதான் ஒரு கட்டத்தில் விரும்பியிருக்கின்றன.

ஆங்கிலம் என்ற அக்கிரமம்

மன்னார்குடியின் இரண்டு பள்ளிகளிலும் அப்போது தமிழும் வடமொழியும் பாடங்கள். ஆங்கிலம், கணிதம், அறிவியலும் பாடங்கள். ஆனால், ஒரு குறிப்பிட்ட தொகுப்புப் பாடங்களை ஒருவர் எடுத்துக்கொண்டால் தமிழோ வடமொழியோ படிக்க வேண்டியதில்லை. புத்தகப் படிப்பு, தேர்வு, உத்தியோகம் - இவை மட்டுமே, இப்போதுபோல் அப்போதே, கல்வியின் நோக்கங்க ளாகியிருந்தன.

நகரத்தில் மூன்று தட்டச்சு, சுருக்கெழுத்துப் பயிற்சி நிலையங்கள் கூடம் நிரம்பி வழியும் மாணவர்களோடு மும்முரமாகச் செயல் பட்டன. காலை ஆறு மணியிலிருந்தே பள்ளிக்கூட நேரத்துக்கு முன்பும், மாலையில் பள்ளி நேரத்துக்குப் பின்பும் இந்தப் பயிற்சி நிலையங்கள் பரபரப்பாக இயங்கும். ஒற்றை ஆசிரியர் நடத்திய இந்த நிறுவனங்கள் மொழிப் பயிற்சிக்குச் செய்த சிறப்பான பங்களிப்பை நாம் இன்றுவரை மதிக்கக் கற்கவில்லை. ஆசிரியர் உரக்க வாசிக்கும் ஆங்கிலத்தைத் தட்டச்சு செய்தே இந்த மாணவர்களுக்கு ஆங்கில வாக்கிய அமைப்பு அத்துபடியாகியிருக்கும்.

தான் தமிழிலும், வட மொழியிலும் பயிற்சி பெறாமல், பின்லேயில் ஆங்கிலத்தை மட்டுமே தேர்ந்துகொண்ட ஆங்கிலக் கல்விச் சூழலைக் குறிப்பிடுகிறார் குமிட்டித்திடல் சந்தானம். தன் தாத்தாவோ, தந்தையோ பொருட்படுத்தாத ‘அக்கிரமம்’ என்று இதை நொந்துகொள்கிறார். தான் ஆங்கிலம் மனப்பாடம் செய் வதைக் கேட்டு வீட்டார் மகிழ்வதை ‘ஆங்கில மோகம்’ என்று சொல்கிறார். இன்றைய நிலைமை அப்போது இருந்ததைவிட மோசம் என்றுதான் தோன்றுகிறது.

பின்னாளில் அவர் முதல் இந்திய நிதி ஆணையத்தின் தலைவர். இந்த ஆணையம்தான் வரிவருவாயை ஒன்றிய, மாநில அரசுகள் பகிர்ந்துகொள்ளும் கோட்பாடுகளை வகுத்தது. அவர் ஊழல்

எதிர்ப்பு ஆணையத்தின் தலைவராகவும் இருந்தார். அவருடைய பரிந்துரையின் அடிப்படையில் மத்திய புலனாய்வுத் துறை (CBI) உருவானது. நம் அரசியல் சட்டத்திற்கு அவர் பங்களிப்பு முக்கிய மானது. இந்திய ரயில்வே துணை அமைச்சராகவும் அப்போதைய விந்திய பிரதேச துணைநிலை ஆளுநராகவும் பணியாற்றியுள்ளார். இந்தியன் எக்ஸ்பிரஸ் (The Indian Express) இதழின் முதல் ஆசிரியர். தினமணியைத் துவக்கியவரும் அவரே. சில ஆண்டுகள் இந்துஸ்தான் டைம்ஸ் (The Hindustan Times) ஆசிரியராகவும் இருந்தார்.

விடுதிகளின் பங்களிப்பு

பின்லே தன் பொறுப்பில் பராமரிக்கும் இரண்டு மாணவர் விடுதிகள் இருந்தன. ஒன்று பின்லே கல்லூரியின் முதல்வர் பங்களா வுக்கு அருகில், சிறிய காடு போன்ற வளாகத்திலேயே இருந்தது. ஆங்கிலேயர்களுக்குச் சொந்த நாடான பிரித்தானியாவில் தனி உடைமையாகக் காடுகள் இருக்கும். பின்லேயின் முதல்வர்களாக இருந்த ஆங்கிலேயர்கள், அக்கால மன்னர்களின் வேட்டைக் காடாக இருந்த மன்னார்குடி ராஜன் தோப்புப் பகுதியில் ஜாகை வைத்துக்கொண்டது ஆச்சரியமல்ல. மன்னார்குடி ராஜகோபாலசாமி கோயில் உடைமையாக இருந்த இந்த இடத்தை, பின்லே பின்னாளில் காலி செய்து கொடுக்கவும், இன்றைய அரசு கலைக் கல்லூரி அதைக் கிரயத்துக்கு வாங்கிக்கொண்டது.

பெரும்பாலும் தாராபுரம் பகுதியிலிருந்து எல்லிஸ் அனுப்பும் மாணவர்கள் நூற்றுக்குக் குறையாமல் இந்த விடுதியில் இருப்பார்கள். அவர்களில் சிலர் சிறப்பான விளையாட்டு வீரர்கள். ராஜூ என்று ஒருவரை எனக்கு நினைவிருக்கிறது. பெண்ட்லண்ட் பிரபு (Lord Pentland) விடுதி மற்றொன்று. சென்னை ராஜதானியின் கவர்னராக இருந்த பெண்ட்லண்ட் பெயரால் நிறுவப்பட்டது. அண்ணாமலைப் பல்கலைக்கழகத்தின் துணைவேந்தராக இருந்த உளவியல் பேராசிரியர் எஸ்.பி. ஆதிநாராயண் இந்த விடுதியில் தங்கி பின்லேயில் படித் திருக்கிறார். அவர் அண்ணன் பின்லேயில் அப்போது தர்க்க விரிவுரை யாளர். அன்றைய சென்னை ராஜதானியில் விரல்விட்டு எண்ணக் கூடிய இடங்களில்தான் கல்லூரிகள் இருந்தன என்பதை இங்கே நாம் நினைத்துக்கொள்ள வேண்டும்.

முதலியார் மாணவர்களுக்காக களப்பால் முதலியார் அறக் கட்டளை நிர்வகிக்கும் விடுதி ஒன்று மன்னார்குடியில் இருக்கிறது.

தஞ்சைப் பகுதியின் பல கிராமத்திலிருந்து வரும் மாணவர்கள் இங்கு தங்கிக்கொள்வார்கள். நூற்றுக்கும் மேற்பட்ட இந்த விடுதி மாணவர்கள் பின்லே, நேஷனல் ஆகிய இரண்டு பள்ளிகளிலும் சேர்ந்து படித்தார்கள். பின்லே பள்ளியில் வெளியூர் மாணவர்களுக்காகப் பெரிய விடுதி இருந்ததுபோலவே, இரண்டு பள்ளிகளுக்கும் முதலியார் விடுதி மாணவர் வரத்து வழியாக இருந்தது. இந்த விடுதி மாணவர்கள் நெற்றியில் பளிச்சென்று ஒரு விபூதிக் கீற்றோடு, பையில் மதிய வேளைக்கு ஒரு டப்பா தயிர் சாதத்தைப் புத்தக மூட்டையில் வைத்துக்கொண்டு, வரிசையாகப் பள்ளிக்கு வருவார்கள்.

சென்னை உயர்நீதி மன்றத்தில் நீதிபதியாகவும் பின்னர் குஜராத் உயர்நீதி மன்றத்தில் தலைமை நீதிபதியாகவும் இருந்த பி.ஆர். கோகுலகிருஷ்ணன் பின்லே மாணவர். அவர் தமிழ்நாடு அரசின் அட்வகேட் ஜெனராலாகவும் பணியாற்றினார். உயர்நீதிமன்ற நீதிபதி எஸ். பாஸ்கரன் இப்பள்ளி மாணவர்.

பின்லே ஆசிரியர்கள்

நான் படித்த காலத்திலும் பின்லே பள்ளியில் சிறந்த ஆசிரியர்கள் இருந்தனர். பள்ளியின் முதல்வர் திரு. அமலதாசன். நகரத்தில் அவருக்கு மிகுந்த செல்வாக்கு. காலனிய காலத்து மரபின் தொடர்ச்சியாக அவரை ‘துரை’ என்று அழைப்பார்கள். அவர், திரு. டி. சுப்ரமணிய ஐயர், திரு எம்.ஜி. சாம்யுயெல் மூவரும் எனக்கு ஆங்கில ஆசிரியர்கள். அன்றாடம் பத்து ஆங்கிலச் சொற்களுக்கு விளக்கம் எழுதி சுப்ரமணிய ஐயரிடம் காண்பிக்க வேண்டும். அவற்றை எழுதுவதற்கு அகராதி நோட்டு என்று ஒரு குறிப்பேடு வைத்திருப்போம். பின்நாட்களில் நான் க்ரியாவின் தற்காலத் தமிழ் அகராதிக் குழுவில் இணை ஆசிரியராகப் பணியாற்றினேன். என் ஆங்கில ஆசிரியர் பள்ளியில் அப்போது விதைத்த வித்து என்று நினைக்கிறேன்.

எம்.ஜி. சாம்யுயெல் எங்களுக்கு ஆங்கிலத்தில் சுருக்கப்பபட்ட பிரெஞ்சு நாவல் ஒன்று நடத்தினார் (Victor Hugo, Les Miserables). அப்போது பிறந்த ஆர்வம் கனன்றுகொண்டே இருந்து, நான் பி.ஏ. ஆங்கிலம் படிக்கும்போது, பிரெஞ்சு மொழியை இரண்டாவது மொழியாக எடுத்துக்கொண்டேன். ஓவிய ஆசிரியர் பக்தவத்சலம் கொடுத்த ஊக்கத்தால் சிற்பங்கள், ஓவியங்களை நிறைய பார்த்தும்,

அவை பற்றிப் படித்தும் என் ரசனையை வளர்த்துக்கொண்டேன். அவர் ஒவ்வொரு ஆண்டும் மாணவர்களின் ஓவியங்களைக் காட்சிப் படுத்துவார். நான் படித்த வகுப்பின் அந்தந்த ஆண்டு ஓவியங் களுக்கான முதல் பரிசை நான் தொடர்ந்து பெற்றிருக்கிறேன். அப்போது அறிவியல் 'விஞ்ஞானம்' என்றே அறியப்பட்டிருந்தது. திரு. கிருஷ்ணசாமி, திரு. தாமஸ் இருவரும் எங்களுக்கு விஞ்ஞான ஆசிரியர்கள். கிருஷ்ணசாமி சாதாரணமாகவே மாணவர்களோடு பிரியமாகப் பழகுவார். தாமஸ் ஒரு இடைவெளி வைத்துக் கொள்வார். ஆனால், அது நமக்கு உறுத்தாது; சுபாவமாகவே தெரியும். அவர் வகுப்பில் பாடம் சொல்லும்போது அந்தத் தளத்தில் இடைவெளி முற்றிலும் மறைந்துவிடும். ஆசிரியர்களுக்கு மரியாதை, இப்போதுபோல் அல்லாமல், ஒரு நுட்பமான வகையில் உருவாகி இருந்த காலம் அது.

தற்பெருமை என்று நீங்கள் நினைக்க மாட்டீர்கள் என்றால் இன்னொன்றை நான் இங்கே சொல்லலாம். தென்னிந்திய ஆசிரியர் ஒன்றியக் குழு (SITUC, South Indian Teachers Union Council) நான் பத்தாம் வகுப்பில் இருந்தபோது, மாநில அளவிலான கட்டுரைப் போட்டி ஒன்று நடத்தியது. கணித ஆசிரியர் திரு. சுவாமிநாதன் எனக்கு வழிகாட்டி. நான் புத்தக வடிவில் ஒரு கட்டுரை எழுதி அனுப்பினேன். கட்டுரைக்கு மாநில அளவில் மூன்றாம் பரிசு கிடைத்தது. தென்னிந்திய அமைப்புகளாகவே பல சங்கங்கள் முன்பு துவங்கப்பட்டிருந்தன என்பது வரலாறு. கதர் வேஷ்டி, கதர் ஜிப்பா, கதர் அங்கவஸ்திரத்தில் வகுப்புக்கு வரும் திரு. சுவாமிநாதன் 'கச்சிதம்' என்பதன் உரு. எழுத்து, பேச்சு, உச்சரிப்பு, பாவனை— எல்லாவற்றிலும் கச்சிதம். கிரேக்க செவ்வியல் இலக்கியம் எளிய மொழியில் இருக்கும்; அணி, உணர்வு போன்றவற்றில் ஒரு நூல் கூட தூக்கலாக இருக்காது. ஆனாலும், படிப்பவருக்கு ஒரு பிரமிப்பு. திரு. சுவாமிநாதனைச் சந்திக்கும்போது இது நினைவுக்கு வரும். என் வாழ்க்கை முழுதும் ஆசானாக இருந்தவர் அவர்.

திரு. சிவபுண்ணியம் என் தமிழாசிரியர். ஒரே பொருளுடையவை என்று தோன்றும் இரண்டு சொற்களை அவர் விவாதத்துக்கு உட் படுத்துவார். பிறகு அவற்றைத் துல்லியமாகப் பிரித்துக் காட்டுவார். திரு. நாராயண ஐயங்கார் எப்போதாவது தமிழ்ப் பாடம் நடத்தி னாலும் ஆழ்வார்கள், திவ்ய பிரபந்தங்கள்பற்றி ஆழ்ந்த ஈடுபாட் டோடு பேசுவார். திரு. சண்முகசுந்தரம் மாணவர்கள் சிரிக்கச்

சிரிக்க ஜியோமிதி நடத்துவார். குத்துக் கோட்டினைச் சாய்வாக வரையும் மாணவர்களைப் பார்த்து, ''நீ பொறியியலாளர் ஆகும் போது மேற்கூரை இல்லாமல் பக்கச் சுவர்களைக்கொண்டே வீடு கட்டிவிடுவாய்'' என்று கேலி செய்தது எனக்கு நினைவிருக்கிறது. நாவல் படிப்பதுபோல் வரலாறு சொல்லிக்கொடுத்தவர் திரு. குரு மாணிக்கம். அவரது பார்வையில் வரலாறும் நாவலும் ஒன்றே. நூல் எழுதும் ஆசிரியர் புனைவதுதான் 'வரலாற்று உண்மை'. எழுதிய அவரையும், படிக்கும் நம்மையும் அல்லாமல் தானே தனித்து ஜென்மம் எடுத்த உண்மைகள் ஏது?

என் ஒன்பதாம் வகுப்பு ஆசிரியர் திரு. வி.கே. துரைராஜ் வில்லுப்பாட்டு என்ற கலை வடிவத்தைப் பள்ளியில் அறிமுகம் செய்து வைத்தார். விரைவிலேயே அது மாணவர்கள் மிகவும் விரும்பிப் பங்கேற்கும் நிகழ்ச்சி ஆனது. தோட்டக் கலை ஆசிரியர் எங்களுக்குச் சரத்சந்திரர் போன்ற வங்காளப் படைப்பாளிகளின் நாவல்களைக் கேட்பவரின் மனம் உருகச் சொல்வார். அன்றைய தமிழ்த் திரைப்படங்கள் பல வங்காள நாவல்களிலிருந்து உருவானவை. நான் நிறைய இந்திப் படங்களையும், ஒன்றிரண்டு ஆங்கிலப் படங்களையும் மன்னார்குடியில் பார்த்திருக்கிறேன். அன்றைய சமூகக் கலாச்சாரத்தில் இப்போதுபோல் பிராந்தியக் குறுக்கம் இருந்ததில்லை என்று தோன்றுகிறது.

இந்தி வகுப்புகள் அன்றாட அட்டவணையில் இல்லை என்பதால் பள்ளியின் நூலகராகியிருந்தார் இந்தி பண்டிட் திரு. நரசிம்மராகவன். முன்பு கல்லூரி நூலகமாக இருந்த எங்கள் பள்ளி நூலகத்தில் மாணவர்கள் எந்த நூலையும் எடுத்துப் படிக்கும் சுதந்திரத்தை அவர் கொடுத்திருந்தார். விளையாட்டு ஆசிரியர் திரு. கோபால கிருஷ்ணன் மாணவர்களை அடையாளம் கண்டு குழு அமைப்பதில் திறமையானவர். அர்ப்பணிப்புள்ள ஆசிரியர். அவருக்கு முன்பு இருந்த திரு. தேவதாசன், திரு. மாசிலாமணி காலத்திலிருந்தே மாவட்ட ஹாக்கிப் போட்டியில் எங்கள் பள்ளி முதல் இடத்திலிருக்கும்.

1986 வாக்கில் அந்த ஊர் முதியவர் ஒருவர் எனக்கு அறிமுகமானார். அவர் பின்லேயின் பழைய மாணவர். பள்ளி இறுதி வகுப்புவரை படித்திருந்தார். நான் ஆங்கில ஆசிரியர் என்று தெரிந்தவுடன், ''இப்போது 'பார்சிங்' நடத்துகிறீர்களா?'' என்று கேட்டார்.

பார்சிங் (parsing) என்பது வாக்கியத்தில் ஒரு சொல்லை எடுத்துக் கொண்டு அதன் இலக்கணத்தை—அதன் வினை வடிவங்கள், மற்ற சொல்லோடு இணையும் விதம் போன்றவற்றை —ஆய்வது. முன்னாள் முதல்வர் பக்தவத்சலம் தான் ரெட்டரிக் படித்ததாக என்னிடம் சொல்லியிருக்கிறார். ரெட்டரிக் (rhetoric) கிரேக்க மொழியில் பயின்ற அணிவகைகள். அன்றைய மாணவர்கள் மொழியைப் பயின்றிருக்கிறார்கள்; இப்போதுபோல் மொழிப்பாடத்தின் கட்டுரைகளில் வரும் வெற்றுத் தகவல்களை அல்ல.

மாணவர் ஒழுங்கில் பின்லே பள்ளிக்கு நிறைய அக்கறை. ஒழுங்கீனத்துக்கு ஆறாம் வகுப்பு மாணவர் பத்து கருப்புப் புள்ளிகள் வாங்கினால் அவர் ஒரு சிவப்புப் புள்ளி பெறுவார். மேல்வகுப்புகளில் படிப்படியாக இது குறைந்து, பதினோராம் வகுப்பு மாணவருக்கு ஆறு கருப்புப் புள்ளிகளுக்கே ஒரு சிவப்புப் புள்ளி விழும். சிவப்புப் புள்ளி பெற்றவர்களைக் காலை இறை வணக்கத்தின்போது, அத்தனை மாணவர்களும் ஆசிரியர்களும் பார்த்திருக்க, முதல்வர் பிரம்பால் அடிப்பார். இது ஒவ்வொரு கட்டத்திலும் சூழலின் இறுக்கத்தை விலக்கி விலக்கி அடிமேல் அடியாக நகரும் சடங்கு. முதல்வர் அமலதாசன் அடிப்பது ஒரு நாடகத்தின் உச்சகட்டம் போன்ற ஜோடனையில் நிகழும். அந்த வாரம் தண்டனைக்கு உள்ளான மாணவர்கள் வந்து வரிசையாக நின்றவுடன் முதல்வர் அமலதாசன் பின்புறம் திரும்பி, ‘‘மாரிமுத்து, பிரம்பைக் கொண்டுவா’’ என்பார் ஆங்கிலத்தில். அதன் பிறகுதான் ஊழியர் மாரிமுத்து முதல்வர் அறைக்குச் சென்று பிரம்பை எடுத்து வருவார். பெரிய தண்டனை நிறைவேறும் காட்சியைக் கட்டம் கட்டமாகத் திரையில் காண்பதுபோல் இருக்கும். இது போன்று, பின்லேயின் பல நடைமுறைகள் இங்கிலாந்தின் அப்போதைய பப்ளிக் பள்ளியை (Public School) ஒத்திருந்தன. பப்ளிக் பள்ளி என்பது ஒரு தேவாலய எல்லைக்குள் உள்ளவர்களுக்கு மட்டுமே என்று இருக்கும் பள்ளிகளைப் போல் அல்லாமல், நாட்டில் எங்கிருந்தும் மாணவர்கள் வந்து படிக்கும் பள்ளி.

மெக்காலேயை விட முடியுமா?

நேஷனல் பள்ளி அமைந்திருக்கும் இடம் சிங்காரவேலு உடையாரின் நிலக் கொடை. கட்டடங்களைக் கட்டி முடிக்கும்வரை பள்ளிகூடம் அவர் பங்களாவில் இயங்கியது.

குமிட்டித்திடல் சந்தானம் 1911இல் பின்லே உயர்நிலைப் பள்ளியில் பள்ளி இறுதித் தேர்வு எழுதினார். அப்போதெல்லாம் நூற்றுக்குக்குப் பத்து அல்லது பன்னிரண்டு மாணவர்கள் இறுதித் தேர்வில் தேர்ச்சி பெறுவார்களாம். தந்தை சந்தானம்பற்றிய தன் நினைவுகளை எழுதும் அவர் மகன் கஸ்தூரி, நேஷனல் பள்ளியில் தான் 1931ஆம் ஆண்டு நான்காவது பாரத்தில் படித்ததைக் குறிப்பிடு கிறார். அதற்கு அடுத்த ஆண்டு அவர் ஆந்திரத்தில் இருக்கும் மதனப்பள்ளி (சித்தூர் மாவட்டம்) ரிஷி வாலி (Rishi Valley) பள்ளிக்கூடத்துக்குச் செல்கிறார்.

ரிஷி வாலி பள்ளிக்கூடம் ஜெ. கிருஷ்ணமூர்த்தி பவுண்டேஷனால் 1926இல் துவக்கப்பட்டது. அப்போது அவருக்கு இரண்டு பிரச் சினைகள் காத்திருந்தன: மன்னார்குடி நேஷனல் பள்ளியில் பயிற்று மொழி ஆங்கிலம். ரிஷி வாலி பள்ளியில் பயிற்று மொழி தமிழ். நேஷனல் பள்ளியில் கஸ்தூரிக்கு முதல் மொழி ஆங்கிலம், இரண்டாவது மொழி சமஸ்கிருதம். ரிஷி வாலி பள்ளியில் சமஸ்கிருத ஆசிரியர் அப்போது இல்லை.

1934இல் கஸ்தூரியோடு எஸ்.எஸ்.எல்.சி. தேர்வு எழுதியவர்கள் மொத்தம் 15. தேர்ச்சி பெற்றவர்கள் 6. இதில் ஒருவர் இரண்டாவது முறை தேர்வு எழுதியவர். தேர்வு எழுதிய 24 மாணவர்களில் 15 பேர் இரண்டாவது அல்லது மூன்றாவது முறையாகத் தேர்வு எழுதி யவர்கள். மெக்காலேயின் ஆங்கிலக் கல்வி முறையிலும், பள்ளிக் கூடம் என்ற நிறுவன அமைப்பிலும் 1926இலேயே மாற்றங்கள் செய்து பார்க்கும் முயற்சிகள் துவங்கிவிட்டன. ஆனால், இந்தச் சோதனை முயற்சியெல்லாம் ஜெ. கிருஷ்ணமூர்த்தி பவுண்டேஷன் நடத்திய பள்ளியை ஒத்த மேட்டிமை அமைப்புகளோடு நின்று கொண்டன. இன்று மெக்காலேயின் ஆங்கிலக் கல்வி, தன் வேகத் திலும், வீச்சிலும் மன்னார்குடி போன்ற சிறிய நகரங்களிலும், கிராமங்களிலும்கூட கச்சடா வடிவங்களில் உச்சத்திலிருக்கிறது. இப்போது நாம் தமிழ் வழிக் கல்வி என்பது மெக்காலேயின் ஆங்கிலக் கல்வியிலிருந்து வேறுபட்டதா? அதற்கும், ரிஷி வாலி பள்ளி தமிழைப் பாட மொழியாக வைத்திருந்ததற்கும் என்ன வேறுபாடு என்று நாம் ஆராய வேண்டும். தமிழ்வழிக் கல்வி, மொழி ஒன்றைத் தவிர, வேறு எந்தக் கூறிலும் ஆங்கிலக் கல்வியிலிருந்து வேறுபட்டதல்ல. கல்வியில் செய்ய வேண்டிய திருத்தம் அதுமட்டுமே என்று நாம் அங்கேயே நின்றுகொள்கிறோம்.

நேஷனல் பள்ளி ஆசிரியர்கள்

எனக்கு நேரடியான அனுபவம் இல்லாவிட்டாலும், நேஷனல் பள்ளி ஆசிரியர்கள் திறமையானவர்கள் என்று கேள்விப்பட்டிருக்கிறேன். நேஷனல் பள்ளி ஆசிரியர்கள் எவ்விதத்திலும் "பின்லே ஆசிரியர்களைவிடத் தாழ்ந்தவர்கள் அல்ல. பொதுவாகச் சிறந்தவர்கள் என்றே கூறலாம்" என்று எழுதுகிறார் சந்தானம். ஒன்றிரண்டு ஆங்கிலேயர்கள் பின்லேயில் இருந்ததால் அதன் மதிப்பு அப்போது அதிகமாக இருந்ததாம்.

நேஷனல் பள்ளியின் ஆங்கில ஆசிரியர் திரு. வெங்கட்ராம ஐயர், தமிழ் ஆசிரியர்கள் திரு. ராமானுஜ ஐயங்கார், திரு. நாராயண சாமி ஐயர் மூவரில் மூன்றாமவரை எனக்குத் தெரியும். அவர் இலக்கியவாதியாக, நாவலாசிரியராக மன்னார்குடிக்குப் பெருமை சேர்த்த கரிச்சான் குஞ்சு. மதுரை சோமு பாடிப்பாடி பிரபலமாக்கிய 'மாடுமேய்க்கும் கண்ணா…' என்ற பாடலை நேஷனல் பள்ளி ஆசிரியர் திரு. ராமநாதன் பிள்ளை எழுதியிருக்கிறார். உதவித் தலைமை ஆசிரியராக இருந்த திரு. எஸ். சூரிய நாராயணன் முத்துசாமி தீக்ஷிதர் கிருதிகளை இனிமையாகப் பாடுவார். அவர் வழியாக மாணவர்கள் கர்நாடக இசைக்கு அறிமுகமானார்கள்.

இப்போது நல்ல பாடப் புத்தகங்களோ அவற்றை எழுதும் ஆசிரியர்களோ அரிது. திரு. எஸ்.ஆர். தியாகராஜ சாஸ்திரி என்ற நேஷனல் பள்ளி ஆசிரியர் கணிதத்துக்கு நல்ல பாடப் புத்தகம் எழுதியிருக்கிறார். திரு. விஸ்நாத ஐயர், நாடகம், திரைப்படத் துறைகளில் திறமையும் அனுபவமும் உள்ளவர். இவர் ஆர்வத்தால், நேஷனல் பள்ளிக்கு சாரதி கலை அரங்கமும், சங்கரா கூடமும் உருவாயின. தேவங்குடி திரு. பார்த்தசாரதி நாயுடு இவற்றின் கொடையாளர்.

துவக்க காலங்களில் திரு. வைத்தியநாத ஐயரும், பின்னர் திரு. ஏ.வி. தியாகராஜ சாஸ்திரியும் நேஷனல் பள்ளியின் தலைமை ஆசிரியர்கள். இவர்களில் திரு. வைத்யநாத ஐயர் சுதந்திரப் போராட்ட வீரர்களுக்கு நிறைய உதவிகள் செய்தவராகக் கூறுகிறார்கள். கல்வி நிலையங்களுக்கும் சுதந்திரப் போராட்டத்துக்கும் நிலவிய உறவு சுவாரசியமானது. சென்னை மாநிலக் கல்லூரி (Presidency College) முதல்வர், அலுவலக உதவியாளரைத் தேசியத் தலைவர்களின் பொதுக்கூட்டங்களுக்கு அனுப்பி, தன் கல்லூரி

மாணவர்களில் யாரெல்லாம் அங்கு இருந்தார்கள் என்று உளவு சேகரிப்பாராம். தமிழக முன்னாள் முதல்வர் எம். பக்தவத்சலம் இதைச் சொல்லிக் கேட்டிருக்கிறேன். நேஷனல் பள்ளியின் பொறி யியல் ஆசிரியர் திரு. ராஜகோபாலன் (ரவி) சுதந்திரப் போராட்ட தியாகி காக்காஜி ராமசாமி ஐயங்காரின் புதல்வர். நேஷனல் பள்ளிபற்றிய தகவல்களை எல்லாம் அவர் எனக்குத் தாராளமாகக் கொடுத்து உதவினார்.

நான் படிக்கும்போது நேஷனல் பள்ளியின் தலைமை ஆசிரியர் திரு. ஸ்ரீநிவாசன். அதற்குப் பிறகு திரு. சம்பத். அவரது இளைய சகோதரர் திரு. பார்த்தசாரதி பின்லே பள்ளியில் வரலாற்று ஆசிரியர். பின்லேயில் அன்றாடம் காலை இறை வணக்கம் முடிந்தவுடன், அவர் உலக நடப்புகள்பற்றிய செய்திகளைச் சுருக்கமாக வாசிப்பார். அவர் வாசித்த செய்திச் சுருங்களைத் தொகுத்திருந்தால் அக்கால உலக நிகழ்வுகளின் சுவரசியமான ஆவணம் ஒன்று கிடைத்திருக்கும். அப்போது மன்னார்குடியின் கவனத்தைப் பெற்ற உலக நிகழ்வுகள் எவை என்பதும் சமூக வரலாற்றின் ஒரு அம்சம்தானே! பின்லே பள்ளிக்கும் நேஷனல் பள்ளிக்கும் கல்வி, விளையாட்டுகளில் போட்டி இருந்தாலும் பகை ஒன்றும் இல்லை. என் பள்ளி இறுதி ஆண்டில் நேஷனல் தலைமை ஆசிரியர் திரு. ஸ்ரீநிவாசன் எங்கள் பள்ளிக்கு விருந்தினராக வந்தார். பின்லே தலைமை ஆசிரியர் திரு. அமலதாச னும் அவரும் ஒருசேர அமர, நாங்கள் குழுவாகப் புகைப்படம் எடுத்துக்கொண்டோம்.

பிற்காலத்தில் படித்த மாணவர்கள், தமிழ் ஆசிரியர் திரு. ராமசாமி ஐயங்கார், கணித ஆசிரியர்கள் திரு. ஸ்ரீநிவாசன், திரு. சிவராமன், ஆங்கில ஆசிரியர் திரு. பி.ஆர். கணேசன், திரு. கௌதமன் ஆகிய வர்களை நேஷனல் பள்ளியின் சிறப்பான ஆசிரியர்களாகச் சொல் கிறார்கள்.

இந்தியாவின் தலைமைத் தேர்தல் ஆணையராக இருந்த திரு. என். கோபால்சாமி நேஷனல் பள்ளி மாணவர். நீடாமங்கலத்தி லிருந்து தினப்படி ரயிலில் பள்ளிக்கு வந்திருக்கிறார். அவர் ஒன்றிய அரசின் உள்துறை செயலராக இருந்தபோது பள்ளிக்கு வருகை தந்துள்ளார். பக்கத்து கிராமத்தைச் சேர்ந்த இந்தப் பள்ளியின் மாணவர் திரு. சிவசுப்பிரமணியன் இந்திய ஆட்சிப் பணியில் இருந்தார். அவரும், காவல் துறை தலைமை இயக்குநராக இருந்த

நேஷனல் பள்ளியின் பழைய மாணவர் திரு. வைகுந்த் இருவருமே நேர்மையான அதிகாரிகளாகப் புகழ் பெற்றவர்கள். வோட்டலூவில் (Waterloo) நெப்போலியனுக்கு எதிரான ஆங்கிலேயர்களின் வெற்றி போர்க்களத்தில் கிடைத்ததல்ல; அது இங்கிலாந்தின் ஈட்டன் பள்ளி (Eton) விளையாட்டு மைதானத்தில் முன்பே நிர்ணயிக்கப் பட்டுவிட்டது என்று சொல்வார்கள். ஆட்சியாளர்களின் நேர்மை, அலுவலகங்களில் மட்டும் அல்லாமல், அவர்கள் படித்த பள்ளி களிலும் நிச்சயிக்கப்பட்டிருக்கும்!

என் பள்ளிக்கூடம் சராசரி போக்கிலிருந்தும், சராசரி ரசனையி லிருந்தும் விலகி நிற்க எனக்குக் கற்பித்தது. பெரும்பான்மை எதைக் கொண்டாடுகிறதோ அதன் மீது ஒருவகை வெறுப்பையும் எனக்குள் உருவாக்கியிருந்தது. பொதுப் புத்தியை என்னால் சகித்துக்கொள்ள இயலாது. நூல்களை நேசிப்போம்; ஆனால் அப்படியே அவற்றை ஏற்றுக்கொள்வதில்லை. என் சுதந்திரத்தை மூர்க்கமாகப் பற்றிக் கொள்வேன். இதையும் பள்ளியில்தான் கற்றிருக்கிறேன்.

இவற்றை மேட்டிமை புத்தி என்றும் தலைக்கனம் என்றும் சித்தரித்திருக்கிறார்கள். முன்னேற்றத்தின் தடைக்கற்களாகவும் இந்தக் குணங்கள் எனக்கு அனுபவமாகியிருக்கின்றன. இந்த அனுபவங் களை ஒரு புன்னகையோடு கடந்துசெல்லவும் என் பள்ளிதான் எனக்குக் கற்பித்தது. பள்ளிக்கூடத்திலிருந்து வெளியே வரும்போது, ஒவ்வொரு நாளும் ஒரு பொருந்தாத உலகத்துக்குள் மீண்டும் நுழைகிறோம் என்ற உணர்வைக் கொடுத்ததும் அதுதான். மகாத்மா காந்தி என் பள்ளியில் மாணவர்களோடு பேசிய அதே புளியமர நிழலில் இடதுசாரித் தலைவர் ப. ஜீவானந்தத்தின் கம்பராமாயண இலக்கிய உரையைக் கேட்டிருக்கிறோம். அங்கேயே நகரின் திராவிடர் கழகத் தலைவர் கே.ஆர்.ஜி. பால் அவர்களின் சொற் பொழிவையும் கேட்டிருக்கிறோம். மாணவர்களின் கண்ணைக் கட்டி, பிறகு கையைப் பிடித்து என் பள்ளி வழிநடத்தியதில்லை. கண்ணைத் திறந்து பாருங்கள் என்பதற்கு மேலே சென்று, ''உலகத் துக்கு வெளிச்சம் நீங்களே'' என்ற பொறுப்பின் கனத்தைப் போதித்தது. எனக்கு வாய்த்த பள்ளி ஆசிரியர்களை மிகச் சிறந்தவர் களாகவே நான் கொண்டாடுவேன். என் பள்ளிக்கூடம் தகவல்களைத் திரட்டி எனக்குள் திணித்துவைக்கவில்லை. 'நான்' என்ற ஒன்று எனக்குப் பிடிபடும்படியாகவும், அதற்கு வளர்சிதை மாற்றங்கள் எப்போதும் உண்டு என்றும் கற்பித்திருந்தது.

16. தேருக்குப் பித்தனான திராவிடம்

திருவாரூரில் முன்னாள் தமிழக முதல்வர் கருணாநிதியின் நினவுக்காக அமைந்த கலைஞர் கோட்டம் அவ்வூர் தியாகேசர் தேர் வடிவிலேயே அமைந்துள்ளது. ஒன்றிரண்டைத் தவிர, மற்ற எல்லா அம்சங்களிலும் இது அசலான திருவாரூர்த் தேர் போன்றே தோன்றும். சுற்றிலும் தொம்பைகள் அசைய, வண்ணவண்ணத் தேர்ச் சீலைகள் போர்த்தி, செந்தூரச் சிவப்பில் சிகரம் வைத்து, சூரிய ஒளியில் மின்னும் செப்புக் கலசத்தோடு திருவாரூர்த் தேர் உயரத் திற்கே எழுந்துள்ளது இந்தத் தேர். திருவிழாவில் வரும் ஐந்து ரதங்கள் போலவே, கலைஞர் கோட்டத்திலும் பெரிய தேருக்குப் பின்னால் சிறிய தேர்கள். தேரில் தொங்கும் தொம்பைகள் காற்றில் அசையும்போது, தேரை நிலைக் கதியில் காட்டாமல், எப்போதும் ஓடும் கதியிலேயே நமக்குக் காட்டும். இதன் திறப்பு விழாவுக்கு வந்த விருந்தினர்களுக்கும், கட்டுமானப் பொறுப்பாளர்களுக்கும் அளித்த நினைவுப் பரிசுகளும் தேர் உருவங்கள்தான்.

புது மோகம் இல்லை

நானாகவே எதையும் கற்பனைசெய்து சொல்லவில்லை. உண்மையில் கருணாநிதியின் அன்பர்களுக்கு இந்தத் தேர் மீது ஒரு மோகம் பிறந்து நிலைத்துவிட்டது. உலகப் புகழ்பெற்ற புரி ஜகன்நாதர் தேரோட்டமும் கலைஞர் கோட்டம் திறந்தபோதே நிகழ்ந்துகொண்டிருந்தது. குஜராத் மாநிலம் அகமதாபாத்திலும், மேற்கு வங்கத்திலும், டெல்லியிலும், ஜார்க்கண்ட் ராஞ்சியிலும் அன்று ஜகன்நாதர் தேரோட்டம். இது தற்செயலாக வந்த உடன் நிகழ்வாக இருக்கலாம். தேரோட்ட கோலாகலத்தில் வடக்கு

குலுங்கிக்கொண்டிருந்த அதே நாளில் தெற்கே கலைஞர் கோட்டத்திலும் இன்னொரு தேர் ஓடத் துவங்கியிருக்கிறது. தற்செயலே தான் என்றாலும் ஏதோ ஒன்றின் சங்கற்பம் என்று நினைத்துக் கொள்ளும் பலவீனர்கள்தானே நாம்!

கருணாநிதிக்குத் தன் ஊர்மேல் இருந்த பாசத்தை அடையாளப்படுத்தத் தியாகேசர் தேர் போன்ற நினைவுச் சின்னம் பொருத்தமானதுதான். தேர் அந்த ஊருக்கு அடையாளமாகிவிட்டது. கலைஞர் கோட்டத்தைத் திறந்த முதல்வர் ஸ்டாலின், அவர் தாயார் தன் கணவருக்குக் கட்டிய கோயில் என்று அதைக் குறிப்பிட்டார். மனத்தை நெகிழச் செய்த சொற்கள். அவர் 'கோயில்' என்று சொல்லியது வெறும் உருவகம் மட்டுமல்ல. கோயிலில் இருப்பது போலவே கலைஞர் கோட்டத்திலும் பூ முனையோடு வாழை மரங்களாகத் தூண்கள். கான்க்ரீட் தன்மையை ஒட்டி இந்தப் பூ முனை நவீன வடிவியலில் உருவம் பெற்றுள்ளது. நுழைவாயிலுக்கும் கோயில் கொடுங்கை போலவே அடக்கத்தின் அழகோடு ஒரு மேற்கூரை.

வியப்போடு வரும் திகைப்பு

இதைப் பார்க்கும்போது, கட்டுமானத்தின் நேர்த்தியும், அழகும் தரும் வியப்பைத் தாண்டி ஒரு இனிமையான திகைப்பும் வருவது இயல்பு. திராவிடச் சிந்தனை மரபின் போக்கை இன்றைக்கும் நிர்ணயிக்கும் நிலையில் இருப்பவர் கருணாநிதி. திராவிடச் சிந்தனையோ, தேர்த் திருவிழா போன்ற மதம் சார்ந்த சடங்கு நிகழ்வுகளுக்கு எதிராக இல்லை என்றாலும், அவற்றிலிருந்து சித்தாந்த அளவில் தன்னை விலக்கி வைத்துக்கொண்ட ஒன்று.

தியாகேசர் தேர் வடிவிலான கலைஞர் கோட்டமும் திராவிட மரபுச் சிந்தனையும் ஒன்றுக்குள் ஒன்றாக அமைந்த உறவை நாம் எப்படிப் புரிந்துகொள்ளலாம்? பார்த்தவுடன் வரும் திகைப்பு தெளியும்போது இப்படி ஒரு கேள்வி எழுவது இயற்கை. அந்த உறவு, கலைஞர் கோட்டத்தை உருவாக்கியவரின் சொந்த விருப்பம் என்று எளிமைப்படுத்திக் கடப்பது எனக்கு நிறைவைத் தரவில்லை.

திறந்திருக்கும் வாசல்

ஒன்றை ஒன்று எப்போதும் எதிர்கொள்ளும் நிலையில் உள்ள இரண்டு கலாச்சாரங்கள் அவ்வப்போது நெருங்குவதும் விலகுவதும்

சமூக இயக்கத்தில் புதிதல்ல. அவ்வாறே, ஒன்று மற்றொன்றின் புற அம்சங்களை வரித்துக்கொண்டு, இரண்டுக்கும் உள்ள இடை வெளியைக் குறைத்துக்கொள்வதும் உண்டு. தன் வசீகரத்தின் வலிமை யால் கோயில் கட்டடக் கலை—அது மதச் சடங்குகளோடு பிணைந்த தாக இருந்தாலும்—திராவிட மரபுக்குள் செல்ல வழிகண்டது என்று சொல்ல இயலும். அதற்கு மறுமுனையில் நின்றுகொண்டு திராவிடச் சிந்தனை மரபு, தன்னைக் கோயில் கலைகளுக்கு அந்நியப்படுத்திக் கொள்ளாமல், ஒரு சிறிய வாசலைத் திறந்துவைத்தது என்றும் இதை விளக்கலாம். இரு பக்கமும் ஒன்றை ஒன்று நோக்கிய நகர்வு இருக் கிறது என்பது உண்மைதானே!

ஒரு நூற்றாண்டு காலமாக இந்த நகர்வுகள் நடந்துகொண்டிருக் கின்றன. கலைஞரின் நூற்றாண்டு விழா துவக்கத்தில், திருவாரூர் கலைஞர் கோட்டத்தின் தேர் இந்தச் சமூக இயங்கு விசைகளின் போக்குக்குக் குறியீடாக அமைந்தது என்று எடுத்துக்கொள்ளலாம்.

நெகிழ்ந்துகொண்ட மரபு

1970இல் புதிய தேர் ஒன்றைச் செய்து, பல ஆண்டுகளாக நின்றுபோயிருந்த திருவாரூர்த் தேரோட்டத்தை மீண்டும் நடத்தினார் கருணாநிதி. பல நேரங்களில் நான் கருப்புச் சட்டையில் பார்த்திருந்த மன்னை நாராயணசாமி, புதிய தேர் உருவாகி நடந்த முதல் தேரோட்டத்தை வடம்பிடித்து துவக்கிவைத்தார் என்று எனக்கு நினைவு. அப்போது அவர் கருணாநிதி அரசில் அமைச்சர். அன்றைய தஞ்சாவூர் மாவட்ட ஆட்சித் தலைவர் டி.வி. ஆண்டனி. அவரும் அவருடைய மனைவியுமாக, தெப்பக்குளம் கீழ்க் கரையில் தேர் இருந்தபோது, அதைப் புகைப்படம் எடுத்துக்கொண்டிருந்தார்கள். தேரோட்டம் என்ற திருவிழாவுக்குத் திராவிட மரபு தானாகவே நெகிழ்ந்து கொடுத்ததையும், தேரின் சமயம் கடந்த வசீகரத்தையும் அன்று ஒரே நேரத்தில் கண்டேன். வள்ளுவர் கோட்டமும் திருவாரூர் தேராகவே அமைத்திருப்பதை இந்த நெகிழ்வுத் தன்மையின் இன் னொரு அடையாளமாகக் கொள்ள வேண்டும். இந்த வரிசையில் தற்போது திருவாரூர் கலைஞர் கோட்டத் தேர்! சமூக, கலாச்சார இயங்கு நிகழ்வுகளைக் கவனிப்பவர்களுக்கு இது ஒரு சுவாரசியமான ஆய்வுப் புலம்.

கோயில் கட்டடக் கலை தன்னை மதம், கோயில் சம்பிர தாயங்களுக்குள் முடக்கிக்கொள்ளாமல், அவற்றின் சாயலைக் கழித்துக்கொண்டு, மதச் சார்பற்ற தளங்களுக்குள்ளும் பரவிக் கொள்கிறது. அன்றாட பயனுக்குள்ள கட்டடங்களுக்கும் இது செல்லக்கூடும். நீந்தப்போகிறவர் கனமான ஆடைகளைக் களைந்து விட்டு குளத்தில் இறங்குவது போலத்தான் இதன் இயக்கம். மேலோட்டமாகப் பார்க்கும்போது பொருந்தாததாகத் தெரிவது உண்மையில் பொருந்துவதாக மட்டுமல்ல, பொலிவதாகவே இருக்கும்!

(அருஞ்சொல் மின்னிதழ், 22.06.2023.
தலைப்பு: 'கலைஞர் கோட்டத்தில்
கவனிக்க வேண்டிய அரசியல்'.)

17. கீழடி மண்பாண்டங்கள்:
தேவை விரிவான புரிதல்

மதுரை கீழடி அருங்காட்சியகத்தை மக்கள் மொய்த்துக் கொள்கிறார்கள். நம் தொன்மையைத் தெரிந்துகொள்ள மக்களுக்கு இப்படி ஓர் ஆர்வமா என்று அசந்துபோவோம். செட்டிநாட்டு மரபில் அமைந்த அருங்காட்சியகக் கட்டடம் உங்களை முதலில் தன் இருநூறு ஆண்டுகால பழமைக்குள் இழுத்துக்கொள்ளும். அடுத்த பத்து அடிகளில் நீங்கள் குறைந்தது இரண்டாயிரத்து ஐநூறு ஆண்டுகளுக்கு முந்தைய தொன்மைக்குள் நழுவி விழுவீர்கள். தொன்மையைப் பழமைக்குள் போர்த்திக்கொள்ளும் அருங்காட்சிக் கட்டடம்! அருங்காட்சியகத்தில் இப்படியும் ஒரு உளவியல் நுட்பம் செயல்படுகிறது.

கி.மு. ஆறாம் நூற்றாண்டு நகர நாகரிகத்தைக் காட்டும் கீழடி தொல்பொருட்களில் பெரும்பாலானவை மண்பாண்டங்கள். வண்ணம், வடிவம், நேர்த்தி, அலங்காரம், மண்ணின் தரம், தொழில் நுட்பம், பயன் போன்றவை மண்பாண்டங்களை வகைப்படுத்தி புரிந்துகொள்ள உதவும் சட்டகம். கி.மு. மூன்றாம் நூற்றாண்டு முதல் கி.பி. மூன்றாம் நூற்றாண்டு வரையிலான தென்னிந்திய மண்பாண்ட மரபினை ஆய்வுசெய்த எஸ். குருமூர்த்தி, இந்தப் பகுப்புச் சட்டகத்தின் வழியாகத் தமிழ்நாடு, ஆந்திரம், கர்நாடகம், கேரளம் ஆகிய மாநிலங்களின் மண்பாண்டங்களைச் மிகச் சிறப்பாக ஒப்பிடுகிறார் (சென்னைப் பல்கலைக்கழகம், 1981).

துணைச் சட்டகம்

இந்தச் சட்டகத்தைக் கொஞ்சம் விரிவுபடுத்தும் வகையில், ஒரு எளிமையான துணைச் சட்டகத்தை முன்வைக்கலாம் என்று நினைக் கிறேன்.

மண்பாண்டங்கள் திருகையிலேயே முழுமையாகச் செய்து அறுத்து எடுக்கப்பட்டவையாக இருக்கலாம். அல்லது, திருகையில் செய்து உலர்த்தி, சரியான பதத்தில் கல்லும் தட்டுப் பலகையும் பயன்படுத்தித் தட்டிச் செய்யப்பட்டவையாக இருக்கலாம். முதலாவது வகையை 'அறுப்பு' என்பார்கள். இரண்டாவதற்கு 'தட்டு' என்று பெயர். கீழடியில் இரண்டு வகைகளும் உள்ளன. இந்த வகைப்பாடு நான் முன்வைக்கும் துணைச் சட்டகத்தின் முதல் கூறு.

தொழில்நுட்பத்தை மட்டுமல்லாமல், பாண்டங்களைச் செய்த குயவர்களின் கைவண்ணத்தையும் பார்க்க வேண்டும். இதர கைத்தொழில்களில் இதை 'வேலைப்பாடு' என்பார்கள். குயவர்களிடையே இதற்கு 'பணதி', பண்ணும் திறன், என்று பெயர். இதனை துணைச் சட்டகத்தின் இரண்டாவது கூறாகக் கொள்ளலாம். மண்பாண்டத் தொழில் சிறுசிறு மாறுதல்களோடு ஒரு தொடர் மரபாகத்தான் தரித்திருக்கிறது. மரபுத் தொடர்ச்சியின் அடையாளங்களை இன்று காண முடிகிறதா என்று பார்ப்பது நான் சொல்லும் சட்டகத்தின் மூன்றாவது கூறு.

அரிதோடு புதிரும் உண்டு

தட்டு வகை பாண்டங்களில் பெண்களின் பங்களிப்பு அதிகம். இவ்வகையில் பெரிய பாண்டங்களைச் செய்ய முடியும். இவற்றின் ஓடு மெல்லியதாக இருப்பதால் இவை எளிதில் உடைபவை. கீழடியில் அளவில் பெரிய பாண்டங்கள் கிடைக்காமலிருப்பதற்கும், பெரும் குவியலாகப் பானை ஓடுகள் கிடைப்பதற்கும் இது ஒரு காரணம். அங்கே கிடைப்பவை பெரும்பாலும் 'தட்டு' வகை பாண்டங்கள். பொதுவாக மண்பாண்டங்களில் கழுத்துக்குக் கீழே கோடுகள் இழைத்திருப்பார்கள். இதற்கு 'இழைப்பு' என்று பெயர். கீழடி பாண்டம் ஒன்றில் கழுத்தையும் அதற்குக் கீழே நெஞ்சுப் பகுதியையும் தாண்டி புடை மடியும் இடத்தில் இரண்டு இழைப்புகள் உள்ளன. இது அரிது. தட்டு வகை பாண்டத்தில் புடையில் இழைப்புகளை உருவாக்க முடியாது. ஆனால், தட்டு வகை கீழடிப் பாண்டங்களிலும் இந்த இழைப்பு இருக்கிறது. நேரச் செலவைப் பொருட்படுத்தாமல், தட்டி உருவாக்கிய பிறகு இந்த மண்பாண்டங்களை நுட்பமாக அழகுபடுத்தியுள்ளார்கள். இப்போதுபோல் அல்லாமல், அக்காலத்தில் மண்பாண்டங்களுக்கு மதிப்பு அதிகமாக இருந்திருக்கலாம்.

இன்னொரு பாண்டத்தின் புடை மடிப்பில் வரந்தை வைத்திருப் பதைப் பார்த்தேன். இது அரிது என்பதோடு புதிராகவும் உள்ளது. ஒரு பாண்டத்தின் மேல்பகுதியையும் கீழ்ப்பகுதியையும் தனித்தனியாகச் செய்து அவற்றைப் பொருத்தும்போது இப்படி ஒரு வரந்தை தேவைப் படலாம். ஆனால், சிறிய பாண்டங்களில் இப்படி ஒரு வரந்தை தெரிவதை விளக்க இயலவில்லை. அதன் உட்புறத்தை ஆராய்ந்தால் இதற்கு விளக்கம் கிடைக்கக்கூடும்.

கீழடி மண்பாண்டங்களில் ஆகச் சிறந்ததாக நான் கருதுவது 'அழுத்தப் பெற்ற பெரும் கொள் மட்கலன்' என்று தமிழ்நாடு அரசுத் தொல்லியல் நூலில் காட்டப்பட்டிருப்பதுதான் (கீழடி, 2020. பக்.15). கழுத்து இவ்வளவு பதுங்களாகவும், புடை இந்த வீச்சுக்குப் பரந்திருப்பதாகவும் அறுப்பு வகையில் செய்வது சாத்தியமில்லை. தட்டு வகையில் செய்வதும் மிகமிகக் கடினம். இதை ஈரப்பதத்தில் தட்டி, கவிழ்த்து உலர்த்தும்போது, பரந்த புடை புவிஈர்ப்பில் சரிந்து விடும். அப்படிச் சரியாமலிருக்க காய்ந்து இறுகும்வரை சுற்றிலும் முட்டுக் கொடுத்திருப்பார்கள். இதில் தண்ணீர், தயிர் அல்லது எண்ணெயை நிரப்பினால் மற்ற பாண்டங்களைப் போல் பானையின் தலையைக் கையால் பிடித்துத் தூக்க முடியாது. புடையை இரு கைகளாலும் கட்டித்தான் தூக்கலாம். சும்மாடு வைத்துத் தலையில் ஏற்றிக்கொண்டால் கையால் பிடிக்காமல் எவ்வளவு தூரம் வேண்டு மானாலும் நடக்க இயலும். இப்பாண்டத்தின் பணதி, வட இந்தி யாவில் இக்காலத்திலும் உலோகத்தில் செய்யும் பாத்திரங்களை ஒத்திருக்கிறது. முன்பு மண்ணிலும் இப்படி ஒரு பணதி அங்கே நிச்சயமாக இருந்திருக்கலாம்.

உறை கிணற்றின் உறைகளைக் கேணி இறக்கும்போது ஒன்றன் மீது ஒன்றாக அடுக்குவது வழக்கம். கீழடியில் இருப்பவை, கீழ் உறை ஒவ்வொன்றும் சரிபாதி மேல் உறைக்குள் செல்வதாகக் குந்தாணி போல் வாய் அகன்றும், அடி குறுகியும் உள்ளன. இப்படிச் செய்யும் போது ஏழடி ஆழத்துக்குப் பத்து உறைகள் தேவைப்பட்டிருக்கும். அடுக்கும்போது மேல் உறைகளின் பளுவால் கீழ் உறைகளின் வாய் விரிந்து உடைந்துவிடக்கூடும். இதை உறை கேணியின் இன்னொரு வகை என்று எடுத்துக்கொள்வதில் பிரச்சினை உள்ளது.

கீழடிக் கேணி உறை வெறும் களி மண்ணால் செய்ததாகத் தெரி கிறது. உறைகளைச் செய்வதற்கு அதற்கெனத் தனியாகத் தயாரித்த

'கூளமண்' பயன்படும். களி மண்ணோடு உமி, கருக்காய், வைக் கோல் கூளம் கலந்து, மிதித்து அதைத் தயாரிப்பார்கள். திருகையில் வைத்துச் செய்யாத உறை போன்ற பொருட்களுக்கு இதுதான் தோதுவான மண். கீழடிக் கேணி உறைகள் இந்த மண்ணில் செய்தவையாகத் தோன்றவில்லை. அப்படிச் செய்திருந்தால் அவை சொற்ப காலத்திலேயே மண்ணில் செரித்திருக்கும்; இப்போது நமக்கு அகப்படாது. பெரிய தெய்வ உருவங்களோ, விலங்கு உருவங்களோ அகழ்வில் அகப்படாமல் இருப்பதற்கு அவை கூளமண்ணால் செய் பவை என்பதுகூடக் காரணமாகலாம். பாண்டங்களை வகைப் படுத்தும்போது வெறும் களிமண்ணில் செய்தவை, கூளமண்ணில் செய்தவை என்ற வேறுபாடும் ஆய்வாளர்களுக்கு ஒரு பகுப்புச் சட்டகத்தைத் தரும். இதுவரை இப்படி ஒரு பகுப்பைப் பயன் படுத்தியதாக எனக்குத் தெரியவில்லை.

இருப்பதோடு இல்லாமைக்கும் ஆய்வு

கீழடியில் கிடைத்திருக்க வேண்டிய, ஆனால் இதுவரை கிடைக் காத சிலவற்றையும் நாம் கவனத்தில் கொள்ள வேண்டும். அங்கே குயவர்கள் கூட்டமாக வாழ்ந்திருக்கிறார்கள். திருகை பயன்பட்டிருக் கிறது. திருகைக்கான அச்சு போன்ற கல் இதுவரை கிடைக்க வில்லை. மையத்தில் கூம்பு வடிவில் செதுக்கிய ஒரு அரைக்கோள கருங்கல் அச்சாகவும், அது பொருந்திச் சுழலுமாறு கீழ் நோக்கிய கூம்பாகக் குடைந்த இன்னொரு அரைக்கோளமும் இன்றுவரை திருகையாக உள்ளது. இதுவோ, இது போன்ற எதுவுமோ கீழடியில் தட்டுப்படவில்லை. முன்பு குறிப்பிட்ட 'தட்டு' வகை பாண்டங்கள் கீழடியில் இருந்தும், தட்டுவதற்குப் பாண்டத்தின் உள்ளே பிடித்துக் கொள்ளும் கல் தென்படவில்லை. ஒய். சுப்பராயலு எனக்கு அனுப்பிய வேறு ஒரு இடத்தின் படத்தில் இந்தக் கல் இருக்கிறது. நெசவுத் தொழிலுக்கான கருவிகள் கிடைக்கும் கீழடியில் மண் பாண்டத்துக்கான இந்தக் கருவிகள் அகப்படாததற்கான நம் அனுமானம் என்ன?

மேலே சொன்னவை நான் முன் வைத்த துணைச் சட்டகத் துக்குள் அகப்பட்ட சில எடுத்துக்காட்டுகள். இந்தச் சட்டகம் கீழடி மண்பாண்டங்களை இன்னும் துல்லியமாகப் பகுக்கவும், புரிந்து கொள்ளவும் உதவக்கூடும்.

(இந்து தமிழ் திசை, 06.07.2023.)

18. காவிரிக் கரையில் ஒரு கலக இலக்கியம்

தொல்காப்பியம் தன் காலத்திற்கு முன்பிருந்தே வந்த தமிழ் இலக்கிய மரபுகளை விரிவாகச் சொல்கிறது. மரபுப்படி, காவிரிப் படுகை மருதத் திணையைச் சார்ந்தது. அதற்கு உரிய பொருள் காதலர்களுக்கு இடயே வரும் ஊடல் என்ற பிணக்கு. சிவனிடம் பார்வதிக்கும், பெருமாளிடம் தாயாருக்கும் ஊடல் வருவதுபோல் கோயில்களில் திருவிழாக்களும் உண்டு. சிவன் கோயில்களில் இதற்கு திருவூடல் என்றும் பெருமாள் கோயில்களில் மட்டையடித் திருவிழா என்றும் பெயர்.

கதைகளும் புராணங்களும் நாடகமாக நடிக்கப்பெறுவது உலகம் முழுவதும் உண்டு. ஆனால், ஒரு இலக்கிய மரபு திருவிழாவாக உருவம் எடுப்பது அதைவிட சுவாரசியமானது. மன்னார்குடியில் கன்னிப்பொங்கல் நாளில் மட்டையடித் திருவிழா நடக்கும். அப்போது பெருமாளோடு ஊடும் தாயார் அவரைக் கேட்கும் கேள்வி களும், அவர் அதற்குச் சொல்லும் பதில்களும் மணிப் பிரவாளத்தில் இருந்தாலும் நமக்குச் சங்க இலக்கியமான பரிபாடலைப் படிப்பது போலவே இருக்கும்.

திணைகள் நிலவியல் உண்மைகளா?

மருதம் என்று சொல்ல இயலாத திருவண்ணாமலைக் கோயி லிலும் திருவூடல் நிகழும். இலக்கிய மரபில் வரும் நில வகைமைகள் தமிழகத்தின் நிலவியல் உண்மைகளாக இருந்தால்தான் தமிழ் இலக்கியம் சுவைக்கும் என்பதில்லை. மருத நிலமான காவிரிப் படுகைக்கு உரியது மருத மரம். அவை, வைத்து வளர்த்தவை களாகப் பத்து அல்லது பன்னிரண்டு மயிலடுதுறையில் மட்டும் தென்படுகின்றன. இது தொல்காப்பியத்தை மெய்ப்பிக்கவில்லையே என்று கவலைப்படுவோர் இலக்கிய ரசிகர்கள் அல்ல.

சென்ற மார்ச் மாதம் (18, 19-3-2023) தஞ்சாவூரில் தமிழ்நாடு பள்ளிக் கல்வித் துறை, பொது நூலக இயக்ககம், மாவட்ட நிர்வாகம் மூன்றும் 'காவிரி இலக்கியத் திருவிழா' என்ற நிகழ்ச்சியை நடத்தின. நான் அந்த நிகழ்ச்சியில் 'காவிரிப் படுகை இலக்கிய மரபுகள்' என்ற தலைப்பில் சுருக்கமாகப் பேசினேன். சிலப்பதிகாரம் மரபுத் தடத்தில் பயணித்து, பிறகு ஒரு யதார்த்த விலகலில் கலக இலக்கிய மரபைப் படைக்கிறது என்பது என் உரையின் மையம். மரபின் பின்னணியில் மட்டுமே யதார்த்த விலகல் தன் அர்த்தத்தைப் பெறுகிறது; பதித்த பொன்னிலிருந்து அழகைப் பெறும் மணியைப் போல். யதார்த்தப் பிடியில் சிக்கியிருக்கும் நமக்கு 'மரபு' என்றாலே கசக்கும். மரபை உதறினாலும் அது பின்னணியாக ஒட்டிக்கொள்கிறது என்பது சங்கடம்தான். ஒவ்வொரு விலகலும் தான் எதிலிருந்து விலகியதோ அதைக் காட்டிக்கொண்டே இருக்கும்.

அழுவது, ஆனந்தப்படுவது, காதலிப்பது, காத்திருப்பது, பிணங்குவது போன்ற மனித வாழ்வின் யதார்த்த நிகழ்வுகள் அவை இருந்தபடியே இலக்கியமாவதில்லை. அவற்றை மரபு உலையில் புடம்போட்டால் இலக்கியமாகலாம். இப்படிப் புடம்போடாமல் வந்தால் நமக்குச் சகிக்காது. ஒருவர் அழுவதை நேரில் பார்ப்பது நமக்கு எப்படி ரசிக்கும்? வெட்டு, குத்து என்று யதார்த்த உச்சத்துக்கு ஏங்கும் தத்ரூபமான திரைப்படக் காட்சிகள் ஏன் நமக்கு ரசிக்கவில்லை? அழகியலைப் புரியவைக்கும் பூர்வாங்கக் கேள்விகள் இவை.

பழைய தமிழ் இலக்கியங்களிடம் நமக்குள்ள நிரந்தர ஈர்ப்புக்கு மரபுகளை உடைக்காமல் அவற்றில் வெள்ளமாகப் பெருகும் கற்பனையே காரணம். அங்கே மரபோடு கற்பனைச் சுதந்திரம் ஒரு அற்புதமான விளையாட்டை நிகழ்த்துகிறது.

மரபுக்குள் கற்பனை

மாதவியோடு கடற்கரையில் இருக்கும் கோவலன் கானல் வரிப் பாடல்களைப் பாடுகிறான். ஒரு காதலனின் இடத்தில் தன்னை நிறுத்திக்கொண்ட கோவலன், அந்தக் கற்பனைக் காதலன் தன் காதலியைப் பற்றிப் பாடுவதாக அமைந்த பாடல்கள் அவை. 'அது முகமல்ல, முழு மதி; அவை கண்களல்ல என் உயிரைக் கவர வந்த கூர் வேல்கள்' என்ற போக்கில் பாடல் செல்கிறது. தலைவியின் அழகைத் தலைவன் இப்படிப் புகழ்வது அக இலக்கிய மரபு. "யாரையோ நினைத்துப் பாடுகிறார்" என்று மாதவி, கோவலனைத் தவறாக எடுத்துக்

கொள்வதும் இலக்கிய மரபுதான். ‘‘நானும் அவர் பாடியதைப் போலவே பாடுவேன்’’ என்று மாதவியும் பாடுவாள். ‘அன்னமே, என்னைத் தவிக்கவிட்டுச் சென்றவரிடம் இது தகுமோ என்று கேட்க மாட்டாயா?’ என்பதுபோல் அவள் பாடல்கள். இதுவும் தலைவிக்கு உரிய அக இலக்கிய மரபுதான். இதுவரை சிலப்பதிகாரம் நம் இலக்கிய மரபுத் தடத்திலேயே பயணிக்கிறது.

ஆனால், மாதவியைப் பொய்மை பேசும் மாயத்தாள் என்று நினைத்து கோவலன் அவளை விட்டுத் தனியே செல்வது மரபி லிருந்து கிளைக்கும் முதல் யதார்த்த விலகல். ஊடுவது தலைவி என்பதுதான் இலக்கிய மரபு. இங்கே தலைவனாகிய கோவலன் கோபித்துக்கொள்கிறான். அடுத்த நகர்வில் கதை மரபுக்கு மீண்டு விடுகிறது. மாரனுக்குத் துணைவர்களாக இளவேனில் வரும், தென்றல் வரும், குயில் கூவி நிலவும் உதயமாகும். அப்போது, ‘‘எனக்கு இரங்க வேண்டும்’’ என்று மடல் எழுதி, தோழியைத் தூது அனுப்புகிறாள் மாதவி. இவை மரபின் அசலான நிகழ்வுகள். மரபில் இல்லாத நிகழ்வாக கோவலன் மாதவியிடம் திரும்பிச் செல்ல மறுத்து விடுகிறான்.

மரபோடு உரையாடும் யதார்த்தம்

அதற்கு அடுத்த நகர்வில் கதை மீண்டும் மரபுத் தடத்துக்கு வரு கிறது. ‘‘இன்று மாலையில் வரவில்லை என்றாலும் நாளைக் காலையில் வந்துவிடுவார்’’ என்று தன் ஏக்கத்தைக் காட்டிக்கொள் ளாமல் மாதவி தனக்குத் தானே சமாதானம் சொல்லிக்கொள்வாள். இளவேனில் காலம் என்பதால், ‘‘ இது மாரனின் ஆணை; ஊடினவர்கள் எல்லாம் கூடிக்கொள்ளுங்கள்’’ என்று குயில்கள் கூவினவாம். முன்னிலும் பல மடங்கு மகிழ்ச்சியோடு கோவலன் மாதவியுடன் சேர்ந்திருக்க வேண்டும். ஊடல் மரபு நியதிப்படி கதையின் அடுத்தக் கட்ட நகர்வு அதுதான். ஆனால், கோவலன் பிரிந்தவனாகவே சென்றுவிடுகிறான். ஊடினவர்கள் ஏன் மீண்டும் கூடவில்லை என்ப தற்கு ‘‘அது விதியின் வலிமை’’ என்று சொல்கிறார் இளங்கோவடிகள்.

அன்றைய புரிதலின்படியான உலக யதார்த்தம் இலக்கிய மரபோடு எந்த ஊடகம் வழியாக உரையாடியது என்று பாருங்கள்! ‘விதி’ என்ற தத்துவக் கருத்தாக்கம் வழியாக இலக்கிய மரபை உடைக்கிறது யதார்த்தம். இளங்கோவடிகள் இதை வேறு எப்படிச் சாதித்திருக்க முடியும்? நாட்டியச் சிகரமான மாதவிக்கு நளினம்

கைவராமல் சூழலைக் கெடுத்துக்கொண்டாள் என்று சொல்ல முடியுமா? அல்லது, மாதவியின் இலக்கிய நயத்தைச் சிறந்த ரசிகனான கோவலன் இனம் காணத் தவறினான் என்று சொல்லலாமா? மற்றவர் பாடல் 'மரபு வேடத்தில் மறைந்துகொண்ட உண்மை, யதார்த்தம்' என்று அவரவரின் விமர்சனக் கூரறிவு இருவரையுமே ஏமாற்றுகிறது. நம் அறிவைக் கொண்டுதானே விதி நம்மை ஏமாற்றும்! மரபிலிருந்து விலகி, முதல்முறையாக மனித வாழ்க்கையின் யதார்த்தத்துக்குத் தமிழ் இலக்கியம் முகம் கொடுக்கிறது.

சிலப்பதிகாரம் மரபில் பயணிப்பதும், விலகுவதும், மீண்டும் மரபுத் தடத்துக்கு வருவதுமாகச் சென்று, தன் யதார்த்த விலகலிலேயே நிலைகொள்கிறது. காவியம் முற்றுப்பெறும் இடத்தில் மாதவி தன் மகளோடு துறவறம் சென்றதாகத் தெரிந்துகொள்கிறோம். மாரன் தன் மலர் அம்புகளை ''இவை இனி வீண்'' என்று பூமியில் வீசி எறிந்தானாம். இந்த ஒரு வரி வழியாக இறுதியில் கதை மீண்டும் மரபோடு வந்து அணைந்துகொள்கிறது. சிலம்பின் காவியத்தன்மை குலையாமல் காத்துக்கொடுக்கும் ஒற்றை இழை போன்ற இந்த வரியைப் படைப்புத் திறனின் உச்சம் என்று சொல்வேன். சங்க இலக்கியத்திலிருந்து சிலம்பு வேறுபடுவதை எஸ். இராமகிருஷ்ணன் இப்படிக் கூறுகிறார்: ''சிலப்பதிகாரமும் மணிமேகலையும் தம் இலக்கியப் பண்புகளில் சங்கச் செய்யுட்களிலிருந்து பெரிதும் வேறு பட்டுள்ளன'' (நியூ செஞ்சுரி புக் ஹவுஸ், சென்னை. 2012). நான் சொல்லும் யதார்த்த விலகல் அவர் குறிப்பிடும் 'வேறுபாடு'தானா என்பதைச் சோதித்து அறிய வேண்டும்.

நான் கலக மரபு என்று சொல்வதைக் கொஞ்சம் விளக்கலாம். ஒரு படைப்பு, மரபுத் தடத்திலேயே சென்று தனக்கு முன்னால் அந்த மரபில் வந்தவைகளுக்கு கேலி விமர்சனமாக அமையவும் கூடும். அது தனக்கு முன்னால் வந்தவைகளின் பிரதிபோலவே இருந்தாலும், ஒரு நுட்பமான கோணத்தின் வழியாக, அவற்றைக் கேலி செய்யும். நான் இந்த வகையைப் பற்றிப் பேசவில்லை. ஆங்கிலத்தில் இதை parody என்பார்கள்.

கேலி விமர்சனப் படைப்பு

1996ஆம் ஆண்டு 'காதல் கோட்டை' என்று ஒரு தமிழ்த் திரைப் படம் வெளியாகி நல்ல வரவேற்பைப் பெற்றது. அவர்கள் ஒருவரை ஒருவர் பார்த்ததே இல்லை; ஆனால் காதலர்கள். தாங்கள்தான்

அந்தக் காதலர்கள் என்று அவர்கள் தெரிந்துகொள்ளாமலேயே கதை முடிந்துவிடுமோ என்பதுபோல் ஒரு உச்சகட்டம் இறுதிக் காட்சி யாக வரும். "அப்பாடா!" என்று நாம் பெருமூச்சு விடும் வகையில் அவர்களுக்கு யார் யாரென்று விரல் சொடுக்கு நேரம் தெரிந்து விடும். அப்போதுகூட அவர்கள் கண்டுபிடிப்பைப் பரிமாறிக்கொள்ள முடியாமல் அந்தப் பெண் இருக்கும் ரயில் வண்டி நகர்ந்துவிடுமோ என்றிருக்கும்.

காதல் கதைத் திரைப்படங்களுக்கு இந்தப் படம் ஒரு அருமை யான கேலி விமர்சனமாக எனக்குத் தோன்றியது. நம் திரைப்பட வரலாற்றில் இப்படியான படங்கள் அரிது. யாராவது இப்படி அதைப் பார்த்திருப்பார்களா என்று எனக்குத் தெரியாது. உண்மையில், நல்ல கேலி விமர்சனப் படங்களை நம் ரசனை அடையாளம் காணத் தவறியது உண்டு. வாய்விட்டுச் சிரிக்க வேண்டிய காட்சிகளில் எல்லாம் மனம் நெகிழ்ந்து உருகியிருப்போம். இந்தப் படத்திலும் அப்படித்தான் நடந்தது. இது இன்னொரு வகை கலகப் படைப்பு.

சிலம்பை நான் கலக இலக்கியம் என்று சொல்வது இந்தக் கோணத்தில் அல்ல; அதன் நோக்கம் வேறு. அது மரபின் பின்னணி யிலேயே ஒரு கலக மரபை உருவாக்குகிறது. தமிழ் இலக்கியத்தில் கலக மரபு படைப்புகளுக்கு அது துவக்கம்.

தருமி பொற்கிழி பெற்ற திருவிளையாடல் புராணம் உங்க ளுக்குத் தெரியும். "என் காதலியின் கூந்தலைப்போல் மணம் உள்ள மலரை நீ எங்காவது பார்த்தது உண்டா?" என்று தலைவன் வண்டைக் கேட்பதுபோன்று ஒரு பாடல். பாடலில் உள்ள இலக்கியச் சுவை அந்தக் கேள்வியேதான்; அதற்கான விடை அல்ல. அதனால் தான் கேள்வி அவ்வளவு விரிவாக இருக்கிறது. "நான் உனக்கு வேண்டியவன் என்பதற்காகச் சொல்ல வேண்டாம். நீ உண்மையில் கண்டதைச் சொல்" என்று ஒரு பீடிகையோடு கேள்வி வருகிறது.

பெண்களின் கூந்தலுக்கு இயற்கையான மணம் உண்டு என்று பாடல் அனுமானிப்பது சர்ச்சையாகிறது. அப்படி வர்ணிப்பது அக இலக்கிய மரபு. மரபை மரபாகக் கொள்ளாமல் நக்கீரர் அதை யதார்த்தக் கோணத்தில் விமர்சிக்கிறார். இலக்கியம் அறிவியல் உண்மைகளால் உருவாவதில்லை. அதில் அறிவியல் உண்மைகளும் இருக்கக்கூடும் என்பது வேறு சங்கதி. நக்கீரரின் விமர்சனம், மரபில் நிகழும் ஒரு யதார்த்த விலகல். விமர்சனம் என்ற அளவில் அது முடிந்து விடுகிறது.

அந்த வகை யதார்த்த விலகல் இலக்கியம் படைக்காது. நக்கீரர் துவக்கியது ஒரு யதார்த்தக் கலகம். இந்தக் கலகத்துக்குத் தமிழில் ஒரு நீண்ட மரபு இருந்திருக்கும். திருவிளையாடல் புராணத்தில், தருமிக்குப் பொற்கிழி அளித்த படலத்தை நடுவில் வைத்து, அதற்கு முன்பு சொக்கேசர் சங்கப் புலவர்களின் மயக்கம் தீர்த்த படலம். அதற்கு அடுத்து, நக்கீரருக்கு அகத்தியரைக் கொண்டு இலக்கணம் உபதேசித்ததும், பின்னர் புலவர் கலகம் தீர்த்ததும் வரிசை மாறாமல் வருவது இந்த யதார்த்தக் கலக மரபின் அடையாளங்கள் என்று தோன்றுகிறது. சிவபெருமான் அப்போதைய விமர்சனக் கலகத்தைத் தணித்திருக்கிறார்; இலக்கியப் படைப்பை எப்படி வாசிக்க வேண்டும் என்று காட்டியிருக்கிறார் என்பதாகக் கொள்ளலாம். இந்தச் சங்கதி பற்றி 'காவிரி வெறும் நீரல்ல' என்ற என் கட்டுரைத் தொகுப்பில் 'இலக்கியமும் இதர பாடங்களும்' என்ற தலைப்பில் விரிவாகச் சொல்லியுள்ளேன்.

ஊடல் மரபில் இன்னொன்று

பெரிய புராணத்தில் திருநீலகண்ட நாயனார் கதையும் ஊடல் மரபில் பிறந்ததே. நாயனார் இன்னொரு மாதின் வீட்டிலிருந்து தன் இல்லத்துக்கு வருவார். அவர் மனைவி அவரோடு ஊடி, ''எம்மைத் தீண்ட வேண்டாம்'' என்று திருநீலகண்டத்தின் மீது ஆணை யிடுவார். அடுத்த கட்டம் மரபுப்படியான கூடலாக இருக்காது; இருக்க முடியாது என்பது இந்த ஆணை காரணமாகவே தீர்ந்து போன விவகாரமாகிறது. ஊடல் தீராமலேயே இருவரும் முதுமை அடைவார்கள். இது முதல் யதார்த்த விலகல்.

ஒருவரை ஒருவர் தீண்டாமலிருப்பதை அயலார் யாரும் அறியாமல் வாழ்வதாகச் சொல்கிறார் சேக்கிழார். அக இலக்கியத்தில், ரகசியமாகச் சந்தித்துக்கொள்ளும் காதலர்கள்பற்றி ஊரார் அலர் தூற்றுவார்கள் என்று காதலி அஞ்சுவது மரபு. நாயனார் புராணத்தில் தொட்டுக்கொள்ளாமல் இருப்பதை அறிந்தால் ஊரார் பழிப்பார்கள் என்று அஞ்சி, நாயனார் தம்பதிகள் அயலறியாமல் வாழ்ந்தார்கள் என்பதாகப் போகும் கதை. இங்கே இலக்கிய மரபு அங்கம் அங்கமாக உடைந்து சிதறிப்போகிறது.

ஊடலை யாராவது பெரியவர்கள் தீர்த்துவைப்பதாகவும் மரபு உண்டு. இந்தப் புராணத்தில் சிவனே மறையவர் வேடத்தில் வந்து இதற்கு முயற்சிப்பார். அவர் நாயனாரிடம் ஒரு திருவோடு

அடைக்கலமாகக் கொடுத்து, தான் திரும்ப வரும்வரை வைத்திருக்கச் சொல்வார். அது மாயமாகிவிடும். நாயனார் அதைக் களவாடினார் என்று சிவன் குற்றம்சாட்டுவார். "களவாடவில்லை என்றால் மனைவியின் கையைப் பற்றிக் குளத்தில் மூழ்கி சத்தியம் செய்து கொடு" என்பது வழக்கை விசாரித்த தில்லை அந்தணர்களின் தீர்ப்பு. ஊடல் தீர்வதற்கு இப்படியுமா ஒரு அழுத்தம் தருவார்கள்!

ஊடல்வரை கதையின் மரபுப் பயணம். அதற்கு அடுத்த கட்ட நகர்வுகள் மரபைப் பின்னணியாகக் கொண்ட கலக இலக்கிய மரபு. "நீ சந்தேகிப்பதுபோல் நான் எதுவும் செய்யவில்லை. நான் வைகை மணலில் சத்தியம் செய்கிறேன், பரங்குன்றத்தின் தலையில் சத்தியம் செய்கிறேன்" என்று ஊடி நிற்கும் தன் தலைவியிடம் தலைவன் சூளுரைப்பதாகப் பரிபாடலில் வரும். நாயனார் புராணத்திலோ தலைவிதான் ஆணையிடுகிறார்.

பரிபாடலில் காதலர்கள் சேர்ந்து வைகையில் புனலாடுவது உண்டு. இந்தப் புராணத்திலோ கையைப் பற்றிக்கொள்ள மாட்டோம் என்று கணவனும் மனைவியும் ஒரு மூங்கில் தண்டைப் பிடித்துக் கொண்டு குளத்தில் மூழ்கி எழுவார்கள். அக இலக்கிய மரபில் வருவது போலவே இங்கே சூளுரைப்பது உண்டு, நீராடுவதும் உண்டு. ஆனால், அவை யதார்த்த விலகல்களாக வரும்.

மரபிற்கு உள்ளேயே நிகழும் யதார்த்த விலகல் சிலப்பதிகாரத்தை ஒரு வகை கலக இலக்கியமாக்குவது இப்போது புரியலாம். இப்படி ஒரு கலக மரபு தமிழ் இலக்கியத்தில் தொடர்ந்து நிகழ்ந்தது என்பதும் புரியலாம்.

('அருஞ்சொல்' மின்னிதழ் 01.08.2023.
தலைப்பு: 'தமிழ் மரபில் கலக இலக்கியம்'.

19. காவிரிக் கரையின் மொழி மரபு

காவிரியில் வெள்ளமும் வரும்; ஆண்டு தவறாமல் புயலும் வரும். இவை இல்லையென்றால் இந்த டெல்டா உருவாகி நிலைத் திருக்காது. புயலோடும் வெள்ளத்தோடும் ஒரு வக்கிரத் தோழமை யைப் பரிந்துரைப்பதாக நினைக்க வேண்டாம். காவிரிப் படுகையில் மக்கள் புழங்கும் சொற்களை, புயல், மழைபற்றிய அவர்கள் சொல் லாடலைப் பார்க்க வேண்டும். அவர்களின் கலாச்சார வழக்கங் களையும் கவனிக்க வேண்டும். அந்த மக்களின் புரிதலை அவை பிரதிபலிக்கலாம். அல்லது, அவர்களின் மொழியும், அதன் சொற் களுமே அந்தப் புரிதலை அவர்களுக்குப் பயிற்றுவித்திருக்கும். வானிலை அறிக்கை அறிவியல் கலாச்சாரம் சார்ந்த புரிதல். காவிரிப் படுகையில் நாம் காண்பது இடம் சார்ந்த புரிதல். அறிவுவெளியில் இப்படியான கலாச்சார பன்மைக்கும் கொஞ்சம் இடம் இருக்காதா?

''காற்றடிக்கப் போகிறது'' என்றுதான் புயல் வரவிருப்பதைச் சொல்வார்கள். தன் நீட்சியாகக் காற்று கொஞ்சம் தடித்தால் அதுவே 'புயல்'. வராதது இப்போது நூதனமாகவும், பேரிடராகவும் நமக்குக் குறுக்கே வந்துவிட்டதாக அதை நினைக்க மாட்டார்கள். புயலுக்குப் பழகிப்போனவர்கள் அப்படித்தான் தணித்துப் பேசுவார்கள் என்று இதை மொழி நடையாக ஒதுக்கிவிடக் கூடாது. அவர்களுடையது வேற்றுப் புரிதல். தன் இடத்தில், தன் அனுபவத்துக்குள் வருகின்ற காற்றை ''வருகிறது'' என்றுதான் சொல்வார்கள். ''கரை கடக்கிறது'' என்பதெல்லாம் தான் நிற்கும் இடத்தை அழித்துக்கொண்டு, பூமிக் கோளத்துக்கு வெளியே, அண்டவெளியின் அந்தரத்தில் நின்று பேசுபவர்களின் படர்க்கைப் பேச்சு. அது காவிரிக் கரையில் பழக்க மில்லை; வானிலை அறிக்கையில்தான் உண்டு. அங்கேயே அது இடம் சார்ந்த புரிதல் இல்லை என்று தன்னை ருசுப்பித்துக்கொள்கிறது.

இரை எடுப்பதை நிறுத்திவிட்டு கொட்டில் மாடுகள் அவ்வப் போது தலையைத் தூக்கி வெறித்துப் பார்க்கும். காற்று உசும்பாது. அடைமழைக்காலத்தின் வழக்கமான வானமாக இருந்தால் சீராக வீசும் குணவடைக் காற்று (வட-கிழக்கு) இப்போது சட்டென்று நின்றுவிடும். புயல் வடக்கிலிருந்தால் மேலைக் காற்றும், தெற்கி லிருந்தால் கீழைக் காற்றும் விட்டுவிட்டுச் சீறி வீசும். இந்த அடை யாளங்களைக் கண்டால் முன்னெச்சரிக்கையாகச் சுவருக்கு உதார் கொடுப்பதும், போரிலிருந்து காய்ந்த வைக்கோலாகப் பிடுங்கிவந்து மாட்டுக்கொட்டில் கவணையில் திணித்துவைப்பதும் அவசரம் அவசரமாக நடக்கும். மாட்டுக்குத் தீவனம்தான் புயலின்போது வரும் முதற் கவலை. அடைமழைக்கான சேகரிப்பாகக் கத்தரி, கொத்தவரை, அவரை வற்றல், அடைமாங்காய், மொச்சை, கொண்டைக்கடலையோடு விரும்புபவர்களுக்குக் கருவாடு, உப்புக் கண்டமெல்லாம் பல நாட்களுக்குத் தாக்குப்பிடிக்கும்படி வைத் திருப்பார்கள். மழைக்காலத்தில் பச்சைக் காய்கறியும், அப்போது பிடித்து வரும் மீனும், கறிக்கடை இறைச்சியும் ருசிக்காது.

இப்போது சொல்வதுபோல் ‘‘கரையோரம் இருப்பவர்கள் பாது காப்பான இடத்துக்குச் செல்லுங்கள்’’ என்று சொல்ல மாட்டார்கள். காவிரிப் படுகையில் ஆற்றங்கரைதான் இருப்பதிலேயே மிகவும் பாதுகாப்பான இடம். வெள்ளக் காலங்களில் மக்கள் ஆற்றங்கரைக்குக் குடிவந்துவிடுவதுதான் வழக்கம். கரையின் உள்வாயில், கரைக்குத் தொலைவில் இருப்பவர்கள் மட்டுமே கரைக்கு வரவேண்டியிருக்கும்.

‘சாலை’ என்ற சொல் இங்கு பேச்சு வழக்கில் புழங்கவில்லை. அதற்கு ஈடாக ‘கரை’ என்பது பயன்படுகிறது. காவிரிப் படுகையில் பெரும்பாலான சாலைகள் ஆற்றுக் கரைகளிலேயே அமைந்திருக்கும். ஒரு ஆற்றின் கரையிலிருந்து அடுத்த ஆற்றுக்குச் செல்வதென்றால் வயல்களின் வரப்பை உடைத்துப் பரப்பிச் சாலை அமைத்திருப் பார்கள். அதுவும் பல இடங்களில் வாய்க்கால் கரை, வாரிக் கரை மேலேயே செல்லும். காவிரிப் படுகையைப் பழைய தமிழில் ‘புனல் நாடு’ என்று சொல்லியிருக்கிறார்கள். பாதிக்குப் பாதி கிராமங்கள் ஆற்றுக் கரைகளை ஒட்டியே அமைந்திருக்கும், அவைதான் கிராமங் களுக்குத் தோதுவான இடம்.

கரையைத் தள்ளி, உள் கிராமமாக இருந்தால் அவை குளம் வெட்டிய மண்ணைப் பரப்பி மேடுபடுத்திய இடங்களாக இருக்கும். இங்கே சில நகரங்கள்கூட இப்படிக் குளங்கள் வெட்டி உருவானவை தான். அண்மைக் காலம்வரை, ஒரு கிராமத்துக்கும் இன்னொன்றுக்கும் வயல் வரப்பே இணைப்புக் கரையாக இருந்தது. எவ்வளவு நீர் வந்தாலும் தாங்கள் இடமாகவோ, வலமாகவோ ஒதுங்கி, நீரை அதன் போக்கில் ஓடவிட்டே வாழ்ந்து காட்டியிருக்கிறார்கள். வெள்ளம் வந்தால் இங்கே அதைத் தடுக்க முடியாது. தடுக்க எத்தனிப்பது அறியாதவர்கள் செய்வது. ஒரு ஆங்கிலத் தொடரை மொழிபெயர்த்துப் பயன்படுத்தலாமென்றால் காவிரிப் படுகையை 'வெள்ளச் சமவெளி' என்று சொல்ல வேண்டும்.

இந்தச் சூழலியல் நிலவரத்தில், ''வெள்ளம் கிராமங்களைச் சூழ்ந்து கொண்டது'' என்று சொல்வதை எப்படி அர்த்தப்படுத்திக்கொள்வது? சூழ்வது நிகழ்வதற்கு ஒரு மையத்தை அனுமானிக்க வேண்டும். மனிதனை மையமாக வைத்து, நம்மையே நாம் பிரதானப்படுத்தும் சொல்லாடலில்தான் 'சூழ்ந்தது' என்பதன் பொருள் கூறுகள் அர்த்தம் பெறும். 'சூழலியல்', 'சுற்றுச்சூழல்' என்பவற்றின் பொருள் கூறுகள் திரண்டு, நாம் அறியாமலேயே இந்த அர்த்தத்தைத்தான் கொடுக்கும். 'இயற்கையை' போற்ற வேண்டும் என்றுதான் சொல்வோம். ஆனால், நம் மொழி மரபு அந்த நேசிப்புக்கும் நம்மைத்தான் மையப் படுத்தும்! 'இயற்கை' என்று சொல்லும்போதே நம்மை அதிலிருந்து பிரித்து, மேம்பட்ட இடத்தில் எஜமானனாக வைத்துக்கொள்கிறோம் என்பதைப் பலரும் சொல்லியிருக்கிறார்கள்.

காவிரிப் படுகையில், வெள்ளம் சூழ்ந்துகொண்டது என்பதற்குப் பதிலாக ''வெள்ளம் கொண்டுவிட்டது'' என்பார்கள். ''வெள்ளம் கொள்ளும் வயல்'' என்று சொல்வார்கள். வெள்ளம் வந்தால் வாங்கிக் கொள்ளும் இடமாகத்தான் இந்த இடங்கள் அவர்கள் சொல்லாடலில் உருவம் பெற்றிருக்கிறது. கொள்ளக்கூடியதுதான் வெள்ளம் என்று ஒரு தன்முனைப்பைத் தந்தாலும், அதற்குப் போக்கிரித்தனத்தை ஏற்றிக் காட்டுவதில்லை. இந்த அண்டா மூன்று குடம் தண்ணீர் கொள்ளுமானால் அது தான் செய்ய வேண்டியதைத்தானே செய்கிறது?

காற்றழுத்தத் தாழ்வுப் பகுதி காற்றழுத்தத் தாழ்வு மண்டலமாகி, மேலும் வலுப்பெற்று, இத்தனை கி.மீ. வேகத்தில், இந்த இடத்துக்கும், இந்த இடத்துக்கும் இடையே, நள்ளிரவிலிருந்து காலைக்குள் கரை கடக்கும் என்று படித்திருக்கிறோம். இது ஒரு வகை புரிதல் கலாச் சாரம். அது துல்லியத்தை நாடும்; பரிணாம வளர்ச்சியைக் காட்டும்; காரண-காரியத்தைக் கூறும். இதற்கு ஒரு மொழி மரபு உண்டு. அந்த இடத்தில் இருக்கும் மனிதனின் அனுபவத்தைத் துடைத்துக் கழுவிய சொற்களாக அந்த மொழி மரபு தேர்ந்துகொள்ளும்.

கதைக் கூறு பிசகாமலிருப்பதற்குத் தேவையான உச்சகட்டத் தோடு புயலையும், வெள்ளத்தையும் நாடகமாகச் சித்தரித்துவிடு கிறோம். அதை விறுவிறுப்பு தொய்யாத காட்சித் தொடராக, கையில் ஒலி வாங்கியோடு, ஒரு சூத்திரதாரி நடத்திக்காட்டுவார். நடப்பதையும், அதையே நடத்திக் காட்டுவதையும் நாடகத்துக்குள் நாடகமாக நாம் பார்த்துக்கொண்டிருப்போம். நாம் இருக்கும் இடத்திலேயே புயல் வந்திருக்கும். நாம்தான் பாதிக்கப்பட்டவர்கள். ஆனாலும் நாமே பார்வையாளராகத்தான் நம் பாதிப்பைக் காண முடியும். இதற்கும் ஒரு மொழி மரபும், அது ஊக்குவிக்கும் புரிதலும் உண்டு.

வேதரணியத்துக்கு அருகில், பெரியகுத்தகை என்ற கிராமத்தில் விவசாயம் செய்யும் நண்பர் ஒருவர் புயலும் வராமல், மழையும் வராமல் தங்களை இந்த மழைக்காலம் ஏமாற்றிவிட்டதாகச் சொன்னார். அடுத்த புயுலுக்கும் மழை இல்லையென்றால் இந்தக் கோடை தங்களுக்குக் கடுங்கோடையாகிவிடும் என்றும் அச்சப் பட்டார். இதை ஒரு மாற்றுப் பார்வை என்று வைத்துக்கொள்வது நம் சிந்தனை மரபு. புயலுக்கு இன்னொரு பக்கமும் உண்டு; அதை மழை வளம் என்று காண வேண்டும் என்பதாகச் சொல்வோம். இப்படியான நன்மை, தீமை என்ற இருமுனைச் சிந்தனையின் மையத்திலும் நாமேதான்! நன்மை, தீமை என்ற இருமையைத் தாண்டிச் செல்ல முடியுமானால் நமக்குச் சூழலியல் சிந்தனை வாய்த்ததாகக் கொள்ளலாம். அப்படிச் செய்வது, பல நூறு ஆண்டுகள் எழுதிப் பழகிப்போன மொழி மரபைக் கழித்துக் கொள்வதற்கான முயற்சியாக இருக்கும். காவிரிக் கரை மொழி மரபைப் புரிந்துகொள்ள இப்படி இன்னொரு மொழி மரபை நம் பிரக்ஞையிலிருந்து கழித்துக்கொள்ள வேண்டும்.

ஆடிப்பெருக்கு நாளில் காவிரிக்கு வேண்டிக்கொண்டு தங்கள் வீட்டு ஆண்களின் வலது மணிக்கட்டில் ஒரு மஞ்சள் நூலைச் சுற்றிக் கட்டிவிடுவார்கள் பெண்கள். அது விவசாயம் என்ற களத்தில் புகும் போது அவர்களுக்குக் கட்டிவிடும் கங்கணம். விளைந்த வயல் தை மாதம் அறுவடைக்குத் தயாராக இருக்கும். அப்போது, மாட்டுப் பொங்கலன்று கோயிலுக்குச் சென்று திரும்பும் தங்கள் வீட்டு ஆண்களை, களம் கண்டு மீள்பவர்களாக ஆரத்தி எடுத்து வீட்டுக்குள் அழைத்துக்கொள்வார்கள். ஆடியில் இழைக்கத் துவங்கிய கலாச்சார வட்டம் கடைகூடுவதன் அடையாளம் அது.

ஆடிக் கடைசியில், விதை தெளித்த பிறகு எஞ்சிய விதை நெல்லை வறுத்து, உரலில் குத்தி, கார்த்திகைப் பொரிக்கு அவல் தயாரித்துக் கொள்வார்கள். அதற்குப் பிறகு அடுத்த ஆண்டுதான் விதை தேவைப்படும். இழைத்த வட்டம் சுழித்துத் திரும்பும் கலாச்சார அடையாளம் இந்த வழக்கம். ஆடி மாதம், நாள் பார்த்து, வயலின் ஈசானிய மூலையில் விதை தெளித்து, விவசாயம் துவங்குவார்கள். தை மாதம், அதற்கு நேர் எதிர்த் திசையான கன்னிமூலையில் கடைசி அறுவடையான ஏடாங்கரிசியை வைத்துக்கொள்வார்கள். இப்படி வட்டச் சுழற்சிகளாக இருந்தது விவசாயம். இப்போது அது ஒரே நேர் கோடு. ஒரு பட்டம் முடிவதற்குள் அடுத்த பட்டம் துவங்கிவிடும். அது உற்பத்தி, மேலும் உற்பத்தி என்று நீண்டுகொண்டே இருக்கும். துவங்குவதற்கும், முடிவதற்கும் கலாச்சார அடையாளங்கள் இப்போது இல்லை. உற்பத்தி பெருகிக்கொண்டே இருந்தால் அதையே எல்லாம் இருக்க வேண்டியதுபோல் சரியாக இருப்பதற்கான அடையாள மாகக் கொள்கிறோம்.

காவிரிப் படுகைக்கே உரிய உம்பளச்சேரி மாட்டு வகையை எடுத்துக்கொள்ளுங்கள். அதைப் பாலுக்காக மட்டும் வளர்த்ததில்லை. பாலும் அது அதிகம் தராது. சேற்று உழவுக்குக் காளைக் கன்று களைத் தரும் என்பதற்காக வளர்த்த மாடு அது. பால் வளம் பெருக வேண்டுமென்று இப்போது ஜெர்சி பசுக்கள் அறிமுகமாகி, அவை பெருகிவிட்டன. தலையிலிருந்து வால் துவங்கும் தட்டுப் பகுதிவரை நூல் பிடித்ததுபோல் இருக்கும் முதுகோடு, பாரித்த உடம்பு வைத்துக்கொண்டிருக்கும் இந்த மாடுகள்தான் இப்போது தென்படுகின்றன. பசுவைக் காட்ட ஒரு படம் போட்டால் கனத்த மடியும், கறவைக் குவளையுமாக இருக்கும் இந்த வகை மாடுதான்

சித்திரமாக வருகிறது. பெருகும் நுகர்வுக்கு ஈடுகொடுக்கும் உற்பத்திப் பெருக்கம் என்ற ஒரே புள்ளிக்கு எல்லாவற்றையும் சுருக்கிவிடும் கலாச்சாரம். மொழி மரபு, சித்திர மரபு, குறியீட்டு மரபு என்று எல்லாக் கலாச்சார வழக்கங்களும் அந்தச் சுரண்டும் புள்ளிக்கே சுருங்கி விடுகின்றன. காவிரிப் படுகை மொழி மரபும், ஊரக மொழி மரபுகளும் அறிவுப் புலத்தின் இதர கலாச்சாரங்கள். இந்தப் பன்மையும் வேண்டியதே!

(சூழலியல் - காலநிலைச் சிறப்பிதழ் 'கனலி'
இணையதளம் 16.02.2021.
சூழலியல் - காலநிலைக் கட்டுரை தொகுப்பு
கனலி பதிப்பகம், பிப்ரவரி 2022.
தொகுப்பாசிரியர்: சு. அருண் பிரசாத்.)

சொல் விளக்கம்

அந்தாயம் - பகுதிகளாகப் பிரித்துக்கொண்ட வேலையில் ஒரு பகுதி.

ஆடுதுறை - ஒரு நெல் ரகம்.

ஆவாட்டு - அவித்த நெல்லை புழுங்கல் அரிசியாக அரைக்கும் பதத்துக்குக் காய வைப்பது.

ஆள் - வயல் வேலை செய்யும் ஆண் விவசாயத் தொழிலாளர்.

உடைநீர் ஓதை - மதகு வழியாக வெளியேறி விழுந்து உடையும் காவிரி நீர் ஓசையை சிலப்பதிகாரம் இப்படிச் சொல்கிறது.

உம்பளச்சேரிமாடு - கீழத்தஞ்சையில் உழவுக்கும், வண்டி இழுக்கவும் பயன்படும் ஒரு மாட்டு இனம்; உம்பளச்சேரி என்ற ஊர்ப் பெயரால் அறியப்படுவது.

உள்வாய் நிலம் - சாலையை ஒட்டி இல்லாமல் இரண்டு மூன்று வயல்கள் தாண்டி இருக்கும் வயல்.

உறை - ஒன்றன்மேல் ஒன்றாக அடுக்கி, கேணி இறக்கப் பயன்பட்ட, சுமார் மூன்று அடி விட்டம், ஒரு அடி உயரம் உள்ள, சுடுமண் அமைப்பு.

எக்கண்டம் - இடையிடையே தடுக்காமல் நீளத்திலும், அகலத்திலும் ஒரே வீச்சாகக் கிடக்கும் பரப்பு.

எக்கல் - ஆற்றின் நீரோட்டத்தாலோ, வெள்ளத்தாலோ மணல் அல்லது மண் ஒரு இடத்தில் குவிந்து மேடான இடம்.

ஏடாங்கரிசி - அந்த ஆண்டு கடைசி அறுவடை நாளில் நல்ல நேரம் பார்த்து அறுவடையை முடித்துக்கொண்டு விவசாயத் தொழிலாளர்களுக்கு வெற்றிலைப்பாக்கு, சந்தனம் வழங்கும் நிகழ்ச்சி.

ஓடுகால் - இறைக்கும் நீர் ஓடுவதற்கு வகிர்ந்த சிறிய வாய்க்கால்.

கச்சப்பொடி - ஆற்றில் வரும் சிறிய மீன்.

கடுகத்தனைக் காரியம் - மிகச்சிறிய காரியம்/ வேலை.

கடைமடை - ஆறு அல்லது வாய்க்கால் கடைசியாகப் பாசனம் தரும் பகுதி. 'முதல்மடை'க்கு எதிர்ப்பதம்.

கம்பசேவை மண்டபம் - (கம்பசேவை மடம்) வைணவ மரபு தெய்வங்களின் படங்களை வைத்து வழிபடும் சிறிய கட்டடம். கிராமங்கள், நகரங்கள் இரண்டிலும் உண்டு. இங்கு ஆண்டுக்கு ஒரு முறை கம்பசேவை விழா நடக்கும். குத்து விளக்கு போன்ற உயரமான விளக்கை ஏற்றி, மடத்திலிருந்து தெருக்களில் பஜனை பாடிக்கொண்டே எடுத்துச்செல்வார்கள். விளக்கு மடத்துக்குத் திரும்பியதும் தளிகை செய்து பூஜை நடக்கும்.

கர்ப்போட்டம் - மார்கழியில் வடகிழக்குப் பருவமழை ஓய்வதன் அடையாளமாக வடகிழக்கிலிருந்து தென்மேற்காகப் பஞ்சுப் பொதி போன்ற வெண்மேகங்கள் கூட்டம்கூட்டமாக வானத்தில் ஓடுவது.

கவட்டை - மரத்தில் ஒரு கிளை பிரியும் இடம்; ஒரு கிளையிலிருந்து இன்னொரு கிளை பிரியும் இடம்; இப்படிப் பிரியும் இடத்தோடு துண்டித்து எடுத்த கிளை.

கவணை - மாட்டுக் கொட்டிலில் மாடுகளுக்கு வைக்கும் வைக்கோல் இறையாமல் தடுப்பாக இருக்கும் தட்டி போன்ற அமைப்பு.

கவர் - கிளை ஆறு பிரியும் இடம்.

களம்புழங்கு - நெல் களத்தில் கதிரடித்து நெல்லைத் தூற்றுவது.

காதோலை - காதில் அணிந்துகொள்வதற்குக் காய்ந்த பனை ஓலையைச் சுருட்டிச் சிவப்புச் சாயம் தோய்த்திருக்கும் அணி. பதினெட்டாம்பெருக்கு நாளில் காவிரிக்குக் கருகமணி வளைய லோடு வைத்துப் பெண்கள் கும்பிடுவார்கள்.

கிஞ்சித்து - மிகவும் கொஞ்சம்.

கீழ்மடை - வாய்க்கால் போக்கில் ஒருவர் மடைக்கு அடுத்து உள்ள மடை.

கீழ்மடைக்காரர் - மேல்மடைக்காரருக்கு அடுத்துத் தண்ணீர் பாயும் படி வயல் உடையவர்.

குணவடை - வடகிழக்கிலிருந்து வீசும் மழைக்காலக் காற்று.

குபேட்டா - ஒரு சிறிய உழவு இயந்திரம்

குறுவை காவிரிப் படுகையில் ஜூன் முதல் அக்டோபர் வரையான நெல் சாகுபடிப் பட்டம். இதில் அதிகபட்சம் 120 நாள் வயதுள்ள நெல் ரகம் சாகுபடியாகும். மே மாதமே துவங்கினால் அது முன் பட்டக் குறுவை. ஜூனுக்குப் பிந்தினால் அது பின்பட்டக் குறுவை.

கொழுமுனை - ஏர்க் கலப்பையில் மண்ணை உழுவதற்கு முக்கோண வடிவில் பொருத்தியிருக்கும் இரும்புப் பட்டையின் (கொழு) முனை.

கோட்டகம் - கிராமத்தின் கடைமடைப் பகுதியில் தண்ணீர் வடியாமல் தேங்கிக் குளமாக ஆகும் வயல் பகுதி. இதில் உயரமாக வளரவிட்ட நாற்றை நடுவார்கள்.

கோட்டு - அறுவடையின்போது ஒரு கை கொள்ளும் அளவு நெல் அறுத்தால் அது ஒரு பிடி. மூன்று, நான்கு பிடி சேர்ந்தால் அது ஒரு அரி. நான்கு அரி சேர்ந்தால் ஒரு கோட்டு. எண்ணிக்கை பயிரின் தரத்தைப் பொறுத்துக் கூடலாம் அல்லது குறையலாம். பல கோட்டுகளைச் சேர்த்துக் கட்டி, கட்டாகக் களத்துக்குக் கொண்டு வருவார்கள். களத்தில் நெல் அடிக்கும்போது கட்டிலிருந்து கோட்டுக் கோட்டாக எடுத்து அடிப்பார்கள்.

சடைப்பூரான் - கால்கள் அதிகம் கொண்ட பெரிய பூரான்.

சம்பா - காவிரிப் படுகையில் ஜூலை முதல் ஜனவரி வரையான நெல் சாகுபடிப் பட்டம். இதில் குறைந்தது 150 நாள் வயதுள்ள நெல் ரகம் சாகுபடியாகும். சம்பா சாகுபடி மேற்கொண்டால் குறுவை சாகுபடியைத் தவிர்த்துவிடுவார்கள். ஒரே போகம் சாகுபடி செய்பவர்களுக்கு சம்பா பட்டம் பொருத்தமாகும்.

சாகுபடிப் பட்டங்கள் - காவிரிக் கரையில் இவை குறுவை, தாளடி, சம்பா பட்டங்கள்.

சீமைக் காட்டாமணி - நெய்வேலிக் காட்டாமணி.

சுக்குமத்தடி - ஐயனார் கோயில் வீரன், சாம்பான், பெத்தான் போன்ற தெய்வங்கள் தரையில் நிறுத்தி, இடது கையால் தொட்டுக் கொண்டிருக்கும் கனமான தடி. நுனிப் பகுதி திரண்டு பருமனாகவும், கையில் பிடிக்கும் பகுதி சிறுத்தும் இருக்கும்.

சூட்டிப்பு - விழிப்புணர்வு.

தாளடி - குறுவை அறுவடையான பிறகு அதே வயலில் சாகுபடி நடக்கும் அக்டோபர் முதல் ஜனவரி வரையான நெல் சாகுபடிப்

பட்டம். இதில் அதிகபட்சம் 130 நாள் வயதுள்ள நெல் ரகம் சாகுபடியாகும். இதற்காக ஒதுக்கியிருக்கும் நாற்றங்களில் செப்டம்பர் மாதமே விதை தெளித்து நாற்று தயாராகும். குறுவை முதல் போகம், தாளடி இரண்டாவது போகம்.

தூர் - பாத்திரத்தில் அடிப் பகுதியின் வெளிப்புறம். உள் பகுதியை ‘அடி’ என்பார்கள்

தூவாளி - தவிடுபோல மெத்தென்று படிந்திருக்கும் சன்னமான ஆற்று மணல்.

தெளி - நாற்று விட்டு, பறித்து நடவு நடாமல் வயலில் விதை நெல்லை நேரடியாகத் தெளித்துவிடும் சாகுபடி முறை. இதற்கு வயலைச் சேறாக்கியோ, புழுதியாக உழுதோ தயார் செய்வார்கள்.

நத்தம் - குடியிருப்புப் பகுதியாகப் பயன்படும் நிலம். நஞ்சை, புஞ்சை போன்ற நில வகைப்பாடுகளில் ஒன்று.

நரிச்சி - உள்பகுதி கூடாக வளரும் ஒரு வகைக் கோரை.

நாற்று முடி - கை கொள்ளும் அளவுக்கு இரண்டு கைகளிலும் பறித்த நாற்றை ஒன்றுசேர்த்து முடிவது ஒரு நாற்று முடி.

நாற்றுப்பறி - நடவுக்காக நாற்றங்காலில் வளர்ந்திருக்கும் நாற்றைப் பறிக்கும் வேலை.

நிலைப்படி - வாசல் நிலையின் நான்கு சட்டங்களில், நடப்பவர்கள் தாண்டி உள்ளே போகும்படி தரையில் இருக்கும் சட்டம் .

நிறைநாழி - ஒரு படியை நெல்லால் நிறைத்து, அந்த நெல்லின் மேல் கைவிளக்கு ஒன்றை ஏற்றிவைத்திருப்பது. விளக்கை ஏற்றாமல் ‘நிறை விளக்காக’வும் வைப்பது உண்டு.

நீராணிக்கம் - பாய் வாய்க்கால், வடி வாய்க்காலைத் திறந்து, அடைத்து வயலுக்கு நீர்ப்பாசன வேலை செய்வதற்குக் கிராமத் தாரால் ஒருவருக்குத் தரப்படும் பொறுப்பு. நில உடைமையாளர் களும் அவரவர்களுக்கு நீராணிக்கம் பார்க்கத் தனி ஆள் நியமித்துக் கொள்வது உண்டு.

பத்தி - நூல் பிடித்து ஒழுங்குபடுத்தியதுபோல் இருக்கும் வரிசை.

பிரி - வைக்கோலால் திரித்துக்கொண்ட கயிறு போன்றது. தேங்காய் நார் கயிறு போன்ற மற்ற கயிறுகளில் இரண்டு மூன்றாகச் சேர்த்து முறுக்கியவற்றுள் ஒன்று.

புடை - பம்பரம்போல் இருக்கும் மண் பானையில், தலைக்கும் தூருக்கும் இடையில், அதிகமான சுற்றளவு உள்ள நடுப் பகுதி.

புழுதி உழவு - தண்ணீர் பாய்ச்சாமல் வயலைப் புழுதியாக உழுவது.

புனல்நாடு - காவிரிப் படுகைக்கு இலக்கியங்களில் உள்ள பெயர். நீர் நிறைந்த, நீர் பரவி நிற்கும் நாடு.

பொங்கல்கூறு - தைப்பொங்கலின்போது பொங்கல் பானையில் பொங்கிவரும் நுரையைப் பார்த்தவுடன், ''பொங்கலோ பொங்கல்'' என்று எல்லாரும் உரக்கச் சொல்வது.

பொழி - கரை ததும்ப வரும் தண்ணீர், கரையை உடைக்காமல் தாண்டி மறுபக்கம் இறங்கி ஓடுவது.

பொன்னேர் கட்டு - நல்ல நாளில் அந்த ஆண்டு சாகுபடிக்காக ஒரு சடங்கு போல் வயலை உழுவது; அப்போதே சம்பிரதாயமாக விதை தெளிப்பதும் உண்டு.

மதகு ஓதை - மதகில் காவிரி நீர் பாய்ந்து வெளியேறும் ஓசை. சிலப்பதிகாரத்தில் இப்படி வருகிறது

மதலை - கைகளை அஞ்சலியாகச் சேர்த்துக் கூப்பியபடி 1-2 அடி உயரம் உள்ள சுடுமண் மனித உருவம். வேண்டுதலுக்காக வாங்கிக் கிராமக் கோயிலில் வைப்பது.

மா - ஒரு ஏக்கரில் ஏறத்தாழ மூன்றில் ஒரு பங்கு பரப்பு உள்ள நிலம். இருபது மா ஒரு வேலி.

மாப்பிள்ளைச்சம்பா - அரிசி சிவப்பாக இருக்கும் ஒரு பாரம்பரிய நெல் ரகம்; 150 நாள் வயதுள்ள, சம்பா பட்டத்துக்கான நெல்.

முதல்மடைக்காரர் - ஆற்றிலிருந்து வாய்க்கால் பிரியும் இடத்தில் முதலில் தண்ணீர் பாயும் வயல் உடையவர்.

முற்றவெளி - கோயிலின் சாமிப் புறப்பாட்டில் கருவறையிலிருந்து சாமி வரும்போதும், கருவறைக்குத் திரும்பிச்செல்லும்போதும் நின்று மரியாதை பெறும் திறந்த வெளி.

மேல்மடை - வாய்க்கால் போக்கில் ஒருவர் வயலின் மடைக்கு முன் இருக்கும் மடை.

மொழுக்கம் பானை - அச்சு போடாமல், புடையை மழுக்கிச் செய்திருக்கும் மண் பானை.

வண்டிச்சோடு - மண் சாலையிலும், கோடை காலத்தில் வயலிலும் வண்டிச் சக்கரம் உருண்டுஉருண்டு உண்டாகும் தடம்.

வறளவை - நீரில்லாமல் காயவிடுதல்.

வாரி - பல வடிகால்கள் வந்து விழும் பெரிய வடிகால்.

விட்டோட்டம் - உருவத்தில், பருமனில் ஒன்றுக்கு ஒன்று ஒத்து இல்லாமல், பொருத்தமில்லாமல் இருப்பது.

விதைப்பு - நாற்று விட்டு, பறித்து வயலில் நடவு செய்யாமல் வயலைப் புழுதியாக உழுதோ, சேறாக்கியோ, விதை நெல்லை நேரடியாகத் தெளித்து விடும் சாகுபடி முறை.

விழல் - நெல் தோகை போல் இரண்டு அடி உயரத்துக்கு மேல் வளரும், சுணையுள்ள ஒரு வகைப் புல். தென்னங்கீற்றால் வேய்ந்த கூரையின் மேல் வேயப் பயன்படும்.

வீடு கட்டுதல் (மணல்) - பதினெட்டாம்பெருக்கு நாளில் ஆற்றில் முங்கி அள்ளிவரும் மணலைப் படுகையில் கை வரப்புபோல் வைத்து, பெண்கள் நின்று காவிரியை வணங்கும் அளவுக்கு ஒரு வாசல் வைத்து சதுரமான வீடு கட்டுவது.

வெங்கார் - கோடையில் காய்ந்து வெடித்துக் கிடக்கும் வயலில் ஆற்றில் தண்ணீர் வந்ததும் முதலில் பாய்ச்சும் தண்ணீர்.